ருத்ரபூமி

(கட்டுரைத் தொகுப்பு)

விக்ரமாதித்யன்

நக்கீரன் வெளியீடு

ருத்ரபூமி

கவிஞர் விக்ரமாதித்யன்

முதல் பதிப்பு 2014

பக்கங்கள் **208**
நூன் அளவு (14 X 21.5) டெம்மி
விலை : ரூ. 125 /-

வெளியீடு
நக்கீரன்
105 ஜானி ஜான்கான் சாலை
இராயப்பேட்டை
சென்னை 14
தொடர்புக்கு 044 43993029

அட்டை வடிவமைப்பு
ஆர்.சி.மதிராஜ்

நூலழகு
சி.லோ.சரவணன்

கட்டமைப்பு
ஆர்.எஸ்.பைண்டர்ஸ்
சென்னை 5

அச்சாக்கம்
சாருபிரபா பிரிண்டர்ஸ்
சென்னை 14

RUTHRA BOOMI

Kavingar vikramathidhyan

First Edition 2014

Pages 208
Book Size (14X21.5) Demy
Price : Rs. 125 /-

Published by
Nakkheeran
105 Jani JahanKhan Road
Royapettah, Chennai 14
Ph 044 43993029

Wrapper Designed by
R.C. Mathiraj
Layout by
S.L.Saravanan

Binding by
R.S.Binding Works
Chennai 5

Printed at
Saaruprabha Printers
Chennai 14
ISBN:978-93-81828-85-4

அவதார புருஷர்

கவிஞர் விக்ரமாதித்யன் - சொதி மணக்கும் நெல்லைப் பூமியில் தவழ்ந்த இவருக்குப் பெற்றோர் சூட்டிய பெயர் நம்பிராஜன். எழுத்துலகில் பயணித்தபோது, 'விக்ரமாதித்யன்' ஆனார்.

கவிஞர், எழுத்தாளர், பத்திரிகையாளர், விமர்சகர், நடிகர் என பல அவதாரங்களைக் கொண்ட இவரை - 'ஓர் அவதார புருஷர்' என்றும் சொல்லலாம்.

எழுபதுகளில் தொடங்கிய அவருடைய கவிதை மொழிகளும் சரி; அ தற்கப்பால் வெளிவந்துள்ள கட்டுரைத் தொகுப்புகளும் சரி; இன்றுவரை தனித்துவம் பெற்று விளங்குகின்றன.

'ருத்ரபூமி' எனும் இந்நூல் கட்டுரைத் தொகுப்புகளைக்கொண்டது. அவற்றுள், 'லலித கலைகளும் நாமும்', 'உடனிருப்பு', 'இருவேறு உலகம்', 'மழைபோல மனிதர்கள்' மற்றும் இந்நூலில் இடம் பெற்றுள்ள பிற கட்டுரைத்தொகுப்புகள் அனைத்தும் போற்றுதலுக்குரியது.

'ஆகாசம் நீலநிறம்', 'ஊரும் காலம்', 'உள் வாங்கும் உலகம்' உட்பட 17 கவிதைத் தொகுப்புகள், இரண்டு சிறுகதைத் தொகுப்புகள், 10-க்கும் மேற்பட்ட கட்டுரைத் தொகுப்புகள் என இதுவரை 30-க்கும் மேற்பட்ட நூல்களை எழுதியுள்ளார்.

'சோதனை', 'விசிட்டர்', 'அஸ்வினி', 'மயன்', 'இதயம் பேசுகிறது', 'தாய்', 'தராசு', 'நக்கீரன்' போன்ற இதழ்களில் பணியாற்றிய அனுபவம் இவருக்குண்டு.

தமிழ்த் திரையுலகில், 'நான் கடவுள்', 'அங்காடித்தெரு', 'பரதேசி', 'மான் கராத்தே' ஆகிய திரைப்படங்களில் நடித்துள்ளார்.

இவரது படைப்புகளுக்கான அங்கீகாரமாக - 2008-ஆம் ஆண்டு, இலக்கியத்துக்கான 'விளக்கு' விருது' வழங்கி கௌரவிக்கப்பட்டார். இதனைத்

தொடர்ந்து 2013- ஆம் ஆண்டுக்கான 'சாரல்' விருதும் இவருக்கு வழங்கப்பட்டது, குறிப்பிடத்தக்கது; பாராட்டுக்குரியது.

அவரது இலக்கியப் படைப்புகள் அனைத்தும் அமரத்துவம் பெற்றவை என்பதற்கு இதைவிட வேறு சான்று தேவையில்லை.

கவிஞர் விக்ரமாதித்யனின் இலக்கியப் பயணம் இடைவிடாமல் தொடர நக்கீரன் வாழ்த்துகிறது.

- என்னென்றும் உங்கள்

நக்கீரன்கோபால்

இலக்கியவாசகர்
மதுரை
ப. சரவணகுமார்
நினைவுகளுக்கு

நன்றி

நக்கீரன்கோபால் அவர்களுக்கு

விக்ரமாதித்யனின்
*பயணக்கட்டுரைகள் - தன் கவிதைகள்குறித்த கட்டுரைகள் -
தன்வரலாற்றுக் கட்டுரைகள்*

என்னுரை

'ருத்ரபூமி' என்னுடைய பதினொராவது கட்டுரைத் தொகுப்பு; நூல் வரிசையில் முப்பத்தொன்றாவது.

இதிலுள்ள கட்டுரைகள் குறித்து, சில செய்திகள்.

காசி, காலங்காலமாக இந்தியமக்களின் உள்ளத்துள் இருந்துகொண்டிருக்கும் ஒரு புண்ணியத்தலம். முதன்முதலாக, எட்டாண்டுகளுக்கு முன்பு, எங்கள் சின்னமகன் சந்தோஷோடு காசி போனபோது அந்த அனுபவம் - பக்தி என்பதற்கும் அப்பால் - மனநிறை வளிப்பதாக அமைந்தது. அந்த க்ஷேத்திரத்தின் புராதனம், கங்கையின் பிரவாகம், ஜனங்களின் பக்திசிரத்தை எல்லாமும் பார்ப்பதற்கு அருமையாக விளங்கின. எழுதியிருக்கவேண்டும்; இரண்டு கவிதைகளோடு விட்டுவிட்டேன்.

மூன்று வருஷங்களுக்குப் பிறகு மறுபடியும் போகிற சந்தர்ப்பம் வாய்த்ததும், நாள்குறிப்பு எழுதினேன் - நீண்டகாலத்துக்கு அப்புறம்; கட்டுரையாக எழுதுவதைவிடவும் இப்படி எழுதலாமே என்று பட்டது.

'ருத்ரபூமி' என்ற வார்த்தை, ரயிலில் போகையில், ஐயர் ஒருவர் யாரிடமோ சொன்னது. அந்தச் சொல்லின் அழகு, உக்ரம் கொண்டிருப்பதாகத் தோன்றுகிறது. அதுதான் தலைப்பாகியிருக்கிறது. இந்த நாள்குறிப்புகளைச் 'சிக்கிமுக்கி' இணைய இதழில் வெளியிட்டு உதவினார், கவிஞர் தாரா கணேசன் அவர்கள். அந்த நல்லமனுஷியின் நல்லமனசுக்கு நன்றி.

நான்கு ஆண்டுகளுக்கு முன்பாக ஹரித்வாரில் நடைபெற்ற கும்பமேளாவுக்குப் போய்வந்ததையும், இதுபோல நாள்குறிப்பாகவே எழுத ஆரம்பித்தேன். பயணத்தின்போது எழுதமுடியவில்லை; ஹரித்வாரில் இருந்த நாள்களில், கவிதை எழுதும் மனநிலை உண்டாகியிருந்தது; இவற்றாலேயே தொடரமுடியவில்லை.

அதிர்ஷ்டவசமாக, 'ஆனந்தவிகடன்' தீபாவளிமலர்க்குப் பயணம்பற்றிக் கட்டுரை கேட்டிருந்தார்கள். விஜய் தொலைக்காட்சியின் 'நீயா நானா' நிகழ்ச்சிக்கும், ஒரு படத்தின் 'டப்பிங்'க்குக்கும் சென்னைக்கு அலைந்துகொண்டிருந்ததில் தட்டிக்கொண்டே போயிற்று. செய்தியாளர் ரீ. சிவக்குமார் அவர்களைத் தொடர்புகொண்டு, "சொல்கிறேன், எழுதிக்கொள்ள முடியுமா" என்று கேட்டுவைத்தேன். அடுத்த வாரம்போல, நெல்லைப் பகுதியிலிருந்த வி. ஜெய்கிருஷ்ண கோகிலன் என்ற நண்பரை அனுப்பிவைத்தார்கள். நான் சொல்லச்சொல்ல எழுதியவர் அவர்தான்; நிரம்பத் திறமையானவர்; அப்படியே- என் சொற்களிலேயே- பதிவுசெய்துவிட்டார். அவருக்கு, பிரத்யேகமாக, நன்றி தெரிவிக்கக் கடமைப்பட்டிருக்கிறேன்.

'ஆனந்தவிகடன்' தீபாவளி மலரில் இந்தக் கட்டுரையைப் பார்த்ததில் அப்படியொரு பூரிப்பு; காரணம் இருக்கிறது; ஐம்பதுகளின் நடுவில் (ஐம்பத்தாறு-ஐம்பத்தேழில் என்று நினைவு), ஒன்பது-பத்து வயதுச் சிறுவனாக இருக்கையில், இலங்கையின் 'மகாவம்சம்', கொத்தமங்கலம் சுப்புவின் 'தில்லானா மோகனாம்பாள்' (கோபுலு படம்தானே) தொடர் இரண்டையுமே தப்பாமல் படித்து வளர்ந்துவந்தவன் நான்.

இன்னும் சற்றுப் பிந்தைய காலகட்டத்தில், 'வஞ்சிக்கோட்டை வாலிபன்' ஸ்டில்ஸும், திருச்சி தி.மு.க. மாநாட்டுப் படங்களும், ஆர்ட் பேப்பரில், நடுப்பக்கத்தில் வந்திருந்தன; தென்கோடியில் இருக்கும் பையன் ஒருவனுக்கு இவையெல்லாமே அதிசயங்கள். அந்தப் பசிய நினைவுகள் இன்னும் பட்டுப்போகவில்லை.

அதே, 'ஆனந்தவிகடன்'-ல், இந்த அறுபத்து நான்காம் வயதில், கட்டுரையாளன் என்பது நிச்சயம் பெரிய விஷயம்தானே. ஆசிரியர் ரா. கண்ணன் அவர்கள் கட்டுரைத்தொடர் எழுதச் சொல்கிறார்தான். நான்தான், 'ஒரு கவிதை, ஒரு கவிஞன், ஒரு உலகம்', 'மாயம் செய்யும் கவிதை, என்றெல்லாம் எழுதிக்கொண்டிருக்கிறேன்;

வெள்ளிவீதியார் பாடல்கள், ஆண்டாள் பாசுரங்கள், திருநாவுக்கரசு சுவாமிகளின் தேவாரம் பற்றியெல்லாம் எழுதிவிட வேண்டும் என்றிருக்கிறேன்.

'வேட்டைக்காரப்பனியின் குளிர்ச்சி' என்ற எழுத்துக்காக மதிப்புக்குரிய 'ஆனந்தவிகடன்' ஆசிரியர் ரா. கண்ணன் அவர்களுக்கும், அன்புக்குரிய ரீ. சிவக்குமார் அவர்களுக்கும் மனமார்ந்த நன்றி.

பிரியமான அ. மார்க்ஸ் அவர்கள், 'புலம்' ஏ. லோகநாதன், முத்தையா வெள்ளையன், ராமாநுஜம், ஜீவா ஆகியோரின் முயற்சியிலேயே 'வாழ்க்கை வாய்த்தது / குடியும் வாய்த்தது / கவிதையும் வாய்த்தது' எழுத்துவடிவம் பெறுகிறது; இதுவும் சொல்லிப் பதிவு செய்ததுதான். இந்த அன்புள்ளங்களுக்கெல்லாமே நன்றிசொல்லிக் கொள்கிறேன்.

'த சண்டே இந்தியன்' இதழில், விடுமுறைச் சிறப்பிதழுக்காகக் கட்டுரை கேட்டிருந்தார்கள். அலைச்சல்மிகுந்த வாழ்க்கையில், இருந்து எழுதமுடியாமல் போகிறது. எதையும் சொல்லமுடிகிறது; இதுவும் அப்படிச் சொல்லியதுதான். எழுதி உதவியவர், பத்திரிகையாளர், பேராச்சி கண்ணன் அவர்கள். அவருக்கு நன்றி தெரிவித்துக் கொள்கிறேன்.

இவை போலத்தாம் பத்திரிகையாளர்கள் பரணி அவர்கள், ஒளிப்பதிவாளர் டி. பாண்டியராஜ் அவர்கள், டி. அருள் எழிலன் அவர்கள், பாரதி தம்பி அவர்கள், தளவாய் சுந்தரம் அவர்கள், கவிஞர் ஷங்கர்ராமசுப்ரமணியன் அவர்கள் எல்லோருமே என்மீது அன்பும் என் கவிதைகளிடத்தே மதிப்பும்வைத்து, என் இருப்பைக் காட்டும் விதத்தில், ஊடகங்களில் இடமளித்திருக்கிறார்கள். அனைவருக்கும் நன்றி.

அண்மைக்காலமாக, ஷங்கர் என்னிடத்தே பிரியத்தையும் என் எழுத்தில் மரியாதையையும் வளர்த்துக்கொண்டே வருகிறார்; ஏதாவது நன்றாக எழுதியிருக்கையில் குறிப்பிட்டுச்சொல்வது, சரியாக இல்லையென்கையில் எடுத்துச்சொல்வது இரண்டுமே முறையாக நடந்துகொண்டிருக்கின்றன. மேலும், என் தனிவாழ்க்கையிலும் கரிசனம் காட்டி, நல்லவார்த்தை சொல்லி, வழிகாட்டி வருகிறார். நாவல் எழுதச் சொல்லிவருவது, அளவாகக் குடிக்க வலியுறுத்துவது, குடித்தால் சாப்பிடச் சொல்வது இன்னும் எவ்வளவோ.

'கவிதையின் காதலன்' கட்டுரையை மயிலாப்பூர் நாகேஸ்வரராவ் பூங்காவில் வைத்து, நான் 'டிக்டேட்' செய்ய அவர்தான் எழுதினார்; 'கவிதையே ஆகச்சிறந்த வடிவம்'த்தை விரிவாக எழுதவும் யோசனை சொன்னார்; 'குமுதம்' இதழில் வந்த 'அவதானம்' கவிதையை சிலாகித்துப் பேசினார்; சிறந்த கவிதையென்றால் சொல்லாமல் இருக்கமாட்டார்; சமீபகாலமாக, சென்னையில் தங்கலும் அவர் பொறுப்பில்தான்.

ஷங்கர்ராமசுப்ரமணியனுக்கு எப்படி நன்றிசொல்ல; பத்து நல்ல கவிதை எழுதுவதுதான் நம்மால் முடிந்தது. ஷங்கரும் அதைத்தான் எதிர்பார்ப்பார். நல்லது.

ஒரு புஸ்தகத்தைக் கொண்டுவருவது சுலபமில்லை; இங்கே, ஆசிரியனே பதிப்பாசிரியராகவும் இருக்கவேண்டியிருக்கிறது; எழுதுவதோடு முடிந்துவிடுவதில்லை. ஜெயமோகன் ஓரிடத்தில் சொல்லி யிருந்தார், "எழுதியபிறகு நான் படித்துக்கூடப் பார்க்கமாட்டேன்" என்பதாக. அவர் கொடுத்துவைத்தவர்; பதிப்பாளர் பார்த்துக்கொள்வார். நமக்கெல்லாம் மூன்று முறை பிழைத் திருத்தம் செய்யாவிட்டால், அச்சுப்பிழைகளோடுதான் புஸ்தகம் வருகிறது.

நண்பர்கள் உதவுகிறார்கள்தாம்; ஆனால் எவ்வளவுதான் வேலைவாங்குவது. கவிதைத்தொகுப்பென்றால் தெரிவுசெய்வது, வரிசைப்படுத்துவது, தலைப்புவைப்பது, 'எடிட்' பண்ணுவதென்று வேலைகள்; கட்டுரைத்தொகுப்பென்றால் மதிப்பீடுகள் சரிதாமா, மிகையாகச் சொல்லிவிட்டோமா, நிறைய எழுதிவிட்டோமா என்றெல்லாம் பார்க்கவேண்டும்; உணர்ச்சிவேகத்தில் எழுதிய வற்றைச் சமன்படுத்துவது, சமயங்களில்- போதையில் - எடுத்தெறிந்து பேசியதுபோலும் உள்ள வாக்குமூலங்களை மாற்றுவது ஒரு பக்கம்; இன்னொரு பக்கம், நேர்காணல்களில் எப்படியும் - எப்படியோ - நேர்ந்துவிடுகிற தவறுகள் / தகவல் பிழைகள் மற்றும் பேட்டி காண்பவர்கள் தமது மொழியில் எழுதுவது, பேச்சுத்தமிழில் சொல்வதைப் பேச்சுத்தமிழிலேயே பதிவுசெய்வது எல்லாமும் கலந்துவிடுகின்றன; தவிரவும், பல் போனதனால் உச்சரிப்புச் சரியில்லாமல்போய், சொல், பிழையாகப் புரிந்துகொள்ளப்படுவது, சிலநேரங்களில், குடிபோதை காரணமாக வார்த்தைகள் குழறித் தப்பாக எழுதப்பட்டுவிடுவது என்றெல்லாம் சேர்ந்துவிடுகின்றன. இத்தனையையும் மீறித்தான் ஒரு கலைஞன் தொடர்புகொள்கிறான். நூல்வடிவம்

பெறுகையில் அவ்வளவையும் நேர்செய்ய முடியாவிட்டாலும், புரிந்துகொள்ளும்படியேனும், சாத்தியமானவற்றையெல்லாம் செய்யத்தான் செய்கிறோம். நிரம்பவே வேலை வாங்கிவிடுகிறது, இவையெல்லாம். அத்தனையும், புஸ்தகமாகப் பார்க்கையில் மறைந்துவிடும். எங்கேயாவது, யாராவது வாசகன் ஒருவன் பாராட்டுகையில் மகிழ்ச்சியாயிருக்கும். அது அப்படித்தானே ஆகும்.

இத்தொகுப்பில் இடம்பெற்றுள்ள முதல் பத்து கட்டுரைகளும் 2007-ம் ஆண்டில் வெளியான 'எனக்கும் என் தெய்வத்துக்குமிடையேயான வழக்கு' எனும் நூலில் வந்தவை (இது நூலகத்துக்கு எடுத்துக்கொள்ளப் பெறவில்லை); பொருளின் ஒருமை கருதியே சேர்த்திருக்கிறேன்; தவிரவும், அந்நூல் இரண்டாம் பதிப்புக் காணவில்லை என்பதும் ஒரு காரணமாகும்.

கடந்த இரண்டு வருஷ காலத்தில் சுற்றித் திரிய நேர்ந்தபோதும், சென்னையில் இருந்தபோதும், கவிஞர் தேவேந்திரபூபதி, கவிஞர் ந. ஜயபாஸ்கரன், வண்ணதாசன், சிறுகதை எழுத்தாளர் சுரேஷ்குமார இந்திரஜித், ட்டி.கண்ணன், சி.ஆர்.எஸ், ஸ்ரீராம் (திருச்சி எல்.ஐ.சி.) கரூர் ப. முருகேசன், மதியழகன் (கரூர் எல்.ஐ.சி.) கிராஜுவேட் பரமன், 'இன்னொவஷன்' சாமிநாதன், டாக்டர் வி. ராமச்சந்திரன், கவிஞர் தேவதச்சன், கவிஞர் கௌரிஷங்கர், மாரீஷ், கோயில்பட்டி பரமன், மதுரை பாரதி புக் ஹவுஸ் உரிமையாளர், கவிஞர் சமயவேல், ட்டி.எம். நந்தலாலா, சிவகங்கை ரவி, செல்லமணி அண்ணன், எஸ்.எஸ்.கே., கவிஞர் ராஜா சந்திரசேகர், கவிஞர் தாராகணேசன், கவிஞர் தென்பாண்டியன், கவிஞர் முத்தமிழ்விரும்பி, 'காலச்சுவடு' கண்ணன், கவிஞர் வதிலை பிரபா, கி.சாந்தகுமார், கவிஞர் கரிகாலன், ஸ்ரீரமணா கம்யூனிகேஷன்ஸ் அ. பாலகிருஷ்ணன், கவிஞர் அறிவுமதி, 'டிஸ்கவரி புக் பேலஸ்' வேடியப்பன், ஸ்ரீகுமார், 'அகரம்' கதிர், 'அனன்யா' அருள், அம்மாசத்திரம் இளங்கோவன், சரவணன், திருபுவனம் ஜீவபாரதி (எஸ்.எஸ்.), முருகன், கேசவப்ரியன், ஸ்ரீரங்கம் வாசு, 'திரைச்சுவை' ஆசிரியர் விக்னேஷ்ராஜா, சாருலதா பப்ளிகேஷன்ஸ் எம்.ஆர். பாரதி, கவிஞர் இளையபாரதி, கலைமாமணி விக்கிரமன், ஜோதிடரத்னா நெல்லை வசந்தன், டாக்டர் கே.பி. வித்யாதரன், 'நிவேதிதா' ராமலிங்கம், 'மருதா' பாலகுருசாமி, மு. நடராஜன், தி. சௌந்தரராஜன் (சந்தியா பதிப்பகம்), ஆர்.எம். ராஜகோபால், ஹஸீன், ரபீக், ராஜு முருகன், டி. அருள் எழிலன், விஜய் மகேந்திரன், 'புக் லேண்ட்ஸ்' மேலாளர் சீனிவாசன், அஜயன் பாலா, எழுத்தாளர் சந்திரா, சுந்தர், தொழிலதிபர்

ஆர். ரவிச்சந்திரன், கவிஞர் ரவி உதயன், கவிஞர் ரிஷ்யசிருங்கர், டாக்டர் ஜீவானந்தம் மற்றும் நண்பர்கள் பலரும் பணஉதவியும் இதர உதவிகளும் செய்திருக்கிறார்கள். அவை எல்லாமே காலத்தில் பெய்த மழைபோல; நண்பர்கள் எல்லோருக்குமே நன்றி நவில்கிறேன்.

கேட்டு வாங்கி வெளியிடும் நக்கீரன்கோபால் அவர்களுக்கு மன மார்ந்த நன்றி.

அன்புடன்
விக்ரமாதித்யன்

இலக்கில்லாத பயணம்
–வித்யாஷங்கர்

ஒரு மரத்தை ஒவ்வொருவரும் வெவ்வேறுவிதமாகப் பார்க்கிறோம். அதன் உச்சியில் நின்று பார்ப்பவருக்கு, அதன் விஸ்தீரணமும் உயரமும் பெருங்கிளைகளும், பூக்களும் கனிகளும் வியப்பாக இருக்கும். அதன் நிழலிலிருந்து பார்ப்பவருக்கு வேறாகவும், அதன் கனியை ருசித்தவருக்கு வேறாகவும் மரம் தோற்றமளிக்கும். விக்ரமாதித்யன் என்ற பெருமரத்தின் நிழலை அனுபவித்திருக்கிறேன். பூவை ரசித்திருக்கிறேன். கனியை ருசித்திருக்கிறேன். கோபத்தில், கிளைகளை வெட்டி எறிந்து காயப்படுத்தியும் இருக்கிறேன்.

ஆனாலும், அந்தப் பெருமரத்தைப் பற்றிப் படர்ந்து வாழும் கொடியாகவே என்னை உணர்கிறேன். அந்தப் பெருமரத்தைப் பற்றிப் படர்ந்து வியந்து தழுவியிருக்கிறேன். அவ்வப்போது பெருங்காற்றில், புயலில், விழுந்துவிடாமல் காத்தும், பூக்கள் உதிர்ந்துவிடாமல், கனிகள் களவாடப்படாமல் காத்துமிருக்கிறேன். அதனாலேயே, பெருமரத்தை விலகிநின்று பார்க்கமுடியாமலும் போயிருக்கிறேன்.

கவிஞனின் கவிதைகள் குறித்துப் பலரும் பேசினாலும், கவிஞனின் வாழ்வியல்பின்னணியை வெகு நெருக்கமாகத் தெரிந்தவன் என்ற முறையில் உங்களோடு சிலவற்றைப் பகிர்ந்துகொள்கிறேன்.

சென்னைக்கு, 1979-ல் எழுத்தாளர் தமிழ்ச்செல்வன் கொடுத்த அறிமுகக் கடிதத்தோடு வந்துசேர்ந்த இடம், உலகில், முதன்முதலாக சமஸ்கிருதத்தில் படமெடுத்த ஜி.வி. ஐயரின் இல்லம். அவரது வீட்டின் அவுட்ஹவுசில், கல்லூரித் தோழர் தேவதாசோடு வாசம்.

வந்துசேர்ந்த அன்றே, பூமணி மூலம் சோவியத் கலாசார நிலைய அரங்கு போயிருந்தபோது, பட்டுக்கோட்டை கல்யாணசுந்தரம் நூல் வெளியீட்டு விழாவில் வண்ணநிலவனோடு சேர்த்து, "நீங்கதானே நம்பியண்ணாச்சி" என்று கேட்டு அறிமுகமானேன்.

விக்ரமாதித்யன் குறித்த முன்படிவத்தை கௌரிஷங்கரும் தா. மணியும் ஏற்படுத்தியிருந்தனர். இன்னும் சரியாகச் சொல்லப் போனால், நெல்லையில் அவர் தொடரமுடியாது விட்டுவிட்ட 'மார்க்கெட்டிங் ரிசர்ச்' பணியைத் தொடர்ந்தபடியே நான் சென்னை வந்தேன்.

சில மாதங்களில், பாரதி நூற்றாண்டு விழாவையொட்டி நவகவிதை வரிசையில் விக்ரமாதித்யன் கவிதைத் தொகுப்பும் வெளியிடக் கேட்கப்பட்டது.

தியாகராயநகரில், சாரித்தெரு 'கார்க்கி நூலக' மொட்டை மாடியில் சிகரெட் பிடித்தபடி சமயவேல்தான், 'ஆகாசம் நீலநிறம்' என்ற தலைப்பே சரியாக இருக்கும் என்று பரிந்துரைத்தார். அப்போது நானும் உடனிருந்தேன்.

நானும் அவருமாகப் பல பத்திரிகைகளில் 'ஃப்ரிலேன்சரா' கப் பணிபுரிந்தோம். பல்வேறு ஆளுமைகளை, பிரமுகர்களை, குறிப்பாக தேவநேயப்பாவாணர், பெருஞ்சித்திரனார், மே. வி. வேணுகோபாலபிள்ளை, கா. அப்பாதுரையார் ஆகியோரைச் சந்திக்கும் வாய்ப்புப் பெற்றோம்.

திடீரென, ஒருமுறை, மூத்த பத்திரிகையாளர் - மறைந்த - கார்க்கியை அவரது இல்லத்தில் சந்தித்தோம். அவர்தான் 'தராசு' பத்திரிகை கொண்டுவருவதுகுறித்துச் சொல்லி, எங்களைச் சேர்க்கச் சொல்லிப் பரிந்துரைத்தார்.

அவர்கள் நடத்திய 'திரைச்சுவை'க்கு விக்ரமாதித்யனின் ஆங்கில மொழிபெயர்ப்பு வெளியான கவிதைநூலை மூர்மார்க்கெட்டில் விலைக்குப் போட்டு, ரூபாய் 75 பெற்று, இளையராஜா சிற ப்பிதழ் சிறப்பாகச் செய்துகொடுத்தோம். அதில் எங்களுக்குக் கிடைத்தது வெறும் 275 ரூபாய்கூட இருக்காது. ஆனால் நாங்கள் சந்தித்த சினிமாக்காரர்களிடம் ஆளுக்கு நூறு வாங்கியிருந்தாலும் ஆயிரம்கூடக் கிடைத்திருக்கும். அந்தச் சிறப்பிதழை, அந்த இசையரசர் வலதுகையால் வாங்கி, இடதுபுறம் இருந்த தனது உதவியாளரிடம் - புரட்டிக்கூடப் பார்க்காமல் - கொடுத்துவிட்டார் என்பதுதான் பெருத்த சோகம்.

இரண்டு ரூபாயோடு நண்பர் ஒருவரிடம் உதவி கேட்கப்போய், அண்ணாநகரில் அவர் இல்லாததால், நடந்தே தியாகராயநகருக்குத் திரும்பினோம்.

ஒரு புது வருடப்பிறப்பன்று ருத்ரய்யாவின் அலுவலகத்திலிருந்து தியாகராயநகருக்கு மழையில் நனைந்தபடி நடந்தே திரும்பியிருக்கிறோம்.

இன்னொரு முறை வண்ணதாசன் சகோதரர் வீட்டிலிருந்து -ஆதம்பாக்கத்திலிருந்து- திரும்ப நடந்தே வந்திருக்கிறோம்.

இந்த நேரங்களில் காசு இல்லை என்பது ஒருபுறமென்றாலும், இந்த சமயங்களில் அதிகமாகப் பேசியது இலக்கியம் குறித்துதான்; நல்ல நூல்களைப் படிப்பதை வேள்விபோல எனக்குள் ஏற்படுத்தியவர், விக்ரமாதித்யன்.

நேஷனல் புக் ட்ரஸ்ட் புத்தகங்களை ('நீலகண்ட பறவையைத் தேடி', 'அக்னிநதி', 'சோரட், உனது பெருகும் வெள்ளம்', 'சுந்தரர்களும் சுந்தரிமார்களும்'. 'பாத்துமாவின் ஆட்டுக்குட்டி', 'காலம்', 'சமகால மலையாளச் சிறுகதைகள்', 'லட்சிய இந்து ஹோட்டல்', 'கங்கைப் பருந்தின் சிறகுகள்', 'கவிஞன்' இப்படி) தேடித்தேடிப் படித்தோம். பல மாநிலச் சூழலையையும் அதிலிருந்து உள்வாங்கினோம். கூடுதலாக, இந்தியாவில் ஓடும் எல்லா நதியிலும் 'ஆதிசங்கரா' படப்பிடிப்புக்குச் சென்றபோது குளித்த அனுபவம் எனக்குண்டு.

பாலகுமாரன் டிக்டேட் செய்ய, நான் எழுத தினமும் அப்போதே முப்பத்தைந்து ரூபாய் கொடுப்பார் அவர். அதை வாங்கிவந்து இருவரும் சாப்பிட்டிருக்கிறோம்.

இரண்டு டீயும் இரண்டு சிகரெட்டும் கடன் வாங்கி, சிகரெட் அட்டையில் எழுதப்பட்ட ஐடியாக்கள்தாம் பின்னால் 'தராசு' ஃபார்மெட்டாக மாறியது.

வாழ்வதற்கான போராட்டத்திலும் வாழ்வைக் கவிதையாக்குவதையே நோக்கமாகக்கொண்டு செயல்பட்டவர் விக்ரமாதித்யன். அவர் குடித்த ஒரு சொட்டு மதுபானம்கூட அவருக்குக் கவிதை தராமல் வீணாகியதில்லை என்பதை சாட்சியாக இருந்து பார்த்திருக்கிறேன்.

பத்திரிகை அலுவலகங்களின் விவாதங்களில் என்னை முன்நிறுத்துவதை விக்ரமாதித்யன் தொடர்ந்து செய்துவந்தார். இப்படித்தான் நான் 'நக்கீரன்' ஆசிரியர் ஆனதும்கூட; (பத்திரிகையே வேண்டாம் என்று அன்று நான் முடிவெடுத்திருந்தபோது, நானே ஆசிரியரானது வேறொரு தனிக் கதை.)

நாங்கள் பணியாற்றிய பத்திரிகை நிறுவனங்களில் என்னை முன்னிலைப்படுத்துவதை அவர் ஒரு கடமையாகவே எடுத்துக்கொண்டு

செய்தார். இதனால், பலரது விமர்சனத்திற்கும் ஆளானார்.

பத்திரிகைகளுக்காக நாங்கள் இருவருமே 'ரீ-ரைட்' செய்ததை அல்லது ரிப்பேர் செய்ததை வைத்து இருவரையும் இறந்தபின் கொளுத்தலாம்; அந்த அளவுக்கு எழுதிவிட்டோம். வாழ்க்கையைக் கவிதையாக்குவதற்காக, வாழ்க்கையைத் தொலைத்துவிட்டு கவிஞனாக நிற்கிறார் அவர். கவிதைகள், அவரது வாழ்வை அர்த்தமுள்ளதாக மாற்றியிருக்கின்றன.

எனக்குத் தெரிந்து அவர் யாரையும் தனது எதிரியாகக் கருதியதுகூடக் கிடையாது. கசப்பு-இனிப்பு, கருப்பு-வெளுப்பென்ற எந்தவிதமான தீர்க்கமான முடிவும் எது குறித்தும் அவருக்குக் கிடையாது.

எல்லாமே கொஞ்சம் அப்படி இப்படித்தான் இருக்கும், சமூகம் அப்படித்தானே இருக்கிறது என்ற மனோபாவமுடையவர்.

இருவரும் வண்ணநிலவன் வீட்டிற்குப் பல இரவு குடித்துவிட்டுச் சென்று, சாப்பிட்டுவிட்டு, காசு வாங்கி வந்ததுண்டு; சில நேரம் கவிஞர் நா. காமராசன் வீட்டிற்கும் அவர் அழைத்துச் சென்றதுண்டு; அப்படிக் குடித்த நேரங்களில், அவர் சொல்லச்சொல்ல நான் எழுதிய கவிதைகள் பல உண்டு. அப்படி அவர் சொல்லும்போதே, திராவிடத்தனமான சில வரிகளை வேண்டாமென்று விலக்கிவிடுவேன். இப்படிப் பல வரிகளை நீக்கிநீக்கியே அவரது கவிதைகளை 'எடிட்' செய்யும் நுட்பம் பெற்றேன். இப்படித்தான் அவரது பத்துக்கும் மேற்பட்ட தொகுதிகளை எடிட் செய்தேன். சில நேரங்களில் விமலாதித்த மாமல்லனும் உடன் இருந்திருக்கிறார்.

அவரது ஒட்டுமொத்தத் தொகுப்பை எடிட் செய்ய, கிட்டத்தட்ட மூன்று மாதம் எடுத்துக்கொண்டேன். அப்போது நான் எழுதிய 'பேசாமல் ஒரு நாளும்' என்ற தொகுப்பு அச்சு அசலான விக்ரமாதித்யன் பிராண்டாக இருந்தது. அதனாலேயே இரண்டு குறுநாவல்கள் எழுதும் பணியில் என்னைத் திணித்துக்கொண்டு முழுமூச்சாக அவரது நடையிலிருந்து விலகினேன்.

இருவரும் பத்திரிகையாளர்களாகப் பயணித்தாலும், அவர் திடீர் திடீரென அதிலிருந்து விலகி விட்டு விடுதலையாகிவிடுவார். அவர் தொடர்ந்தாற்போல் ஓராண்டுக்கு மேல் எந்த நிறுவனத்திலும் பணியாற்றியதாக எனது நினைவில் இல்லை.

இருவரும் போதையில் சண்டையிட்டுக் கட்டிப்புரண்டாலும் மறுநாள் காலையிலேயே ராசியாகிவிடுவது, பல நண்பர்களிடையே இன்றும் வியப்பாகப் பேசப்படும்.

தமிழகம் முழுவதும் உள்ள இலக்கிய நண்பர்கள் அவரைப் பார்க்கும்போது என்னை விசாரிப்பதும், என்னைப் பார்த்தால் அவரை விசாரிப்பதும் இன்றுவரை தொடர்கிறது.

தஞ்சைக்கு, நண்பர் உமாசந்திரன் திருமணத்திற்கு, நான் சென்றேன். 'நக்கீரனி'ல் ஆசிரியராக இருந்த நேரம். அந்த வாரம் 'இனிய உதயம்' பத்திரிகையில் லா.ச.ரா. தன் அம்மாபற்றி எழுதியிருந்தார். மது குடிக்கும்போது, நான் அதைப்பற்றி விக்ரமாதித்யனோடு பேசினேன், பாருங்கள்; "அவங்கம்மாவ பசு மாதிரின்னு எழுதியிருக்கிறார். எங்கம்மாவோடதான் நான் குடிக்கவே பழகினேன்" என்று சொன்னேன். "தம்பி, இதைத்தான் நீங்க எழுதணும்; கவிதையா நல்லா வரும்" என்று பேசியபடியே அவரும் என்னோடு- உடுத்திய உடையோடு- ரயிலேறிவிட்டார். அப்போது தம்பி நக்கீரன் காமராஜும் உடன் இருந்தார்.

டாய்லெட் அருகே அமர்ந்து குடித்துக்கொண்டே பேச்சைத் தொடர்ந்தோம். இப்படித்தான் எனது முதல் தொகுதி வரக் காரணமானது. அதுதான் 'சந்நதம்', அவர் சொன்னதுபோலவே, இன்றும், பலரும் எனது 'அம்மா' கவிதையைக் குறிப்பிட்டே என்னிடம் பேசுகிறார்கள்.

எனது கவிதைகளால் மட்டும் அல்லாமல், விக்ரமாதித்யன் தனது கவிதைநூல்கள், கட்டுரைகளில் அடிக்கடி என் பெயரைக் குறிப்பிட்டதால் இலக்கிய வட்டாரத்தில் எனக்குப் பெரும் பரிச்சயம் ஏற்பட்டது.

விக்ரமாதித்யன், எதுவும் பெரிதாக நடந்துவிடாது என்று இலக்கற்றுப் பயணித்து சில நல்லகவிதைகளைச் சேகரித்துத் தந்திருப்பவர்.

இருவருக்கும் பயணம் மட்டுமே பொது.

என்னளவில் சிறுசிறு பொருளியல் சார்ந்த இலக்குகளை நிர்ணயித்து, வெற்றிகண்டு, அப்படியெல்லாம் ஒன்றுமில்லை என்று

கண்டுகொண்டேயிருக்கிறேன். இலக்குகளோடு பயணித்தாலும் இறுதியில் கிடைப்பது வெறுமையே; இலக்கின்றிப் பயணித்தாலும் இறுதியில் கிடைப்பது வெறுமையே; பயணம் மட்டுமே பயணிக்கு சந்தோஷம், சாகசம், துக்கம், பதிவு. இத்தனைக் கால இருவரது பயண முடிவும் தலைகீழ்விகிதங்களானாலும் இருவருக்குமான விடை பூஜ்யம்தான்.

(விக்ரமாதித்யனுக்கு 'விளக்கு விருது' வழங்கப்பட்டதையொட்டி எழுதப்பட்டது - ஜனவரி 2010)

'அமுதம்' திங்களிதழ் ஜூன் 2011.

உள்ளடக்கம்

1. லலித கலைகளும் நாமும்
2. உடனிருப்பு
3. கதர்
4. குற்றாலம் / பாபவிநாசம்
5. கோயில்கள்
6. கதை / கதாசிரியனான கதை / கதைக்குப் பின்னிருக்கும் கதை
7. இரு வேறு உலகம்
8. அந்தத் தொழிலதிபர்க்குள் ஒரு கலைஞன்
9. "வடிவோடு படமெழுதும் ஓவியனைப் போர்க்களத்தில் உருட்டிவிட்டால் என்னாகும்"
10. மழைபோல மனிதர்கள்
11. ருத்ரபூமி (காசி நாள்குறிப்பு)
12. கும்பமேளா யாத்திரை (ஹரித்வார் நாள்குறிப்பு)
13. வேட்டைக்காரப்பனியின் குளிர்ச்சி
14. வாழ்க்கை வாய்த்தது குடியும் வாய்த்தது /கவிதையும் வாய்த்தது
15. நானும் என் கவிதைகளும் மற்றும் சூழலும்
16. கற்றனைத்தூறும் கவிதை
17. என் கவிதை ஊற்று
18. அண்ணாச்சி 60

19. அம்மாதான் என் வாழ்க்கையின் ஆதர்ஷம்

20. ஒரு கதை

21. கவிதையின் காதலன்

22. கடைசிவரை நாகர்கோயில் மனிதர்தான்

23. பத்திரிகையாளனாக / நடிகனாக நான்

24. யாதுமாகி நின்றாய் காளி

25. என் ஊர் / திருநெல்வேலி

26. புனைபெயர்

27. நானும் விகடனும்

28. கவிக்குப் பிடித்த கவிதை

29. பரமன் என்கிற மனிதன் / நண்பன் / ரசிகன் கலைருன்

30. வாசகனை இழந்தேன்

31. ஒரு நதி / பல சாயல்கள்,

லலித கலைகளும் நாமும்

நம்மில் எத்தனை பேர் பத்மா சுப்ரமண்யத்தின் பரதநாட்டியம் பார்த்திருப்போம். சிட்டிபாபுவின் வீணைக்கச்சேரி கேட்டிருப்போம். செம்மங்குடியின் இசை? பிஸ்மில்லாகானின் ஷெனாய்? பர்வீன் சுல்தானாவின் பாட்டு? சீனிவாசனின் மாண்டலின்? வலையப்பட்டியின் தவுல்? லால்குடியின் வயலின்?

நாம் எல்லோரும் எழுத்துக்கலைஞர்கள். எழுத்துக்கலைஞன் ஒருவன் மற்றமற்ற கலைகளில் கொஞ்சமாவது தெரிந்து வைத்திருக்க வேண்டும். அதற்கான வாய்ப்பும் வசதியும் எவ்வளவு பேருக்கு இருக்கிறது. வேதம்புத்தூரிலோ பொற்றையடியிலோ பிறந்து வளர்ந்து பிழைப்புக்காக எங்கெங்கேயோ இருக்கும் நடுத்தர வர்க்க பார்ப்பனரல்லாத இளைஞர்களுக்கு இதுபோல லலித கலைகளில் அறிமுகமோ ஈடுபாடோ ஏற்பட சந்தர்ப்பம் உண்டா. சென்னை மாதிரி பெருநகரங்களில் வசிப்பவர்களுக்கு வாய்ப்பிருக்கிறது. கோவை, திருச்சி, தஞ்சை, மதுரை, நெல்லை மாதிரி நகரங்களில் வாழ்கிறவர்கள்கூடப் பார்க்கவும் கேட்கவும் முடியும்தான். மற்றவர்கள்?

பிறபிற கலைகளின் நுணுக்கமும் அழகும் நிச்சயம் எழுத்தில் கூடிவர இடமுண்டு. அதுவும் இதுபோலக் கலைகள், எழுத்துக்கு இன்னொரு பரிமாணம் உண்டுபண்ணும். நம்முடைய எழுத்தாளர்களில் நாட்டியம், சங்கீதம், ஓவியம் இப்படிக் கலைகளில் ஆர்வமுள்ளவர்கள் எத்தனை பேர் இருப்பார்கள். இவற்றையெல்லாம் கண்டும் கேட்டும் அனுபவிக்க ஆசையிருந்தும் எடுத்துக்கூட்டிச் செய்யமுடியாமல் போகிறவர்கள் எவ்வளவு பேரோ.

என்னுடைய முப்பதாவது வயதில், திருமணமான புதிதில், குற்றாலம் சாரல்விழாவில் நடந்த பொருட்காட்சியில், ஜலகன்னி, தம்போலா, வளையமெறிதல் ஸ்டால்களில் தினக்கூலிக்கு வேலைபார்த்து வந்தேன். அங்கே தினமும் ஏதாவது ஒரு கலைநிகழ்ச்சி நடக்கும். இரவு பத்து மணிக்கு ஸ்டாலெல்லாம் எடுத்துவைத்த பிறகு ஓரமாய்ப் போய் நின்று பார்த்ததும் கேட்டதும்தான். முழுசாக இல்லை.

சிட்டிபாபு வாசித்த 'சின்னஞ்சிறு கிளியே' ஒரு பேரனுபவம். மகாகவியின் அந்த இசைப்பாடல் அப்பொழுது ஒரு புதுமுகம் கொண்டது. பத்மா சுப்ரமண்யத்தின் அபிநயம் வேறொரு கவித்துவம். எனில், இந்த ஐம்பத்தாறாவது வயது வரையிலும்கூட இப்படி இன்னொரு சந்தர்ப்பம் அமையவேயில்லை. இதற்கு முன்பு ஒருமுறை சோவியத் கலாசார மாளிகையில் 'வெண்ணிற ஆடை' நிர்மலாவின் பரதம் பார்த்தது தவிர்த்து, வேறென்ன தெரியும்.

பிறகு என்ன சாரம் இருக்கும் எழுத்தில். என்ன எழுத முடியும். வெறும் எழுத்து எப்படிப் போதும். அழகுக்கலைகளின் லயமும் சுருதியும் படைப்பில் சேரவேண்டாமா. திட்பமும் நுட்பமும் பயின்று வந்தால் புதுக்கோலம் கொள்ளாதோ படைப்பு.

'சௌந்தரசுகன்' மார்ச் - 2003

உடனிருப்பு

சிலபேர் கூட இருப்பதே சந்தோஷம். தரித்திரத்திலேயே உழன்று கொண்டிருக்கும்படியான எனக்கு, வீசி விளங்கிப் பணம் செலவு செய்கிறவர்களைப் பார்க்கையில் ஆனந்தமாய் இருக்கும். வேறு ஆளாகிவிடுவேன், அப்பொழுதெல்லாம்.

சுப்பு. அரங்கநாதன் என்ற கல்லூரி நண்பர் ஒருவர்தான் வாழ்க்கையில் முதன்முதலில் இப்படி வந்து சேர்ந்தார். சாப்பிட, சினிமா பார்க்க, எங்கேயாவது பயணம்போக இஷ்டத்துக்குக் காசை எடுத்துவிடுவார். கணக்குப்பார்க்கத் தெரியாத மனுஷன்.

உதகமண்டலம் மணிக்கண்ணன்; ஊட்டி மார்க்கெட்டிலேயே பெரிய புறொவிஷன் ஸ்டோர். ஒரே பையன். சின்ன வயசு. காம்யூ, சார்த்தர், கீர்கேகார்ட் இப்படித்தான் படிப்பதே. அவர் வீடே ஒரு பங்களாதான். இளவரசன்மாதிரி வாழ்ந்தார். வீட்டைவிட்டு வெளியே வந்தால், மணிக்கண்ணனுக்குக் காசே வேண்டியதில்லை- ஊரில். சிகரெட்டா, பெட்டிக்கடையில் கைநீட்டினால் எடுத்துக் கொடுப்பார்கள். ஓட்டலுக்குப் போனால், பில் வந்ததும், ‘கடையில் வந்து வாங்கிக்கொள்’ என்கிறமாதிரி சைகைதான் காட்டுவார். புஸ்தகங்களிலிருந்துதான் நூறு ரூபாய்த் தாள்களாக எடுப்பார். ஏதோ ஒரு மாய உலகத்தில் வாழ்வது மாதிரியே நடக்கும் எல்லாம்.

படைப்பிலக்கியவாதிகளிலேயே பிரமிள் தனி. குரு-சிஷ்ய பாவம் மாதிரிதான், எங்கள் உறவு. ஒரு கவிஞன் எப்படி எழுதவேண்டும் என்று சீரியஸாகச் சொல்லித் தந்தார். ஃபிரெஞ்சுக் கவிஞன் பொதலேர் - ன் ‘பிராஸ்ட்டிட்யூட்’ கவிதையை வாசித்து விளக்கம் சொன்னார், ஒருமுறை. அவரே சமைத்துப் போடுவார், என்ன பிடிக்கும் என்று கேட்டு. வெளியில்தான் அதிரடி விமர்சகர்; உள்ளுக்குள் எல்லோரையும் நிரம்பவே நேசித்து வந்தார். மௌனி, சுந்தர ராமசாமி, ந. முத்துசாமி, வெங்கட் சாமிநாதன், ஞானக்கூத்தன் ஆகியோருடன் எடுத்த போட்டோக்கள் / அவர்களுடைய போட்டோக்களை யெல்லாம் பத்திரப்படுத்தி வைத்திருந்தார். அவற்றையெல்லாம் அரிய பொக்கிஷம்போல எடுத்துக் காண்பித்தார். சும்மாவே தேடிவந்து பார்ப்பார். விழுமியங்கள், மதிப்பீடுகள் குறித்து வெகுவாக அக்கறை கொண்டிருப்பார்.

இலக்கியரீதியில் வண்ணநிலவனுடன் இருப்பது தனி அனுபவம். சிறுவயது வாழ்க்கையைக் கதைகதையாகச் சொல்வார். அவ்வளவு சுவாரஸ்யமாகக் கதைசொல்கிற இன்னொருத்தரை இன்னமும் பார்க்கமுடியவில்லை. கேலி, கிண்டல், கூர்மையான விமர்சனம் இப்படியே போகும். மனிதர்கள்மீது எல்லையில்லாத பரிவு ததும்பும். விடியவிடிய இருந்து கதை கேட்டு, விடிந்ததும் பொங்கல் சாப்பிட்டிருக்கிறோம். பிரமாதமான கதைசொல்லி.

கோணங்கி, கனவுகளை விரிக்கிறவன். அவன் பேசுகையில் மாயக் கம்பளத்தில் பறப்பதுபோல இருக்கும். சிரிப்பும் நக்கலுமான உரையாடல். ஈடுபாடு கொண்டிருக்கும் விஷயமென்றால் அருமை கூடிவிடும். அவன் வரும்போதே அற்புதத்தையும் கூட்டிக்கொண்டு வருவான்போல. எந்த நிமிஷமும் விடைபெற்றுக்கொண்டு புறப்பட்டு விடுவான், திகட்டிவிடக் கூடாது என்கிறமாதிரி. தேட வைத்துவிடும் மாயக்காரன்.

டாக்டர் ஶ்ரீதர், கோணங்கியின் நண்பர். பைக்கில் ராக்ஷஸ வேகமாய்ப் போவது, மலைப்பாதையில் அனாயாசமாக கார் ஓட்டுவது, ஆபரேஷன்களை சகஜமாய்ச் செய்வது, வாழ்வின்மீது கட்டற்ற காதல் கொண்டிருப்பது, சாகஸங்கள் புரிந்துகொண்டிருப்பது இதுமாதிரி நம் காலத்து நாயகன் இவர். இவருடைய உயரமும் மிடுக்கும் உற்சாகமும் கவர்ச்சிகரமானவை.

சமீபகாலங்களில், லக்ஷ்மி மணிவண்ணன். இந்தக் கவிஞனின் கர்வம், அலட்சியம், சுருக்கென்ற பேச்சு, நையாண்டி, எதைப் பற்றியும் அலட்டிக்கொள்ளாத இயல்பு, கடைசிக்காசையும் காலி பண்ணிவிட்டுப் போகிற பெரும் போக்கு, எல்லாவற்றிற்கும் மேலாக உள்ளூர ஒவ்வொருவரிடமும் கொண்டிருக்கும் அன்பு, குழந்தைமை எல்லாம் கூட இழுத்துக்கொண்டே போகும். இவனிடம் என்னால் கோபப்படவே முடியவில்லை. என் பையனின் அடாவடிகளை ரசிக்கிற மாதிரியே இருந்துகொள்கிறேன். மணிவண்ணனும் நம்முடைய நல்ல கலைஞர்கள் போலவே புதிது புதிதாகக் கனவுகளை நெய்து கொண்டேயிருக்கிறார்.

'சௌந்தர சுகன்' ஏப்ரல் – 2003

1. கதர்

கதர், எனக்கு நிரம்பப் பிடிக்கும்; காந்தி சொன்னார் என்பதற்காக இல்லை. எளிமை என்பதும் விஷயம் அல்ல. நம்முடைய நாட்டின் சீதோஷ்ண நிலைக்கு ஏற்றது என்பதற்காகவோ உடுத்த லேசானது என்பதற்காகவோகூடக் கிடையாது. இவை எல்லாமும் உண்டுதான் என்றாலும், இவற்றையெல்லாம் மீறி என் மனசின் ஒரு பகுதி என்பதுதான் உண்மை.

என்னுடைய பத்து வயது வாக்கில், எங்கள் குடும்பம் கல்லிடைக்குறிச்சியில் இருந்துவந்தது. அப்பா, சிங்கம்பட்டி ஜமீன்தார் அவர்களிடம் செக்ரட்டரியாக இருந்தார்கள். இதற்கு இரண்டு- மூன்று வருஷங்களுக்கு முன்பாகவே அப்பாவுக்கு இன்னொரு குடும்பம் ஏற்பட்டுவிட்டிருந்தது. ஆனாலும், அப்பா எங்களைக் கவனித்துக் கொண்டுதான் இருந்தார்கள். அம்மாவைத் தவிர வேறு யாருக்கும் இதையிட்டுப் பெரிதாய் ஒரு கஷ்டமும் வரவில்லை.

இந்தச் சமயத்தில்தான் நடிகராக வேண்டுமென்ற ஆசையில் ஜமீன் வேலையை விட்டுவிட்டு, சென்னைக்குப் போய்விட்டார்கள் அப்பா. ஏற்கெனவே, நாங்கள் திருநெல்வேலியை விட்டு வருவதற்கு முன்பே, இருந்த சிறு வயலையும் சைக்கிள் கடையையும் விற்றிருந்தது. அம்மாவழியிலோ அப்பாவழியிலோ எங்களுக்கு வந்து உதவ வசதியானவர்கள் யாருமில்லை.

எங்கள் அம்மாவுக்குப் படிப்புக் கிடையாது. இருந்த நகைகள், பித்தளை - வெண்கல ஏனங்களையெல்லாம் ஒவ்வொன்றாக அடகுவைத்தும் விற்றும்தான் எங்களைக் காப்பாற்றி வந்தாள். அம்மா, மகா தைரியசாலி. யாரிடமும் எந்த உதவியும் கேட்டு நிற்க மனமொப்பாதவள்.

பிள்ளைகள் முகம் வாடிவிடக்கூடாது என்று பார்த்துக் கொள்வாள்.

அம்மைக்கு ராட்டை நூற்கத் தெரியும் இராட்டை வாங்கி, நூல் நூற்றுச் சிட்டம் போட்டு என்னிடம் கொடுத்து அனுப்புவாள். நான் அம்பாசமுத்ரம் போய் சர்வோதய சங்கத்தில் கொடுத்துவிட்டு

வருவேன். சிட்டத்துக்கு நாலணா. நூற்பதற்குப் பஞ்சு வாங்கிக்கொண்டு, மிச்சப் பணத்தை அம்மையிடம் கொண்டுவந்து கொடுப்பேன். அதை வைத்துத்தான் காலம் கழிந்தது.

கல்லிடைக்குறிச்சியிலிருந்து அம்பாசமுத்ரம் போவது, அடுத்த தெருவுக்குப் போகிறமாதிரிதான். இரண்டு மைல்கூட இருக்காது. நடுவில் ஒரு வாய்க்கால் பாலமும் (கனடியன் கால்) ஆற்றுப்பாலமும் (தாமிரபரணி); மருதமரங்கள் உள்ள பாதை. நிழலாகத்தான் இருக்கும். வெயில் தெரியாது. நடந்து போய்வருவது தோற்றாது.

சின்னவயதிலேயே என் வாழ்வு கதரோடு இப்படிப் பிணைக்கப்பட்டிருந்தது. விவரம் தெரிந்து, நானே எனக்குத் துணி எடுக்கிற நாளில் கதர்வேஷ்டி - ஜிப்பாதான் எடுக்கத் தோன்றி, எடுத்தது. கதர்கட்டுவது ஒரு இயல்பாகவே படிந்துவிட்டிருந்தது.

இன்றைக்கும் நானே துணியெடுக்கிற சந்தர்ப்பங்களில் கதர் வேஷ்டி, சட்டைத் துணி, துண்டுதாம் எடுக்கத் தோன்றுகிறது. என்மீது பிரியம் வைத்திருக்கிற இலக்கிய நண்பர்கள் இந்த நாள் வழமைபோல பாலியஸ்டர் வேஷ்டி / சட்டைத்துணி எடுத்துத் தந்து விடுகிறார்கள். இதுபோல ஒரு பத்து வேஷ்டிகள் பெட்டியில் இருக்கின்றன, புதுசு மங்காமல். கதர்தான் என் இஷ்டமான உடை. இப்பொழுதெல்லாம் பிள்ளைகள் கதர் எடுக்க ஆரம்பித்திருக்கிறார்கள், எனக்கு; கதர்மேல் காதல் வந்தது இந்த விதமாய்த்தான்.

'சௌந்தரசுகன்' மே 2003

குற்றாலம் / பாபவிநாசம்

எங்கள் சொந்த ஊர் திருநெல்வேலி என்றாலும் நான் பிறந்தது குற்றாலத்தில்தான். பெரியம்மா ஒருத்தி வீடு அங்கு இருந்தது. அம்மாவுக்கு நேர் பெரியவள் அந்தப் பெரியம்மை. அம்மாத் தாத்தா சின்ன வயதிலேயே இறந்துவிட்டார்கள். எங்கள் அம்மை, பெரியம்மை வீட்டில்தான் இருந்தது. அதனால் பேறுகாலம் அங்கேதான். எனக்கு அந்தப் பெரியம்மை முகம் தெரியாது. அம்மாதான் சொல்லிக் கொண்டிருப்பாள். பெரியப்பா சொந்தம் என்பதால், உறவு விட்டுப் போகாமல் இருந்தது. இரண்டாம் தாரம் வந்த பெரியம்மா அந்நியம் என்றபோதும் இயல்பாகவேதான் இருந்தாள். நாங்கள் குற்றாலம் போய்வருவது சர்வ சாதாரணமாக இருந்தது.

நினைவு தெரிந்த நாளிலிருந்தே குற்றாலம் ஊர் தெரியும், எனக்கு-ஏழு, எட்டு வயது இருக்கும்போதே; அந்தக் காலத்தில் இவ்வளவு கூட்டம் இராது. அருவியில் குளிக்க வரிசையெல்லாம் வராது. வருஷம் தப்பாமல் சாரல் விழும்; 'சீஸன்' சமயம் ஊரே திருவிழா மாதிரி இருக்கும்.

இப்பொழுது முளைத்திருக்கிற சிற்றில்கள், கடைகளெல்லாம் அந்த நாளில் கிடையாது. பங்களாக்கள் உண்டு. கொஞ்சம் கடைகள் இருக்கும். எங்கேயும் நெரிசல் இருக்காது. சுற்றுப்பட்டி ஜனங்கள் வருவார்கள். கோயிலையொட்டிப் பொங்கிச் சாப்பிடுவார்கள். மண்டபத்திலேயே படுத்துக் கொள்வார்கள். வசதியுள்ளவர்களுக்கு பங்களாக்கள்.

ஐந்தருவிக்குப் பேருந்தெல்லாம் விடவில்லை. காரில் போகிறவர்கள் போவார்கள். இல்லை, நடைதான். அந்தப் பாதையே மாந்தோப்பும் வயலும் சூழ்ந்ததாயிருக்கும். செண்பகாடவி அருவி அபூர்வமாகத்தான் போவது. இராத்திரி எட்டு மணிக்கெல்லாம் ஊரடங்கிவிடும்.

குற்றாலம் கொஞ்சம் கொஞ்சமாய் மாறியது. பிரபல்யம் ஆக ஆக ஊர் விஸ்தாரம் ஆனது. கூட்டம் பெருத்தது. கட்டடங்கள் தோன்றிக்கொண்டே வந்தன. உல்லாசப்பயணிகளுக்கான ஊராகவும் கேளிக்கைகளுக்கான இடமாகவும் மாறிப் போயிற்று. முன்பும் அங்கே கேளிக்கைகள் உண்டுதாம். வெளியே தெரியாது.

இப்பொழுது குற்றாலம் அந்த அழகை இழந்துவிட்டது. சாரல்கூட சரியில்லை. மரங்கள் கணிசமாய் வெட்டப்பட்டுவிட்டன. காட்டின் அடர்த்தி குறைந்து போயிற்று. சுற்றுலாப் பயணிகளின் வருகை ஊரையே கலக்குகிறது. அருவியில் சனி- ஞாயிறுகளில், குளிப்பதே பெரும்பாடாக இருக்கிறது. எல்லாமே மாறும்தான், ஆனாலும் இதுபோல அநியாயத்துக்கு மாறக்கூடாது.

சின்னஞ்சிறு வயதில் ஒரே ஒரு முறைதான் பாபவிநாசம் போனது. அதுகூட சந்தர்ப்பவசமாகத்தான். சொரிமுத்தையன் கோயில் கும்பாபிஷேகத்துக்கு அம்மாதான் கூட்டிக்கொண்டு போனாள், பக்கத்து வீட்டு ஆச்சி துணையில். 55 / 56 - ம் வருஷமாய் இருக்கும். அப்பொழுது மணிமுத்தாறு அணை கட்டிக்கொண்டிருந்தார்கள். அங்கிருந்து மலைப்பாதை வழியே நடந்து போக வேண்டும். மேலே தாமிரபரணி ஆற்றில் முதலை இருக்கும் என்று பயப்படுவார்கள். அடுக்குப்பாறை (காரையாறு) அணைக்கட்டைப் போய்ப் பார்த்து விட்டு, பாபவிநாசம் வழியாகத் திரும்பிவந்தோம்.

பிறகும், பக்கத்திலேயே இருந்தும், பாபவிநாசம் போன தேயில்லை. 1968-இல், எஸ்.எஸ்.எல்.சி. முடித்துவிட்டு, தமிழ் படிக்க அங்கே வள்ளுவர் செந்தமிழ்க் கல்லூரியில் சேர்த்துவிட்டார்கள். அப்பொழுதுதான் அந்த ஊரின் அருமையே தெரியும். எப்பொழுதும் சலசலத்து ஓடும் ஆறு. அமைதியான கோயில். ஸ்படிகத் தண்ணீர். மீன்கள் மொய்த்துக்கிடக்கும் படித்துறை. அங்கே குளிக்கிற சுகத்துக்காகவே வாழலாம். வெள்ளம் வரும் காலம் எல்லாம் உள்ளம் கிளர்ச்சி கொள்ளும்.

பாபவிநாசம் இன்றும் அதே அழகோடு துலங்குகிறது. பெரியதாய் மாற்றங்கள் ஒன்றும் இல்லை. விக்ரமசிங்கபுரத்திலிருந்து குளிக்க வருபவர்கள் இன்றும் வந்துகொண்டிருக்கிறார்கள்தாம். கூட்டம் இல்லை. பாணதீர்த்தம் போக 'ஸ்டீம் போட்' விட்டிருக்கிறார்கள். பயணிகள் வருகிறார்கள். ஆனால், ஊரைக் கெடுக்கிற அளவு இல்லை. இப்பொழுதும் அது மனசுக்குப் பிடித்த இடமாகவே விளங்குகிறது.

குற்றாலம், நகரியமாகிவிட்டது- எப்பொழுதோ. பாபவிநாசம் இன்னும் பழைய மாதிரியேதான் உள்ளது. குற்றாலத்தில் விழும் சாரலும் அருவியும் பாபவிநாசத்தில் இருந்தால் அது வேறு மாதிரி ஆகியிருக்குமோ, தெரியவில்லை.

'சௌந்தர சுகன்' ஜூன் -2003

கோயில்கள்

கோயில் என்றால் பிரம்மாண்டமாக, விசாலமாக இருக்கவேண்டும் என சிந்தையில் எப்படித் தோன்றியிருக்குமோ, தெரியவில்லை. சின்னவயதில் பார்த்த நெல்லையப்பர்கோயில் படிமம்போல. சிறுகோயில்களில். மனசு ஈடுபட மாட்டேனென்கிறது. இதனாலேயே சிறுதெய்வங்களின் கோயிலுக்குப் போவதிலும் ஆர்வமில்லாது போயிற்று.

மதுரை மீனாக்ஷியம்மன் கோயில், திருச்சி தாயுமானவர் கோயில், திருவானைக்கா அகிலாண்டேஸ்வரி கோயில், இராமேஸ்வரம் ராமநாதசுவாமி கோயில், சிதம்பரம் நடராஜர் கோயில், காஞ்சி ஏகாம்பரநாதர் கோயில், தஞ்சை மாவட்டத் திருத்தலங்கள் இப்படிப் பெரிய கோயில்கள்தாம் உவகை தருவதாய் இருக்கின்றன. அவ்வளவு விஸ்தீரணம் இருக்கவேண்டும் கோயில். இதை ஒருமுறை நண்பர் மோகனிடமே சொல்லிப் பகிர்ந்துகொண்டிருக்கிறேன்- சிறுதெய்வ வழிபாட்டுக்கு எதிரானவன் என்பதுபோல மணிவண்ணன் பேசியதற்கு ஆற்றாமைப்பட்டு.

அடிமனசில் நான் சைவன்தான். சிவனைத் தவிர வேறு யாரையும் வழிபட ஆர்வமில்லாதவன். ஆனால், சிறுதெய்வங்களைக் கும்பிடாதவன் என்று சொல்லமுடியாது. திருநெல்வேலி லெவல் கிராஸிங் இசக்கியம்மன், சங்கிலிபூதத்தார், புட்டார்த்தியம்மன், குற்றாலம் பதினெட்டாம் படி கருப்பசாமி, செண்பகாதேவி எல்லோரும் என் இஷ்ட தெய்வங்கள்தாம்.

இன்றைக்கும் தென்காசியிலிருந்து வடக்கு நோக்கி வருகையில் லெவல் கிராஸிங் இசக்கியம்மனைக் கையெடுத்துக் கும்பிடாமல் இருப்பதில்லை. கிழக்குப் பக்கமாகப் போனால், ஆசாத் நகர் இசக்கியையும் சுடலையையும் மனம் நினைத்துக்கொண்டுதான் வருகிறது.

ஒருமுறை இயக்குநர் கே. ராஜேஷ்வருடன் திருச்செந்தூர் போகிற வழியில் அருஞ்சுனை காத்த ஐயனார் கோயில் சென்றது நல்ல அனுபவம். அண்மையில், ஸ்ரீவைகுண்டம் பக்கம் பொய்சொல்லா

மெய்யன் சாஸ்தா கோயில் போய்வந்தது இன்னொரு நல்ல அனுபவம். என்றாலும், சிவன் கோயில்களுக்குப் போகும்போதுதான் இயல்பாக இருக்கிறது.

சென்னையில் இருக்கிற நாள்களில், இப்பொழுதெல்லாம், முடிந்தபொழுது ஸ்ரீ காளிகாம்பாளைத் தரிசித்து வருவது. வசதி கிடைக்கும்போது கொல்லூர் போய் ஸ்ரீ மூகாம்பிகையை வழிபடுகிறோம். சோட்டாணிக்கரை ஸ்ரீ பகவதியம்மனை தரிசித்து வருகிறோம்.

வருஷத்துக்கு ஒரு தரமாவது வைத்தீஸ்வரன் கோயில், திருநள்ளாறு, திருமங்கலக்குடி (சூரியனார்கோயில்), திருநாகேஸ்வரம் இப்படிப் போய்வருகிறோம். பாடல்பெற்ற ஸ்தலங்களாகவேதான் பெரும்பாலும் போகிறது.

திருப்புன்கூர் நந்தி, திருவாவடுதுறை பலிபீடம், திருவாரூர் கோயிலில் ஊதிய எக்காளம், திருமணஞ்சேரி மணக்கோலம், திருவாலங்காட்டு காரைக்காலம்மையார், காளி, கேட்ட ஸ்தல புராணங்கள் எல்லாமே வாழ்வனுபவங்களாகிவிட்டன. கவிதை விஷயங்களாய் இருக்கின்றன. திருநாவுக்கரசு சுவாமிகளின் தேவாரப் பாடல்களை மறுபடி மறுபடி வாசிக்க பெரும் மனவெழுச்சி பெறமுடிகிறது.

கோயில்கள் தரும் அமைதியையும் பாதுகாப்பையும் நம்பிக்கையையும் வேறெங்கும் கொள்ளமுடிவதில்லை. எனில், கோயில்களைவிடவும் பிராந்திக் கடைகள்தாம் பக்கத்தில் இருக்கின்றன என்பதுதான் விஷயமே.

கதை
கதாசிரியனான கதை
கதைக்குப் பின்னிருக்கும் கதை

நினைத்துக்கொண்டிருப்பதுதான் என்னுடைய முதல் சிறுகதையை; 'வேப்பம்பூக்கள். எழுபதுகளின் தொடக்கத்தில், படித்து முடித்துவிட்டு, வேலைதேடி அலைந்துகொண்டிருந்த காலம். வீட்டிலும் தரிக்க முடியாது வெளியிலும் நிலைகொள்ளாது திரிந்துகொண்டிருந்த சமயம். அப்பாவுக்கும் அம்மாவுக்கும் ரொம்ப இம்சை கொடுத்துக் கொண்டிருந்த நாள்கள். வாசுதேவநல்லூருக்கும் சென்னைக்குமாக அல்லாடியபடி இருந்த பொழுதுகள். இந்த வேலையில்லாத் திண்டாட்ட அவலத்தையே, அது ஏற்படுத்தியிருந்த வடுக்களையே, அந்த உணர்வுகளையே, அனுபவத்தையே எழுதியது. அப்படியே போட்டுவைத்திருந்தது.

அந்த நேரத்தில்தான் ஜெயகாந்தன் ஆசிரியராக இருந்த 'ஞானரதம்' இதழ் பார்த்துவிட்டு நண்பர் சுப்பு. அரங்கநாத னோடு ராஜவல்லிபுரம் தேடிப்போய் வல்லிக்கண்ணனைப் பார்த்தது. அவர்கள் சொல்லித் தெரிந்து, அன்றைக்கே மதியம் சாப்பிடக்கூட இல்லாமல் வண்ணதாசனைச் சந்தித்தது. சாயங்காலம், உ.நா. ராமச்சந்திரன் (வண்ணநிலவன்). மார்ச் 5. 1970.

சென்னைக்கு மறுபடியும் மறுபடியும் பிழைப்புக்கு வழி ஏற்படுத்திக் கொள்ள வந்தபோது கல்யாணி (வண்ணதாசன்) பேர்சொல்லி, தி.க.சி.யை அறிமுகப்படுத்திக்கொண்டது. அப்போது அவர்கள் பொறுப்பில் வந்துகொண்டிருந்தது, 'தாமரை'; 'வேப்பம்பூக்கள்' கதையைப் படிக்கக் கொடுத்தது. 'மலரும் அரும்பா'க வெளியிட்டார்கள், தி.க.சி. மார்ச் 72-ல். சிறுகதை எழுத்தாளனாகத் தெரியப்படுத்தியது, அவர்கள்தான். எப்போதுமே சந்தோஷத்தோடும் நன்றியோடும் நினை வுகூர்வது இது.

முதல் கதை வெளியான உற்சாகத்தில் இன்னொரு கதை. 'ஆபட்ஸ்பரியில் கல்யாணம்'. தி.க.சி.யிடம் கொடுத்து, 'தாமரை'யிலேயே வந்தது. இரண்டு கதைகளுக்குமே பரவலான கவனிப்புக் கிடைத்தது. மூன்றாவது, 'சமுத்ரம்'. 'கார்க்கி' இதழில் நண்பர் இளவேனில் வெளியிட்டு உதவினார்.

எழுதுவதைவிடப் படிப்பதில்தான் நாட்டம். கு.ப.ரா, புதுமைப்பித்தன், மௌனி, தி. ஜானகிராமன், கிருஷ்ணன் நம்பி, கு. அழகிரிசாமி, ஜி. நாகராஜன், ஆர். சண்முகசுந்தரம், க.நா.சு., எம்.வி. வெங்கட்ராம், நகுலன், சுந்தர ராமசாமி, ப. சிங்காரம், கிருத்திகா, அசோகமித்திரன், சா. கந்தசாமி முதலானோர் எழுத்துகளாக விரும்பிப் படித்தது. ‘கசடதபற’, ‘கணையாழி, ‘ஞானரதம்’, ‘சதங்கை’, ‘கொல்லிப்பாவை’, ‘அஃக்’, ‘தீபம்’, பிறகு, ‘பிரக்ஞை’, இதழ்கள் விடாது படிப்பது. வண்ணநிலவன் சொல்லி, ‘ஜமீலா’, ‘குல்சாரி’, ‘மருமகன்’, ‘கண் தெரியாத இசைஞன்’, இன்னும் செகாவ், துர்க்கனேவ், டால்ஸ்டாய், கார்க்கி இப்படி ருஷ்ய இலக்கியமாக. ‘தமிழ்ச்சுடர் நிலையம்’, ‘பேர்ல் பப்ளிகேஷன்ஸ்’ வெளியிட்ட உலக இலக்கிய வரிசை பூராவும் தேடித் தேடி வாசித்தது. தோன்றும்போது கவிதை எழுதுவது. வாழ்க்கை அலைக்கழிப்புகளில் இவ்வளவுதான் முடிந்தது.

சிறுகதை எழுதுவது விட்டுப்போயிற்று. இதற்கு நடுவில் பெரிய இடைவெளி விழுந்துவிட்டது. நிறைய தடவை எழுதத் தூண்டி விட்டிருக்கிறார்கள் தி.க.சி. படித்துப்படித்துச் சொல்லியிருக்கி றார் வண்ணநிலவன். லபித்தபடி இருக்கட்டும் என்றுதான் இருந்தது போல. கவிதைகளும் அப்படியொன்றும் எழுதிவிடவில்லை. விளையாட்டுப் பிள்ளைபோல அல்லது விடலைப்பையன் போலவே இருந்துவிட்டதாகத்தான் சொல்லவேண்டும். கதை எழுதத் தோன்றவில்லை. எழுதவில்லை.

பாரதி நூற்றாண்டில், ‘ஆகாசம் நீலநிறம்’ வந்து கவிஞனென்றான பிற்பாடு அதே திசையில் போகத்தான் தோன்றியது. அந்த உத்வேகத்தில் கவிதைகளாக எழுதிக் குவித்தது. இயல்பான தமிழ்ப்பற்றும், வார்த்தைகள் காட்டும் வசீகரமும் கவிதையிலேயே ஸ்திரப்படுத்தி வைத்தன. இரண்டாயிரம் ஆண்டு மரபு உள்ளிழுத்துப் போட்டுக்கொண்டது.

இடையில் ஒன்றிரண்டு கதைகள் எழுதியது. ‘கடற்கோள்’ என்கிற கதையை, ‘தாமரை’யில் தொலைத்தேவிட்டார்கள். (தி.க.சி. பொறுப்புக்குப்பின் நடந்த கூத்து.) இன்னொரு கதையை வண்ணநிலவனிடம் படிக்கக் கொடுத்தது. அவர் நல்ல விமர்சகரும்கூட. சரியாக வரவில்லை என்றதும், உணர்ந்து இருந்துகொண்டது. வேறொரு கதை, வித்யாஷங்கர் படித்துப் பார்த்துவிட்டுக் கொடுத்தார்.

பின்நாள்களில், சிறுகதையில் வண்ணநிலவன் அடைந்திருந்த வளர்ச்சியும் ஸ்தானமும் உளவியல் அளவில் உள்சுருங்க வைத்து விட்டதாகப் படுகிறது. அவருக்கு இணையாக எழுதமுடியாது என்ற எண்ணம் தலைப்பட்டுவிட்டது. நண்பர் ஒருபோதும் அப்படி நடந்து கொள்ளவில்லை. எனினும் மனம் உண்டுபண்ணும் மாயைக்கு என்ன செய்யமுடியும்; யோசித்துப் பார்க்கையில் இது ஒரு பெரிய காரணமாகத் தெரிகிறது.

நண்பர் ரகுநாத், 'தாய்' பொறுப்பாசிரியரான பிறகு ஒரு நாள் கவிதைகள் கொடுக்கப் போயிருந்தது. அப்போது அவர் சொன்னார், "நம்பி, கதை எழுதுய்யா. கவிதைக்கு என்ன கொடுக்க முடியும். இருபத் தஞ்சு ரூபா தரலாம். கதைன்னா நூறு ரூபா கிடைக்கும்; உமக்கும் செலவுக்காகும்."

"இல்ல, ரகு. கதை வராது. கவிதையே போடுங்க."

"வரும்யா, எழுதும். எவ்வளவு அனுபவம் இருக்கு. எழுதலாம்."

பெட்டியில் எழுதிப் போட்டிருந்த 'இன்னொரு நாள்' கதையைச் செப்பம் செய்து கொடுத்தது. நீண்ட காலத்துக்குப் பின் வெளிவந்த சிறுகதை. ரகு பார்க்கும்போதெல்லாம் சொல்வார்; "அடுத்த தடவை வரும்போது கதையோடு வரவேண்டும்" என்று அன்பாகக் கட்டளையிடுவார். அவர் சொன்னதன்பேரில்தான் மீண்டும் எழுத ஆரம்பித்ததாகச் சொல்லவேண்டும். அப்போதும் நிறைய எழுதிவிடவில்லை; ஒன்றோ இரண்டோதான்.

இரண்டு வருஷத்துக்குமுன் ஒரு பெரிய விபத்து. தோற்றுப்போனவன் என்ற உணர்வு பயங்கரமாகத் தலைதூக்கி நின்றது. எப்போதும் போதையில்தான் இருப்பது. இதற்காக மனநல மருத்துவர் ருத்ரனைக்கூடப் போய்ப் பார்த்தது. நிரூபித்துக் கொள்ளும் வெறியில் நிறைய எழுதியது. கலைஞனாக உணர்ந்து அடுத்தடுத்து எழுதியது. விரல் நுனியில் வித்தை இருப்பதைக் காட்டி வாழ்தலுக்கு அர்த்தம் ஏற்படுத்திக்கொள்ள ஆசைப்பட்டு நிறைய எழுதியது.

ஒரு வாரம்விட்டு மறுவாரம் 'தாய்' பத்திரிகையில் தொடர்ந்து வெளியிட்டு உதவினார்கள். கேட்ட போதெல்லாம் காசு கொடுத்தார்கள். அந்த அலுவலகம் சொந்த வீடு மாதிரி. நாஞ்சில் சு. காந்தியன், குறள் பித்தன், இளஞ்சூரியன், மனோஜ், பொருளாளர், விநியோக மேலாளர்,

அலுவலக உதவியாளர் ஒரு தம்பி எல்லோருமே அருமையாக நடத்தினார்கள். அந்த மனுஷர்களின் அன்புக்காகவே எழுதலாம்போல இருந்தது. அந்த மதிப்புக்காகவே எழுத வேண்டுமென்றிருந்தது. 'தாய்' தந்த ஆதரவு இனி எங்கேயும் கிடைக்குமா. அது நின்றுபோனது, தனிப்பட்ட முறையில் பெரும் இழப்பு.

நண்பர் ரகுநாத்தான் மீண்டும் சிறுகதை எழுதவைத்தது என்பதைச் சொல்லாமல் தீராது. அவருடைய இயல்பான கனிவும் பரிவும் ஊக்குவிப்பும் தூண்டிவிடலும்தாம் பிரதானம். காந்தியனும் பித்தனும் காட்டிய பாசத்துக்கும் மகத்தான பங்குண்டு.

கதைகள் வந்துகொண்டிருந்த நாள்களில், வண்ணநிலவன் ஒவ்வொரு நல்ல கதையையும் பாராட்டி எழுதிக்கொண்டிருந்தார், கல்யாணி, பார்க்கும்போதெல்லாம் புகழ்ந்து பேசுவார். வித்யாஷங்கர், உணர்வுபூர்வமாக விவரித்துச் சொல்வார். 'தளபதி'யில் இருந்த நாள்களில் அஜயன்பாலா. 'தாய்' அலுவலகம் வரும்போது பா. ராகவன்.

கோமல் அறிமுகம் வாய்த்தது. அவர் ஒரு தனிப் பரிவு வைத்து இரண்டு கதைகள் பிரசுரித்து உதவினார். 'சுபமங்களா'வில் வெளியான வற்றிற்கு நல்ல வரவேற்பு; ஏகமாய் கவனிப்பு.

இந்தக் கதைகளில் ஒன்றிரண்டு தவிர, மற்றவை எல்லாமே 91-92 இல் எழுதியவை. மிகுந்த நெருக்கடியான வாழ்வில், மன அவசத்தில், இருந்தபோது எழுதப்பட்டவை.

'சைக்கிள்' கதை, துரை தஞ்சம் கொடுத்திருந்த 'தளபதி' அலுவலகத்தில் இருந்து, 'கறுப்பு அரங்கம்' சுரேஷ் வர்மா அடைக்கலம் தந்திருந்த சினிமா கம்பெனியில் இருந்து, 'எலிஸபெத் ராணி, 'வெறுஞ்சோற்றுக்குத்தான்,' 'பிழை' கதைகள்; நண்பர் ராஜமார்த்தாண்டனின் படிப்பறையில் வைத்து 'சூரிய சந்திரர்கள்'; 'சாபம்' நண்பர் லயனல்ராஜின் அச்சக பைண்டிங்கில் வைத்து பத்தமடையில் தமிழ்ச்செல்வன் வீட்டுச் சாப்பாட்டு மேஜையில் இருந்து சொல்லச்சொல்ல எஸ். ராமகிருஷ்ணன் எழுதிக் கொடுத்து உதவியது, 'காலம்'; பாரதி வசந்தன் வீட்டில் தொடங்கி மாரீஸ் வீட்டு மாடியில் முடித்தது, 'திரிபு'; அப்பா தயவில் வாழ்ந்த புதுச்சேரியில் இருந்த சமயம் எழுதியவை, 'மனசு', 'கடன்'; அவ்வளவுமே அலைய நேர்ந்த வாழ்க்கையில்.

இடமும் தந்து செலவுக்குப் பணமும் கொடுத்து உதவிய இந்த அற்புதமான நண்பர்களின் கருணையும் மிக மேலான இயல்பும் மதிப்புக்குரியவை.

'திரிபு' பெயர் குறித்து : இதே தலைப்பில்தான் 'சுபமங்களா'வுக்குக் கொடுத்திருந்தது. "Subtle ஆக இருக்கிறது" என்று கோமல் கூறினார். "தலைப்பாவது அப்படி இருக்கட்டுமே" என்றேன். "புரியாமல் போகுமே" என்றார். "முல்லையும் குறிஞ்சியும் முறைமையில் திரிந்து நல்லியல்பு இழந்து நடுங்குதுயருறுத்து பாலை என்பதோர் படிவம் கொள்ளும்" சிலம்பு வரிகளிலிருந்து Inspire ஆனது" என்று சொன்னது. "வேண்டுமானால் மாற்றி வைத்துக்கொள்ளுங்கள்" என்றும் சொல்லி விட்டது. 'அம்மா ஏன் இப்படி?', கோமல் வைத்த தலைப்பு. இயற் தலைப்பு 'திரிபு'தான்.

மரியாதைக்குரிய கி. ராஜநாராயணனின் 'திரிபு' என்கிற தலைப்புக் கொண்ட கதை பார்வையில் பட்டதும், தொகுப்புக்கு இந்தத் தலைப்பு வைத்திருந்தது யோசனையாக இருந்தது. பெருந்தன்மையானவர் அவர். புரிந்துகொள்வார் என்று சமாதானப்பட்டுக் கொண்டது.

ஈழத்துச் சிறுகதை எழுத்தாளர் செ. கதிர்காமநாதனின் ஒரு சிறந்த கதை, 'வெறுஞ்சோற்றுக்கே வந்தது.' அந்தக் கதை மனசிலேயே இருக்கிறது. 'வெறுஞ்சோற்றுக்குத்தான்' தலைப்பு, அதன் தாக்கத்தில் தோன்றியது.

'பிழை' தலைப்பு, "அரசியல் பிழைத்தோர்க்கு அறம் கூற்றாகும்" என்ற இளங்கோவடிகளின் வரியிலிருந்து வந்தது.

இவற்றையெல்லாம் 'Acknowledge' பண்ணுவது இலக்கிய தர்மமாகிறது.

புஸ்தகம் வருவதற்கு ஆதிகாரணகர்த்தா நண்பர் கல்யாணி. அவர்தான் மீராவுக்கு எழுதியிருக்கிறார். முதல் கவிதைத் தொகுப்பை வெளியிட்டு உதவிய 'அன்னமே' இதையும் வெளியிட்டது சாலப் பொருத்தம். இது என்றென்றும் நினைவுகூர்வதற்குரியதாகும்.

கல்யாணியின் பொறுப்பிலேயே கதைத்தெரிவு, வரிசை, எடிட்டிங் எல்லாம் விடப்பட்டன. அவர் உதவிகள் ரசய்த்த மறக்க முடியாதவை.

கவர்-டிஸைன் வரைந்துகொடுத்த சந்துரு மாஸ்டர் ஓர் அற்புதமான மனுஷன். அவர் நட்புக் கிடைத்தபின்தான் அட்டையில் நவீன ஓவியம் போடவேண்டும் என்ற சிந்தையே வந்தது. அந்த அளவுக்கு வித்தையுள்ளவர். வித்தையை மதிப்பதே வித்தையுள்ளவன் தன்மை. ஓவியம் குறித்து அவரிடமிருந்து தெரிந்து கொள்வதே நன்றி சொல்வதாகும். முற்பட்டிருக்கிறது.

கதைகளைப்பற்றி இப்போது ஒன்றும் சொல்லப்போவதில்லை. முன்னுரையில் கல்யாணி சொல்வதே போதும்.

'நிறப்பிரிகை' ரவிகுமார் சொன்னதுபோல தனித்தனியான கதைகள் சேர்ந்து ஒரு நாவல் போலாகியிருக்குமெனக் கருதுகிறது.

'திரிபு' சிறுகதைத்தொகுப்பு, 1993

இரு வேறு உலகம்

சரியாக முப்பத்திரெண்டு ஆண்டுகளுக்கு முன்பு; புகுமுக வகுப்புத் தேர்ச்சி பெற்று, தமிழ் இளங்கலை படிக்க ஆசைப்பட்டுக் கொண்டிருந்த காலகட்டம். அப்பா, தலைவன்கோட்டை ஜமீனில் செகரட்டரியாக வேலை பார்த்துக் கொண்டிருந்தார்கள். அந்தப் பகுதியே வானம் பார்த்த பூமி. அந்த சமயத்தில் அங்கே தொடர்ச்சியாக மூன்று ஆண்டுகள் மழை பொய்த்துப்போய் கடும் வறட்சி நிலவியது. இது நேரடியாக எங்கள் குடும்பத்தையும் பாதித்தது. ஜமீன் வசதியைப் பொருத்துத்தான் எங்கள் குடும்பத்து வசதியும் இருந்து வந்தது. அன்றைக்கு நேர்ந்த கடுமையான பொருளாதார நெருக்கடியில் நான் கனவு கண்டு கொண்டிருந்தபடி தமிழ் படிக்க முடியாமற் போயிற்று. இன்றுவரையும் இது ஒன்றுதான் ஈடுசெய்ய முடியாத இழப்பாக இருக்கிறது. பேசாமல் ஒரு தமிழாசிரியராக வாழ்ந்து முடிந்து இருக்கலாம்.

வேலையில்லாமல் ஒரு இளைஞன் நமது சமூகத்தில் சும்மா இருக்க முடியுமா. ஏதாவது தினசரி பத்திரிகையில் வேலை தேடிக் கொள்ளலாம் என்றுதான் சென்னைக்குப் புறப்பட்டு வந்தது. இன்றையதினம் மாதிரி அந்தக் காலத்தில் இவ்வளவு ஊடகங்கள் இருந்ததில்லை. நாலைந்து தினசரிகள். இரண்டு, மூன்று வார இதழ்கள். இன்னும் இரண்டு, மூன்று மாத ஏடுகள். இவ்வளவுதாம் மொத்தத்திலேயே. எந்த முன்ன னுபவமும் இல்லாத, செல்வாக்கும் ஆள்பழக்கமும் இல்லாத இருபத்து மூன்று வயதுப் பையனுக்கு எந்தக் கதவும் திறந்து கொள்ளவில்லை. பத்திரிகையாளனாவதும் சாத்தியமில்லை என்று புரிந்து போயிற்று. ஆனால், மனசு தளரவில்லை. முயற்சியைக் கைவிடவில்லை. 'தாமரை' இதழ் பொறுப்பைக் கவனித்துவந்த தி.க.சியிடம் ப்ரூஃப்-ரீடிங் கற்றுக் கொண்டேன். நா. காமராசன் நடத்திய 'சோதனை'யில் கொஞ்ச நாள் இருந்தேன். பெரிதாக ஒன்றும் செய்ய முடியவில்லை. மீண்டும் ஊருக்கே திரும்பிவிட்டேன்.

அப்பாவின் யோசனைப்படி 75-ல் கூட்டுறவு மேற்பார்வையாளர் பயிற்சி படித்தது, ஒரு கிளைக்கதை. வாசுதேவநல்லூருக்கும் சென்னைக் குமாகத் திரும்பத் திரும்பப் போய்வந்து கொண்டிருந்த காலங்கள் அவை. அவ்வப்போது ஏதாவது கவிதை எழுதியது தவிர, இலக்கியத் திலோ வாழ்க்கையிலோ ஒன்றும் உருப்படியாகச் செய்யவில்லை.

எழுபத்தேழில், திருமணத்திற்குப் பிறகு வேலையில்லாமல் இருக்கக் கூடாது என்று குற்றாலம் பொருட்காட்சியில் தம்போலா, ஜலகன்னி, வளையம் எறிதல் ஆகிய ஸ்டால்களில் இருந்துவிட்டு, குமாரசாமி அண்ணாச்சியின் பி.கே.புக்ஸில் ஊர்ஊராகப் போய் புத்தக வியாபாரம் செய்து வந்தது.

மறுபடியும், 80-ல் சென்னைக்கு வந்தபோதுதான் அனந்த் அவர்கள் 'விசிட்டர்' பத்திரிகை தொடங்கியிருந்தார். நண்பர் வண்ணநிலவன் சொல்லி என்னை ப்ரூஃப்-ரீடராகச் சேர்த்துக் கொண்டார். 250 ரூபாய் சம்பளம். மேட்டர் பண்ணினால் தனியாகக் காசு தருவார்கள். இப்படித் தான் முதன்முதலாக பத்திரிகையாளனாக முடிந்தது. தொடர்ந்து 'அஸ்வினி', 'மயன்', 'இதயம் பேசுகிறது', 'தாய்' ஆகிய பத்திரிகை களில் விட்டுவிட்டு ப்ரூஃப்-ரீடராகக் காலம் கழிந்தது- அதே 250 சம்பளத்தில்.

85-ல் கார்க்கி அண்ணன் சிபாரிசு செய்து, புதிதாகத் தொடங்கிய 'தராசு' வார இதழில்தான் துணையாசிரியராகச் சேர்ந்தது. பதினைந்து ஆண்டுகளுக்குப் பிறகுதான் பத்திரிகையாளன் என்ற கன வே பலித்தது. கொஞ்ச காலத்திலேயே தமிழ்ப்பத்திரிகைச் சூழலில் பெரிதாகச் செய்வதற்கு ஒன்றுமில்லை என்பது தெரிந்து போயிற்று. இதனாலேயே பத்திரிகையாளனாக இருக்கும் ஆசையும் விட்டுப்போயிற்று. இலக்கியம்தான் நமக்கு ஏற்றது என்று கண்டுகொண்டது மனசு. ஆனாலும், ஏதாவது சம்பாதிக்க வேண்டிய நிர்பந்தத்தில் விட்டுவிலகிவிட முடியவில்லை. 'நக்கீரன்' ஆரம்பித்தபோது அதில் இணைந்து கொண்டது.

பத்திரிகை உலக அனுபவம் பலவிதங்களிலும் கைகொடுத்தது. இன்றளவும் உரைநடையைக் கையில் வைத்துக்கொள்ள முடிந்ததற்கு, செழுமைப்படுத்திக் கொள்ள முடிந்ததற்கு, எதையும் எப்போதும் எழுதமுடியும் என்ற நம்பிக்கை இருப்பதற்கு இதுதான் முழுமுதற் காரணம்; பலதரப்பட்ட மனிதர்களுடன் பழக வாய்ப்புக் கிட்டியது. அனுபவ உலகம் விசாலமடைந்தது. வாழ்க்கையைப்பற்றிய பார்வை கூர்மையடைந்தது. நிறையவே கற்றுக்கொள்ள முடிந்தது. எளிமையாகவும் புரியும்படியும் எழுதுவதுதான் சரி என்ற எண்ணம் தோன்றுவதற்கும் வலுப்பட்டிருப்பதற்கும் இதுதான் ஆதிமுதல் காரணம். பத்திரிகையாளனாக இல்லாமல் போயிருந்தால் என்னுடைய தமிழ் உரைநடையை என்றோ தொலைத்திருப்பேன்.

வெவ்வேறு பத்திரிகைகளில் பணிபுரிந்த நாள்களில் அவ்வப்போது பத்திரிகைக்காகக் கண்ட நேர்காணல்கள், 'மேட்டர்கள்','கட்டுரைகள் எல்லாம் கொண்டவைதாம் இந்தத் தொகுப்பு. இவற்றோடு கொஞ்சம் மதிப்புரைகளும் இலக்கியக் கட்டுரைகளும் சேர்ந்திருக்கின்றன. எங்கே இருந்தபோதும் எனக்குப் பிடித்ததைத்தான் எழுதிக் கொண்டிருந்திருக்கிறேன் என்பது இதிலிருந்து தெரிகிறது. ஃப்ரீலேன்ஸராக இருந்து செய்த காரியங்கள் எல்லாமே இப்பொழுதும் நினைத்துப் பார்த்தால் சந்தோஷம்தான் தருகிறது. இப்படிச் செய்தவைதாம் மருதகாசி, எஸ்.வி. சகஸ்ரநாமம், ஏ.எல். நாராயணன், கே.ஜே.ஜேசுதாஸ், மனோரமா, வி.கே.ராமசாமி முதலானோரின் நேர்காணல்கள்.

நான் பத்திரிகையாளனாகவும் சரியாகத்தான் இருந்திருக்கிறேன் என்பது இந்தப் பக்கங்களில் இருந்தே உறுதியாகிறது. முன்னொரு காலத்தில், பாரதி, புதுமைப்பித்தன் போன்ற ஆளுமைகள் பத்திரிகையாளராகவும் இருந்து மகத்தான பங்களிப்பைத் தந்திருக்கி றார்கள். ஓரளவுக்கு, வண்ணநிலவனையும் சொல்லலாம். இன்றைக்குப் படைப்பிலக்கியவாதிகள் நிறைய பேர் ஊடகங்களில் இருக்கிறார்கள். இவர்களின் பங்களிப்பு என்னவென்று நாளைக்குத் தெரியும்.

என்னுடைய இந்த பத்திரிகை எழுத்துகள் தமிழ்ச் சமூகத்தின், கலாசாரத்தின் ஒரு குறுக்குவெட்டுத் தோற்றத்தை காண்பிக்கக்கூடியவை என்றே நம்புகிறேன். முக்கியமாக, மைய நீரோட்டத்தின் போக்கை எடுத்துப் பேசுபவை. இந்த வகையில் இவற்றுக்கு ஒரு முக்கியத்துவம் உண்டு. நானே பிரதான நீரோட்டத்தைச் சார்ந்தவன்தான். அதில் இருக்கவேண்டும் என்று ஆசைப்பட்டவன்தான். தமிழ்ச்சூழலின் விதிவசத்தில் சிறுபத்திரிகைக்காரனாகக் குறுகிப்போகும்படி ஆயிற்று. இன்றைக்கும் மைய நீரோட்டத்தின் எந்தத் துறை சார்ந்தவர்களின் சாதனைகளையும் ஏறிட்டுத்தான் பார்த்துக்கொண்டு இருக்கிறேன்.

பத்திரிகையாளனாக இருந்தவரையிலும் மனநிறைவுடன்தான் இருந்து வந்திருக்கிறேன், பணிகளைப் பொருத்தவரையில். அன்றைக்கு நல்ல சம்பளம் கிடைத்திருக்குமானால் பத்திரிகை யாளனாகவே நீடித்திருப்பேன். 88-ல் நான் கடைசியாக வாங்கிய சம்பளம் ஆயிரம் ரூபாய்.

இலக்கியவாதிகள் அநேகம் பேரும் மைய நீரோட்டத்தைக் குனிந்தே பார்க்கிறார்கள். தங்கள் காரியங்கள்தாம் சிறந்தவை என்ற எண்ணம்

கொண்டிருக்கிறார்கள். அப்படியெல்லாம் ஓர் சிந்தை எனக்குக் கிடையாது. இங்கே இதில் என்ன செய்யமுடியும் என்பதற்கு இந்தப் பக்கங்களே சாட்சியம். கவிஞன், சிறுகதை எழுத்தாளன், விமர்சகன் என்பதைப் போலவே பத்திரிகையாளன் என்பதிலும் எனக்கு ஒரு பெருமிதம் உண்டு.

இலக்கியவாதி என்பதைவிடவும் பத்திரிகையாளன் என்பதே எனக்கு நிறைய சமயங்களில் உதவியிருக்கிறது. கடந்த பத்து ஆண்டுகளாக என் பிள்ளைகள் படிப்புக்கும் எனக்கும் 'நக்கீரன்' கோபால் அவர்கள்தான் உதவி வருகிறார். இந்த உதவி மட்டும் இல்லாவிட்டால் நான் உயிர் தரித்திருக்கவே முடியாது.

இதில் உள்ள நேர்காணல்களில் சில அந்தந்தப் பத்திரிகைகளில் பணிபுரிந்த நண்பர்களுடன் சேர்ந்து செய்தவையும் இருக்கின்றன. சமயவேல், துரை, வடிவேலு, சாந்தாராம், எடிசன், நாதன் இப்படி நிறைய நண்பர்கள் என்னுடன் பங்கு பெற்றிருக்கிறார்கள். அவர்களுக்கெல்லாம் என் நன்றியை இந்த சந்தர்ப்பத்தில் தெரிவித்துக் கொள்கிறேன்.

தெய்வப்புலவர் திருவள்ளுவரின் குறள்பாக்கள் எனக்குள் சில சமயங்களில் மின்னல்வெட்டுகளாய்த் தோன்றிக் கொண்டேயிருக்கும்.

"இரு வேறு உலகத்தியற்கை திருவேறு
தெள்ளிய ராதலும் வேறு"

என்பதும் அவற்றுள் ஒன்று. இந்தக் குறளிலிருந்துதான் இந்தத் தலைப்பே தோன்றியது.

கலை இலக்கியத் துறையில் முக்கியமாக இரண்டு போக்குகள் இருந்து வருகின்றன. ஒன்று, பிரபலமானது; இன்னொன்று, அவ்வளவாக அறியப்படாதது. எல்லாக் காலத்திலும் இலக்கியமும் கலைகளும் இப்படி இருவேறுபட்ட தன்மைகளில்தாம் இயங்கி வருகின்றன என்பதைக் குறிக்கவே இப்படித் தலைப்பு வைத்திருக்கிறது.

இந்நூலுக்கு 'இரு வேறு உலகம்' என்ற தலைப்பைத் தெரிவு செய்து தந்த நண்பரும் கவிஞருமான ஷங்கர்ராமசுப்ரமணியனுக்கு வெகுவாகக் கடமைப்பட்டிருக்கிறேன்.

நூல் மதிப்புரைகளில் பெரும்பாலானவை விரிவாக எழுதிக் கொடுத்தவைதாம். ஆனால், பத்திரிகைகள் தமது வசதிக்கேற்றபடியே வெளியிட்டிருக்கின்றன. குறிப்பாக, 'தீபம்', 'திட்டம்', 'தினமணி' முதலான இதழ்களில் வந்திருப்பவை 'எடிட்' செய்யப்பட்டவைதாம். சில பத்திரிகைகளில் தரப்பட்ட இடத்துக்குத் தக எழுதிக் கொடுத்ததும் உண்டுதான். எடுத்துக்காட்டுக்கு, 'இந்தியா டுடே', 'கமலம்'. சிறு இலக்கிய ஏடுகள் தவிர வேறு ஏடுகள் மதிப்புரை வெளியிடுவதில் பக்க எல்லை வைத்திருக்கின்றன என்பதுதான் எதார்த்தம். இதற்குள்தான் ஏதாவது செய்தாக வேண்டும். இந்த மதிப்புரைகளுள் நாலு பேருக்குச் சொல்லி வைக்கலாம் என்று எழுதியவையும் உண்டு. நாலு காசு கிடைக்கும் என்று எழுதியவையும் உண்டு.

கட்டுரைகளை 'எடிட்' செய்து தந்த நண்பர்கள் மருதா பதிப்பகம் ம. பாலகுருசாமி, ரா. சுந்தரமூர்த்தி, கனகசபை, ஆர். பாண்டியராசு, எஸ். ஜெயநரசிம்மன் ஆகியோருக்கும் நன்றி சொல்ல வேண்டியது அவசியம்.

'இருவேறு உலகம்' 2001
பத்திரிகைக் கட்டுரைத் தொகுப்பு

அந்தத் தொழிலதிபர்க்குள் ஒரு கலைஞன்

'**வி**சிட்டர்' பத்திரிகையிலிருந்து விலகி வந்தபிறகு, 'ஃப்ரீலேன்ஸரா'கப் பத்திரிகைகளுக்கு 'மேட்டர்' செய்து கொடுக்கலாம் என்று தீர்மானித் தாயிற்று. பெரியவர் சாவி, 'குங்கும'த்திலிருந்து வெளியேறிய பிற்பாடு பாவை. சந்திரன் பொறுப்புக்கு வந்திருந்தார். அப்பொழுது நானும் நண்பர் துரையும் சேர்ந்தே 'மேட்டர்' பண்ணினோம். சில 'மேட்டர்'களுக்கு நானே 'ஐடியா' கொடுப்பேன். நடப்பு விஷயங்களைச் (Current Matters) செய்தித்தாள் பார்த்து அவர்கள் சொல்வார்கள். திருவல்லிக்கேணி கஸ்தூரிபா மகப்பேறு மருத்துவமனையில் கைக்குழந்தை காணாமல்போனது எல்லாம் பாவை சொல்லி பேட்டிகண்டு எழுதியதென்றால், 'நீங்கள் சமீபத்தில் கண்ட கனவு' எல்லாம் என் மனசில் தோன்றியதுதான். புதிதாக என்ன 'மேட்டர்' பண்ணலாம் என்று யோசித்துக் கொண்டிருப்பது. பத்திரிகையாள னாக வேண்டும் என்ற தாகம்.

கல்லூரி மாணவி ஒருவர், நடிகை ஒருவர், தொழிலதிபர் ஒருவர் இதுபோல மூன்று பேரிடம் கேட்கலாம் என்று எண்ணம். அந்த நாளிகள்ல் சினிமாத்துறை எங்களுக்கு அதிக பரிச்சயம் இல்லாததால், மற்ற இரண்டையும் நாங்களே செய்து கொடுப்பதாகப் பேச்சு. தொழிலதிபருக்கு பொள்ளாச்சி நா. மகாலிங்கம் பெயர் குறித்துக் கொடுத்திருந்தது. அது 'ஈசன் குரூப்ஸ்' ஈஸ்வர ஐயர் என மாற்றப்பட்டது. டெலிபோன் டைரக்டரியில் தொலைபேசி எண் கண்டுபிடித்து விஷயத்தைச் சொல்லி அப்பாயிண்ட்மெண்ட் கேட்டேன்.

மறுநாள் சாயுங்காலம் வந்து பார்க்கும்படி சொன்னார் என்று தெரிவித்தார்கள். நானும் துரையும் போயிருந்தோம். நாங்கள் போன பொழுது மாலை 6.00 மணி தாண்டிவிட்டது. தனிச் செயலாளர் வீட்டுக்குப் புறப்பட்டுக் கொண்டிருந்தார். விஷயத்தைச் சொன்னதும், "ஐயா இந்த நேரத்தில் விசிட்டர்ஸைப் பார்ப்பதில்லையே. காலையில் வாங்களேன்" என்றார்.

"ஸார் சொல்லித்தான் வந்திருக்கோம். நீங்கள் போய்க் கேட்டுவிட்டு வாங்களேன்" என்று கேட்டுக் கொண்டோம்.

வரவேற்பறையில் இருக்கவைத்துவிட்டுச் சென்ற அவர் இரண்டு நிமிஷத்திலேயே வந்து, "வாங்க" என்று கூடவே அழைத்துக் கொண்டு போனார்.

பெரிய வளாகம். வலதுபுறம் ஒரு பங்களா. இடது பக்கம் இன்னொன்று. நடுவே திறந்த வெளி. விசிறி வாழை, பூந்தோட்டிகள். பிளைமவுத் கார். மூன்று தனி ஆட்டோக்கள். ஒரு செவர்லெட். மரங்களும் புல்பரப்புமாய்ச் சுற்றிச் சூழ.

ஒரு தனி அறை.

"வாங்க" என்று வரவேற்றார் ஈஸ்வர ஐயர். எதிரே இருந்த ஸோபாவைக் காட்டி உட்காரச் சொன்னார். அவருக்குப் பக்கத்தில் டீபாயின்மீது ஒரு ஃபுல் ஃபாரின் ஸ்காட்ச் பாட்டில், இரண்டு ஸ்மால் குறைவாக. ஸ்பென்ஸர் சோடா. கண்ணாடி தம்ளரில் பொன்னிறத் திரவம்.

எங்களை ஏறெடுத்துப் பார்த்த ஐயர், "குடிக்கிறீங்களா" என்று இயல்பாய்க் கேட்டார். அவர் கையில் க்ளாஸ்.

"இல்ல, இல்ல. வேண்டாம்" என்று இரண்டு பேரும் அவசர அவசரமாய் ஒரே நேரத்தில் மறுத்தது இப்பொழுதும் ஆச்சரியம்.

"என்ன" என்று கேட்டார்.

சொன்னோம்.

"எழுதிக்கிறீங்களா" என்று சொல்ல ஆரம்பித்தார். அவர் சொல்லச் சொல்ல துரை வேகமாக எழுதிக் கொண்டிருந்தார்.

சரியான உயரம். சந்தன நிறம். திடகாத்ரமான உடம்பு. அறுபது வயதுக்கு மேல் இருக்கும். ஆனால், அப்படிச் சொல்ல முடியாது. அபூர்வமான மனுஷன். பார்த்தமாத்திரத்திலேயே அவரின் கம்பீரம், மதிப்பை உண்டு பண்ணும். நல்ல முக லட்சணம், யாருக்கும் மரியாதை ஏற்படுத்தும்.

வெகு நிதானமாக 'ஸிப்' பண்ணிக் குடித்தபடியே, கடகடவெனச் சொல்லிக் கொண்டிருந்தார்.

சற்றே நிமிர்ந்து பார்த்து, "காஃபி சாப்பிடுறீங்களா" என்று கேட்டுவிட்டு இண்டர்காமில் பேசினார். வந்தது.

முடிந்தது எல்லாம்.

"படிங்க அதை" என்றார்.

துரை, தெரியாதவர்கள் முன் படிக்கக் கூச்சப்படுவார்.

அவர் கையிலிருந்து வாங்கி வாசித்துக் காண்பித்தேன்.

"சரியா இருக்கு, எடுத்துட்டுப் போங்க" என்றதும்.

"வர்றோம்" என்று சொல்லிவிட்டுப் புறப்பட்டோம்.

"கொஞ்சம் இருங்க" என்ற குரல்கேட்டுத் திரும்பினோம்.

"நாளைக் காலையில வந்து வாங்கிக்கிறீங்களா. நான் ஒரு தடவை சரிபார்த்து வச்சுடுறேன்" என்றார்.

"சரியா இருக்கு ஸார். நாளைக்கு நாங்க கொடுக்கணுமே" என்றேன்.

"காலையில ஆபிஸுக்குக் கொடுத்து விடுறேன்" என்றார்.

"நாங்களே வந்து வாங்கிக்கிறோம்" என்று கூறிவிட்டு வந்தோம்.

காலையில் பத்து மணிவாக்கில் போயிருந்தேன்.

செயலாளர் ஒரு கவரை எடுத்துக் கொடுத்தார்.

பிரித்துப் பார்த்தேன்.

முதல் நாள் ஐயர் சொல்லியது, 'நீட்'டாக 'டைப்' செய்யப்பட்டிருந்தது.

"சரி, நன்றி" எனச் சொல்லிவிட்டு எழுந்து புறப்பட்டேன்.

"உங்களைப் பார்த்துட்டுப் போகச் சொல்லியிருக்காங்க; இருங்க" என்றவர் உள்ளே போய் கேட்டுவிட்டு வந்தார்.

சிறிது நேரத்தில் கூட்டிக்கொண்டு போனார்.

பேண்ட், 'இன்' பண்ணிய ஷர்ட், டையோடு இருந்தார் ஈஸ்வர ஐயர்.

என்னைப் பற்றி விசாரித்தார்.

“இதில உங்களுக்கு என்ன கிடைக்கும்.”

“கொஞ்சம் அலைஞ்சு திரிஞ்சா 250 ரூபா போல வரும்.”

“இது போதுமா.”

“ம்ஹுூம். பத்திரிகையாளனா ஆகணும்கிறதுக்காகத்தான் இதில இருக்கேன். சப்-எடிட்டர் மாதிரி ஆயிட்டா நல்ல சம்பளம் கொடுப்பாங்க. அதுக்கு முன்னனுபவம் கேட்பாங்க, அதான்.”

“ஏன் நீங்களே ஒரு பத்திரிகை நடத்தக்கூடாது, நண்பர்களோட சேர்ந்து.”

“முடியாது. சாத்தியம் இல்லை. லட்சக்கணக்கில் முதல் வேணும். நெட் ஒர்க் இருக்கணும். முன்ன மாதிரி இல்லை. சாதாரண ஆளுல்லாம் நடத்தமுடியாது, இப்பம்.”

“இதில் எப்படி வாழ்றீங்க.”

“கஷ்டம்தான். வேற தொழில் தெரியாது.”

“பத்திரிகையில வேலை கிடைச்சா சேர்ந்திருவீங்களா.”

“ஆமா. ஃப்ரீலான்ஸ் பண்ணி வாழமுடியாது.”

“சரி. உங்களுக்கு வேலை கிடைக்கிறவரைக்கும் மாசம் 250 ரூபாய் வாங்கிக்குங்க. நான் தர்றேன். தினம் காலையில ஒன்பது மணிக்கு போன் பண்ணுங்க. ஏதாவது வேலை இருந்தா சொல்றேன். வந்து பாருங்க. சாயங்காலம் ஒரு தடவை போன் பண்ணுங்க. போனுக்குத் தனியாகத் தந்துருவாங்க.”

“ரொம்ப சந்தோஷம்” என்று சொல்லிவிட்டுப் புறப்படும் நேரம் கேட்டார்:

“உங்களுக்கு எந்த ஊரு.”

"திருநெல்வேலி."

"திருநெல்வேலியில எங்க."

"டவுண்."

"இங்க யாருல்லாம் இருக்காங்க."

"அப்பா, அம்மா, நான்."

"அப்பா என்ன செய்றார்."

"இப்ப சும்மாதான் இருக்காங்க."

"ஊர்ல என்ன பண்ணிட்டு இருந்தாரு."

"சொந்தமா சைக்கிள்கடை வச்சிருந்தாங்க. சிங்கம்பட்டி ஜமீன்ல செக்ரட்டரியா இருந்தாங்க."

"அப்பாவை வந்து பார்க்கச் சொல்லுங்க."

"வர்றேங்க. ரொம்ப நன்றி."

அப்பா போய்ப் பார்த்தார்கள். 'ஈசன் க்ரூப்ஸ்' ஊழியர்கள் காலனிக்குப் பொறுப்பு. யார் வீட்டிலாவது பல்பு ஃபியூஸ் ஆகிவிட்டால், வேறு பல்பு போட்டுக் கொடுக்கவேண்டும். ஃபேன் ரிப்பேராகிப் போய்விட்டால், எலெக்ட்ரீஷியனை கூட்டிக்கொண்டு வந்து பழுதுபார்க்க ஏற்பாடு செய்யவேண்டும். குழாய் கெட்டுப் போய்விட்டது என்றால், பிளம்பரிடம் சொல்லிச் சரிசெய்து கொடுக்கவேண்டும். அலுவலக நேரம் முடிய காலனியிலேயே இருக்கவேண்டும். இதுதான் வேலை. ஐநூறு ரூபாய் சம்பளம். ஒரே நாளில் வாழ்க்கையே மாறிவிட்டது.

காலையில் போன் பண்ணுவேன். "நாளைக்கு வாங்க" என்பார்.

திடீரென்று கூப்பிட்டு விடுவார், ஆட்டோவை அனுப்பி. போவேன். அதேபோல, திரும்பும்பொழுது ஆட்டோ இருந்தால் வீட்டில் கொண்டு போய்விடச் சொல்வார்.

வேலை என்று ஒன்றும் இராது. அனேகமாக வாரத்தில் இரண்டு நாள் போய்ப் பார்க்கவேண்டி வரும். சும்மாதான். பத்திரிகைக்காகச் செய்ய வேண்டியது எதுவும் இருந்தால் வரவேண்டாம் என்று சொல்லி விடுவார். போகவேண்டாம். முதல் தேதியில் கவரில் 250 ரூபாய் போட்டுக் கொடுத்து விடுவார்கள்.

ஒரு நாள் வீட்டில் கடிதம் கொடுத்துவிட்டுப் போயிருந்தார்கள். ஆங்கிலத்தில் தட்டச்சு செய்திருக்கும், எப்பொழுதும். கவரில் போட்டுத்தான் கொடுத்து அனுப்புவது. வரச்சொல்லியிருந்தார்கள்.

“ஐடென்டிஃபிகேஷன்”க்கு என்ன தமிழ் வார்த்தை.”

“அடையாளம்னு சொல்லலாம் ஐயா.”

“இல்ல, இல்ல. இன்னும் எளிமையா இருக்கணும்; எல்லோருக்கும் புரியணும்.”

‘ஐயா, நாளைக்கு வந்து சொல்றேன்’ என்று கிளம்பினேன்.

நேரே பேருந்து பிடித்து கே.கே. நகரிலுள்ள தேவநேயப் பாவாணர் வீடுபோய் அவரிடம் கேட்டேன்.

பாவாணர், ஆக்ஸ்ஃபோர்ட் யூனிவர்ஸிட்டி பிரஸ் டிக்ஷனரி, சென்னைப் பல்கலைக்கழக அகராதியை எல்லாம் ‘ரெஃபர்’ பண்ணிப் பார்த்துவிட்டுத் தனித்தமிழ்ச் சொல் ஒன்றைக் கூறினார்.

ஐயரிடம் மறுநாள் போய்ச் சொன்னேன்.

“இது அர்த்தம் சரிதான். ஆனால், யாருக்குப் புரியும். எளிய தமிழா இருக்கணும்” என்றார்.

“ஐயா, பழகப்பழக எல்லாச் சொல்லும் புரியும்” என்றேன்.

“ம்ஹூம். சொல்லும்போதே புரியணும்” என்று மறுத்துவிட்டு, “இருங்க. கேட்டிருவோம்” என்று எழுத்தாளர் அகிலனுக்கு போன் செய்து கேட்டார். பேராசிரியர். அ.ச. ஞானசம்பந்தனிடம் கேட்டார்.

இரவு ஒன்பது, ஒன்பதரை இருக்கும்.

யோசித்துக் கொண்டிருந்தேன்.

'ஐடென்டிஃபிகேஷன்', இவ்வளவு சிக்கலா.

என்ன ஒரு தமிழ்ப்பற்று.

எளிய தமிழ்தான் வேண்டும் என்கிறாரே.

ஏற்கெனவே, எழுபதுகளின் கடைசியில் 'இலக்கியச் சிந்தனை'யின் மாதாந்தரக் கூட்டம் ஒன்றின் கதைத் தெரிவின் பொழுது, எழுத்தாளர் சுஜாதா, "ஐடென்டிஃபிகேஷனுக்குத் தமிழ் தெரியலை" என்றதும், "தமிழ் தெரியாம ஏன்யா எழுதுறே" என்று தமிழ்ப்பற்றாளர் ஒருவர் இடைமறித்துக் கேட்டதும் ஏனோ நினைவுக்கு வந்தது.

ஐயரும் நாமும் எந்தப் புள்ளியில் சந்திக்கிறோம், இவரையும் நம்மையும் எது இப்படி இணைத்து வைத்தது என்றெல்லாம் நினைத்துக் கொண்டிருந்தேன்.

"சரி, நீங்கள் போகலாம்" என்றதும் விடுதலையான மாதிரி இருந்தது.

ஈஸ்வர ஐயர் நிரம்ப சுவாரஸ்யமான மனுஷன். காலையில் பத்தரைக்கெல்லாம் அலுவலகம் போய்விடுவார். சாயங்காலம் திரும்பி வந்ததும் குளித்துவிட்டு, வேஷ்டி, அங்கவஸ்திரத்துடன் காரில் ஏறி, கற்பகாம்பாள் கோயில். அறங்காவல்குழுத்தலைவர் என்று ஞாபகம்.

வீட்டில் வேலையாளைக் கூப்பிட (பூஜை) மணிதான்.

ஹாலின் நடுவே பூஜையறை, விசாலமாய்.

திட்டமிட்டு, பார்த்துப் பார்த்துக் கட்டிய வீடாய் இருக்கும்.

கோடை விடுமுறையில், தஞ்சாவூர்ப் பக்கம் வேதம் படிக்கிற பிள்ளைகள் (ஆதரவற்றவர்கள்) வந்து தங்கியிருப்பார்கள்.

பத்துப் பன்னிரண்டு பேராவது இருக்கும்.

குளியலறை, துப்புரவாய் இருக்கவேண்டும்.

கை கழுவ வைத்திருக்கும் சாம்பிள் ஹமாம் தினசரி புதிதாக இருக்க வேண்டும்.

கை துடைக்கும் தேங்காய்ப் பூத்துண்டு நாளும் மாற்றப்பட வேண்டும்.

உழைப்பு, முயற்சி, தன்னம்பிக்கை என்றுதான் மாறிமாறிப் பேசுவார்.

வேட்டியைத் தழையத்தழையக் கட்டியிருந்தால், அது எவ்வளவு தப்பு, அதனால் கிருமிகள் எப்படிப் பற்றும் என்று எடுத்துச் சொல்வார்.

ஐயருடைய சுறுசுறுப்பு ஆச்சரியமானது.

காரியங்களைத் தள்ளிப்போடுவது பிடிக்காது.

உடனுக்குடன் முடிவெடுத்து அமல்படுத்துவார்.

அவருக்குத் திருநெல்வேலி மாவட்டம், கல்லிடைக்குறிச்சி.

உழைப்பால் உயர்ந்தவர்.

ஐயருடைய செயல்திறமும் வேகமும் படித்துக்கொள்ள வேண்டிய நல்ல அம்சங்கள்.

ஓசூரில் அவர்கள் ஃபேக்டரி ஒன்று இருந்தது.

வாரம் ஒரு முறை அவரே போய்விடுவார்.

இது இப்படி இருக்கையில், நண்பர் சமயவேல்தான் ஒரு நாள் கேட்டார்:

“நீங்க எங்க போய்ச் சேர்ந்திருக்கீங்க, நம்பி. தொழிலாளரை ‘எக்ஸ்ப்ளாய்ட்’ பண்ற ஒரு முதலாளிகிட்ட. இதோ பாருங்க, அவர் நிறுவனத்தில ஸ்ட்ரைக்.”

நாங்கள் நடந்து கொண்டிருந்தது, சைதாப்பேட்டை ரயில் நிலைய மேம்பாலம். அவர் காண்பித்தது, அங்கு ஒட்டியிருந்த போஸ்டர்.

"என்ன செய்ய சமயவேல், நீங்க கம்யூனிஸ்ட். நான் என்னய்யா பண்ண."

"இல்ல நம்பி. நீங்க எங்க போய்க்கிட்டு இருக்கீங்கன்னு தெரிஞ்சா போதும்."

அடுத்த மாதமே புதிதாகத் தொடங்கியிருந்த 'அஸ்வினி' பத்திரிகைக்கு நல்ல ப்ரூஃப் ரீடர் வேண்டுமென்று வேலைக்குக் கூப்பிட்டு விட்டிருந்தார்கள்.

வேலையில் சேர்ந்ததும் ஐயரிடம் சொன்னேன், தொலைபேசியில்.

அப்பா, ஒரு வருஷமோ என்னவோ அந்த வேலையில் இருந்தார்கள்.

ஈஸ்வர ஐயரை அவ்வப்பொழுது போய்ப் பார்ப்பது உண்டு. பிறகு எப்படியோ அந்தத் தொடர்பு விட்டுப் போயிற்று.

கொஞ்ச காலம் கழித்து ஒரு நாள் மாலைச் செய்தித்தாளின் வால்-போஸ்டரில் ஐயரின் மரணச் செய்தியைப் பார்த்ததும் மனசை உலுக்கிவிட்டது.

ஈஸ்வர ஐயரை மாதிரி இன்னொருவரைப் பார்க்கமுடியாது. அந்தத் தொழிலதிபர்க்குள் ஒரு கலைஞன் இருந்தான்.

'சௌந்தர சுகன்' ஆகஸ்ட் 2003

“வடிவோடு படமெழுதும் ஓவியனைப் போர்க்களத்தில் உருட்டிவிட்டால் என்னாகும்.”

1969-ஆம் வருஷம் பி.யூ.சி முடித்தாயிற்று. மேலே படிக்க வழியில்லை. நாங்கள் இருந்த வாசுதேவநல்லூர்ப் பக்கம் மூன்று ஆண்டுகளாக வானம் பொய்த்திருந்தது. மழையே இல்லை. அப்பா, தலைவன்கோட்டை ஜமீனில் செக்ரட்டரி. ஜமீன், முழுக்கமுழுக்கக் காடுகரை; விவசாயத்தை நம்பித்தான். அரண்மனையில் செழிப்பில்லை. ஆதலினால், எங்களுக்கும் பிரச்னை. அப்பா, அங்கே இங்கே அலைந்து பார்த்தார்கள். ஒன்றும் வாய்க்கவில்லை. எங்கேயாவது வேலைக்குப் போகலாமென் றால், எஸ்.எஸ்.எல்.சி. சர்டிபிகேட் புக் வேண்டும். சான்றிதழை வாங்க வசதியில்லை. அறுநூறு ரூபாய்போலக் கட்ட வேண்டியது இருந்தது. ஹாஸ்டல் பாக்கி, தேர்வுக் கட்டணமே கல்லூரியிலிருந்துதான் கட்டினார்கள்.

ஊரிலேயே இருந்தேன். அப்பொழுதுதான் சங்கரன்கோயில் தபசுப் பட்டிமன்றத்துக்குக் குன்றக்குடி அடிகளார் வந்திருந்தார். வள்ளுவர் செந்தமிழ்க் கல்லூரி என்று தொடங்கப்பெற்ற அந்தக் கல்லூரியை அடிகளாரிடமே கொடுத்துவிட்டார்கள்.

அன்றைக்கு இருந்த மனநிலையில் மடத்தில் சேர்ந்துவிடலாம் என்று தோன்றியது. தமிழறிவு இருந்தது. பேசத் தெரியும். எழுத முடியும். தொடர்ந்து படிக்க வேண்டும். அப்பாவிடம் சொன்னேன். வேண்டாம் என்றுதானே சொல்வார்கள். என்னுடைய பிடிவாதத்தைக் கண்டு யோசித்தார்கள். அம்மாவுக்காகத் தயங்கினார்கள். அம்மாவிடம் சொல்லிக் கொள்கிறேன் என்று கூறிவிட்டேன். அடிகளாரைப் பார்ப்பது என்று முடிவாயிற்று.

அடிகளார், பயணியர் விடுதியில் ஓய்வெடுத்துக் கொண்டிருந்தார். நிகழ்ச்சி, இரவுதான். சாயங்காலம், குளித்துவிட்டுப் பார்வையாளர் களைச் சந்தித்துப் பேசிக் கொண்டிருந்தார். போயிருந்தோம். நெடுஞ்சாண் கிடையாக அடிகளார் காலில் விழுந்தேன். சிறு வட்ட வடிவ வெள்ளி டப்பாவில் இருந்து விபூதி எடுத்துக் கொடுத்தார். விஷயத்தைச் சொன்னேன். அப்பாவைப் பார்த்து, கேட்டு, விசாரித்தார்.

நான் உறுதியாக இருந்ததை நினைத்தோ என்னவோ குன்றக்குடி வந்து சேருவதற்கு, உதவியாளரிடம் சொல்லி, பணம் கொடுத்து அனுப்பிவைத்தார்.

வீட்டுக்கு வந்து அம்மாவிடம் பூடகமாகத்தான் சொன்னேன். ஆனால், அவள் யூகித்துக் கொண்டாள். அப்பாவைப் பிலுபிலுவென்று பிடித்துக் கொண்டாள்:

"அவன என்ன செய்யப் போறீங்க. கறிவேப்பிலக்கன்று மாதிரி வளத்தேம்யா. சாமியாராக்கவா பெத்தேன். அவன் ஒண்ணும் படிக்க வேண்டாம். இங்கியே இருக்கட்டும்."

அழ ஆரம்பித்துவிட்டாள்.
அப்பா சமாதானப்படுத்தினார்கள்.
கடைசியில், போவதில்லை என்றாகியது.

சிறிது காலம் அப்படியே கழிந்தது. படிக்கவும் முடியவில்லை, வேலைக்குப் போகவும் தோதில்லை. அப்பாமீது கோபம் கோபமாய் வந்தது. இது பூசலாகி, சண்டையாகி, வீட்டைவிட்டு வந்துவிட்டேன்.

மதுரையில், மேலக்கோபுரவாசலில் ஓட்டல் வேலைக்கு எடுக்க 'புரோக்கர்'கள் உண்டு. அப்படித்தான் மேலூர் வந்து சர்வராக இருந்தது. அடிகளாருக்குக் கடிதம் எழுதியிருந்தேன். வந்து பார்க்கச் சொல்லப்பட்டிருந்தது.

குன்றக்குடியில் வேலை போட்டுக் கொடுத்தார்கள். அதிக வேலை ஒன்றும் இல்லை. எப்பொழுதாவது ஏதாவது நகல் செய்ய வேண்டி இருக்கும். அடிகளார் மூலம் சேர்ந்தவன் என்று வேலை சொல்லமாட்டார்கள்.

கொஞ்சநாள் மடத்திலேயே சாப்பாடு. பிறகு சாப்பாடு சரியில்லை என்று ஐயர் ஒருவர் வீட்டில்.

குன்றக்குடி ஓர் அழகிய ஊர்.

ஆதினத்துக்கு எதிரே வடபுறத்தில் ஓர் அருமையான குளம்.

காலையில் நல்ல குளியல்

நூலகர் மரு. பரமகுரு பழக்கத்தில் படிக்க புஸ்தகங்கள்.

'அம்மா வந்தாள்', 'சாயாவனம்', 'வேரும் விழுதும்' நாவல்கள்.

அடிகளார் ஊரில் இருக்கிற நாள்களில்தாம் ஆதினமும் தேவஸ்தானமும் ஜெ ஜெ என்றிருக்கும். ஆனால், மாதத்தில் பத்துப் பதினைந்து நாள் அவர் ஊரில் இருந்தாலே அதிகம். மற்ற சமயம் பூரா முகாம்தான். அடிகளார் கார், ஊர் எல்லையைக் கடந்ததுமே எல்லாம் மாறிப்போய்விடும். கல்யாணமானவர்கள் வீட்டுக்கும், பக்கத்து ஊர்க்காரர்கள் அவர்கள் ஊருக்கும், பிரம்மச்சாரி இளைஞர்கள் சினிமாவுக்கோ கள் குடிக்கவோவும் புறப்பட்டு விடுவார்கள்.

என் கதையைத் தெரிந்துகொண்டவர்களில் சிலர், "என்னய்யா இது அநியாயமாக இருக்கு. இந்த வயசில ஏன்யா சாமியாராகணும், எங்க போயும் பிழைச்சுக்கலாமே" என்று கேட்பார்கள்.

அன்றைக்கு அவர்கள் குழு, தோப்புக்குக் கிளம்பியது. என்னையும் கூட்டிக்கொண்டு போனார்கள். அங்கேதான் முதன்முதலாகக் கள் குடித்ததே. நான் குடிப்பதைப் பார்த்த நண்பர் ஒருவர், இது புதிது என்று நம்பவில்லை. பொய் சொல்வதாகக் கூறினார்.

மானேஜர் மூலம் எனக்குத் தெரிவிக்கப்பட்டிருந்தது- தினமும் மலைமேல் உள்ள முருகனைக் கும்பிட்டுவிட்டு வரவேண்டும். அதிகம் யாரிடமும் பழகவேண்டாம். இப்படி இப்படி. ஆனால், நான் அப்படியெல்லாம் இல்லை.

வேறு வேலைக்கு மாற்றினார்கள். ஆதின கேஷியர். அடிகளாரை நாளும் பார்க்கும்படி அமையும்.

நெளிவு சுழிவு தெரிந்தவர்கள் மட்டுமே அதில் இருக்க முடியும்.

எதற்கு முதலில் கொடுக்கவேண்டும், யாருக்கு முன்னுரிமை தரவேண்டும், பணம் இல்லாத சமயம் எப்படி சமாளிக்க வேண்டும் என்றெல்லாம் தெரிந்திருக்க வேண்டும். இல்லை என்று சொல்லக் கூடாது. தவிரவும், பணத்தைப் புழங்கியோ கொடுத்து வாங்கியோ எனக்குப் பழக்கமும் இல்லை.

இந்த வேலை நமக்குப் பொருத்தமில்லை என்று மட்டும் தெரிந்திருந்தது.

அடிகளாரைப் போய்ப் பார்த்தேன்.

இந்த வேலைதான் இருக்கிறது என்று சொன்னதும், ஊருக்குப் போகிறேன் என்று வந்துவிட்டேன்.

கல்யாணத்துக்குப் பிறகு வேலையில்லாமல் இருந்த சமயம்.

வேலை கேட்டு எழுதியிருந்தேன்.

வரச் சொல்லிப் பதில் வந்தது.

ஒரு அதிகாலையில் புறப்பட்டுப் போனேன்.

'மக்கள் சிந்தனை' மாதப் பத்திரிகைப் பொறுப்பு.

ப்ரூஃப் பார்ப்பது, பத்திரிகைகளை அனுப்பி வைப்பது, சந்தாதாரர்களுக்கு நினைவூட்டுமடல் எழுதுவது, அடிகளாரிடம் 'மேட்டர்' கேட்டு வாங்குவதும்தாம் வேலைகள்.

ஒரு முறை விமலாதித்தமாமல்லன் வந்து பார்த்தார்.

83 - ம் ஆண்டு என்று ஞாபகம்

இலங்கைத் தமிழர் பிரச்னை ஏற்பட்டிருந்த காலம்.

மதுரையில், 'இலக்கிய வெளிவட்டம்' சார்பில் ஒரு கருத்தரங்கு நடத்தினார்கள்.

மாமல்லன்கூட, பழ. நெடுமாறன் போராட்டத்தில் கலந்து கொள்ளவே வந்திருந்தார்.

'ஆகாசம் நீலநிறம்' முதல் தொகுப்பு தந்த கிளர்ச்சியில் திளைத்துக் கொண்டிருந்த நாள்கள் அவை.

இரண்டொரு முறை தென்காசி வந்து போனேன்.

சமயவேல், கோயில்பட்டிக்கு மாற்றல் வாங்கி வந்திருந்தார்.

அவரையும் தேவதச்சன், அப்பாஸ், கௌரிஷங்கரையும் பார்த்துவிட்டு வந்தேன்.

எல்லாம் சரியாகப் போய்க்கொண்டிருந்தது.

இப்படியே 'செட்டிலா'கிவிடலாம் போல இருக்கிறதே என்று சந்தோஷப்பட்டுக் கொண்டேன்.

ஸ்ரீ சண்முகநாதன் அச்சகம் என்ற ஆதின பிரஸ்ஸில்தான் பத்திரிகை வேலை.

எனக்கும் அங்கேதான் மேஜை, நாற்காலி, இருப்பு.

அந்த ஆண்டிலிருந்து மூன்றாண்டுக்கு அச்சகம் குத்தகைக்கு விடப்பட்டது. அச்சகத்தில் நிர்வாகப் பொறுப்பில் இருந்தவரே எடுத்திருந்தார். பத்திரிகையையும் அவரே பார்த்துக்கொள்வதாக ஏற்பாடு.

நூலக உதவியாளராக என்னை மாற்றியிருந்தார்கள். நல்ல வேலை என்று நினைத்து கொண்டேன்.

அடிகளாரின் நூலகம் மிகப் பெரியது. சைவ சித்தாந்த நூற்பதிப்புக் கழகத்திலிருந்து வாசகர் வட்ட நூல்கள் வரை உள்ளது. நிறையப் படிக்கலாம்.

இப்படி ஆயிரத்தொரு கனவுகளோடு போனேன், மறுநாள் காலை.

நூலகர். மரு. பரமகுரு நல்ல மனுஷன். மரபுவழிப்பட்ட இலக்கியத்தில் தேர்ந்தவர். அவரோடு ஒத்துப்போகும். ஒரு குழப்பமும் இராது.

அது முகூர்த்த மாதம். கையில் பன்னிரண்டு கல்யாணப் பத்திரிகைகள் கொடுத்தார், நூலகர். வாழ்த்து எழுதவேண்டும், அவ்வளவுக்கும். அதுவும், கூடுவிட்டுக் கூடுபாய்ந்து. அதாவது, அடிகளார்க்குப் பதில் நான். காலையில் நாலு வாழ்த்துகள். மதியச் சாப்பாட்டுக்குப் பிறகு நாலு. சாயுங்காலம் காபி, சிகரெட் பிடித்துவிட்டு வந்து மிச்சம்.

அனேகமாக, எல்லாமே ரெடிமேட் வாசகங்கள்தாம். அடுத்த நாளும் இதேபோலத்தான். மூன்றாவது நாளும் இப்படியே.

யோசித்துப் பார்த்தேன். முடிவெடுத்தேன். இந்த வேலை நமக்குச் சரிப்படாது. இப்படியென்றால்தான் சர்வீஸ் கமிஷன் எழுதி வேலை வாங்கியிருக்கலாமே.

ஒரு திருமண வாழ்த்தை மனசுநோக எழுதப்படாது.

தம்பதிகள் யார்.

தெரியாது.

அவர்களுக்கும் எனக்கும் எந்த சம்பந்தமும் கிடையாது.

பிறகு எதுக்கு.

இதுக்கு நான் ஆளில்லை.

வாழ்த்துவது ஸ்ரீல ஸ்ரீ குரு மகா சந்நிதானம்.

வாழ்த்துப் பெறுபவர்கள் அவருடைய அன்பர்கள்.

இடையில் நான் யார்.

என் வயிற்றுப்பாட்டுக்காக இப்படி ஒரு வேலையா.

விடிந்தது. போனேன். பரமகுருவிடம் சொன்னேன்.

"அவசரப்பட்டு முடிவெடுத்து விடாதீங்க" என்றார்.

"இல்ல, யோசிச்சுதான் செய்றேன்."

"வேற என்ன பண்ணுவீங்க."

"பாத்துக்கலாம். சாமி மேல இருக்கா?"

கிடுகிடுவென மாடி ஏறிப் போனேன். அடிகளாரிடம் பேசினேன். அவர் ஒன்றும் சொல்லவில்லை. உதவியாளரைக் கூப்பிட்டுவிட்டார். சம்பளப் பணம் கொடுத்தார்கள்.

உதகமண்டலம் மணிக்கண்ணனிடமிருந்து கடிதம் வந்திருந்தது. ஊட்டிக்குக் கூப்பிட்டுக் கொண்டிருந்தார்.

டி.எம்.நந்தலாலா அங்கேதான் டிபார்ம் படித்துக் கொண்டிருந்தார். பிரம்மராஜன் இருந்தார். அடுத்த நாள் காலையில் உதகையில் இருந்தேன்.

பிறகுபிறகும் அடிகளாரோடு நல்ல உறவு இருந்தது.

அவர் என்னைப் புரிந்து கொண்டிருப்பாரா.

'சௌந்தர சுகன்' நவம்பர் - 2003

மழைபோல மனிதர்கள்

முதன்முதலில் சென்னைக்கு வந்தது அப்பாவைத் தேடித்தான். பதினொரு வயது இருக்கும். 1958-ம் வருஷம் என்று ஞாபகம். மணியார்டர் கூப்பனில் இருந்த விலாசத்தை வைத்துக்கொண்டுதான் புறப்பட்டதே; கள்ள ரயில்தான். சின்ன வயதில், கஷ்டப்பட்ட காலத்தில், அநேக தரம் 'வித்தவுட்'டில் போயிருக்கிறேன், வந்திருக்கிறேன். ட்டி.ட்டி.ஆரிடம் பிடிபட்டால் இறக்கிவிடுவார்கள். சிறுபையன் என பாவம் பார்த்து விட்டுவிடுவதும் உண்டு. வண்டி கிளம்புகையில்தான், ஏறுவது. ஸ்டேஷன் வந்ததும், பின்பக்கமாக இறங்கி நின்றுகொள்வது, ட்டி.ட்டி.ஆரின் பூட்ஸ்கால்கள் தெரிகிறதா என்று பார்த்துக் கொண்டிருப்பது, லேடிஸ் கம்பார்ட்மெண்டில் போய் ஏறிக்கொள்வது, ட்டி.ட்டி.ஆர். வந்தால், அடுத்த பெட்டிக்கு - ஓடும் ரயிலிலேயே - தாவிச் சென்று விடுவது, கக்கூஸில் ஒளிந்து இருப்பது, இப்படி நிறைய உபாயங்கள் படித்து வைத்திருந்தேன். இவ்வளவு வித்தைகள் தெரிந்திருந்தும், அகப்பட்டு விட்டு, செவிட்டில் அறைவாங்கியிருக்கிறேன். அது என்னவோ தெரியவில்லை, கன்னத்தில் அடிக்கத்தான் வரும் அவர்களுக்கு. எத்தனையோ தடவை வழியிலேயே இறக்கிவிடப்பட்டு, நடந்துபோயிருக்கிறேன் அடுத்த ஸ்டேஷனுக்கு (பாஸஞ்சர் என்றால்). மெயில், எக்ஸ்பிரஸ் என்றால் அடுத்த டிரெய்ன் வருகிறவரைக்கும் பழியாய்க் காத்துக்கிடக்க வேண்டியதுதான். ஒருமுறை, பெண்கள் பெட்டியில், திருட்டுப்பயல் என்று நினைத்துக்கொண்டு பேசியிருக்கிறார்கள். எவ்வளவோ கசப்பான அனுபவங்கள். எல்லாமே சர்வ சாதாரணம்.

அந்தக் காலத்தில் சென்னை இல்லை, மெட்ராஸ். பட்டணம் போவது பெரிய காரியம், எங்கள் ஊரில்; மெட்ராஸ் போய்விட்டு வந்தவனை அதிசயமாய்ப் பார்ப்பார்கள். திருநெல்வேலியிலிருந்து பதினெட்டோ, இருபத்தொரு ரூபாயோதான் சார்ஜ். பட்டணம், ஜனங்களின் கனவு பூமி. "எம்.ஜி.ஆரைப் பாத்தியா, சிவாஜியைப் பாத்தியா?" என்றுதான் விசாரிப்பார்கள்.

அந்நாளைய சென்னை, எனக்குப் பிடித்த ஊர். எல்லோருக்குமே இனிய மாநகரமாகத்தான் இருந்திருக்கும். இப்போதுள்ளமாதிரி வாகன நெரிசல் இராது. ஜனக்கூட்டம் கிடையாது. பஸ்களில் உட்கார இருக்கை கிடைக்கும். மாம்பலம் மெயின் ரோடுகளில் மரங்கள் நிறைந்திருக்கும். நிறைய பங்களாக்களில், ஐயர் வீடுகளில், மாமரங்கள் நிற்கும். பஸ்ஸில் செல்வது என்பதே அபூர்வம். மாம்பலத்திலி

ருந்து மயிலாப்பூருக்கு நடந்து செல்வது நல்ல அனுபவம். புறநகர்ப் பகுதிகளே தோன்றியிருக்கவில்லை. வேஷ்டி கட்டியிருப்பவர்களைப் பார்க்க முடியும். ஓட்டல்களில் அருமையான சாப்பாடு போடுவார்கள்; இவ்வளவு ஆட்டோக்களெல்லாம் வந்திருக்கவில்லை. டாக்ஸிதான். வசதியுள்ளவர்கள் போவார்கள். முதலமைச்சரைப் பார்க்கமுடியும். படிப்புக்கு உதவி வேண்டி அப்படி காமராஜரைச் சந்தித்திருக்கிறேன். சத்யமூர்த்தி அறக்கட்டளையிலிருந்து உதவி செய்வார்கள்.

அப்போதைய மனசுக்கு மெட்ராஸில் முக்கியமான இடங்கள், கோடம்பாக்கம் சின்ன கேட், எம்.ஜி.ஆர். வீடு, சிவாஜி வீடு, என்.டி.ராமராவ் வீடு, ஜெமினி ஸ்டூடியோ, வாகினி ஸ்டூடியோ இதுபோலச் சிலதாம். ஆற்காடு சாலையில் இருப்பது பெரிய கேட். மாம்பலத்துக்கும் கோடம்பாக்கத்துக்கும் மத்தியில் சின்ன கேட். அது என்னவோ, சினிமா நடிகர்கள் கார் இந்த வழியாகத்தான் போகும். அவர்களைப் பார்ப்பதற்காகவே எப்பொழுதும் காலையில் ஒரு கூட்டம் காத்துக் கிடக்கும். ஒரு குறிப்பிட்ட நேரத்தில், கொஞ்ச நேர இடைவெளியில், அடுத்தடுத்து, சிவாஜி, எம்.ஜி.ஆர்., எஸ்.எஸ்.ஆர்., எம்.ஆர்.ராதா, டி.எஸ். பாலையா, ஏ. கருணாநிதி, கே.ஏ. தங்கவேலு, சாவித்ரி, பத்மினி யாராவது வந்து கொண்டிருப்பார்கள். ரயில்வே கேட் அடைத்திருந்தால், ரசிகர்களுக்குக் கொண்டாட்டம்தான். நடிக - நடிகையரும் மக்களின் உள்ளத்தைப் புரிந்துகொண்டு நடந்துகொள்வார்கள்.

எல்லாம் ஏதோ சொல்லி வைத்தமாதிரி நிகழும். நடிகர்கள் யாருமே பந்தா காட்டியதில்லை. விசிறிகளும் நாகரிகமாகவே இருப்பார்கள். வண்டியைப் பார்த்ததுமே யார் என்று சொல்லிவிடுவார்கள். வண்டி நம்பர் கண்ணில் பட்டதுமே உற்சாகமாகி விடுவார்கள். நிறைய நாள்கள் நான் இந்த ரசிகர் கூட்டத்தில் ஒருவனாய் நின்றிருக்கிறேன். நடிகர்களைப் பார்த்து சந்தோஷப்பட்டிருக்கிறேன்.

அப்பா, பழைய மாம்பலத்தில்தான் இருந்தார்கள். ஜூனியர் ஆர்ட்டிஸ்ட். வக்கீல் ('இருவர் உள்ளம்') ட்டிட்டி ஆர். ('ஆடிப்பெருக்கு') போலீஸ் ('கப்பலோட்டிய தமிழன்') இந்த மாதிரி 'எக்ஸ்ட்ரா' வேஷங்கள். சிரமமான வாழ்க்கைதான். கூட இரண்டாவது குடும்பம். அவர்களும் ஜூனியர் ஆர்ட்டிஸ்ட்.

பழைய மாம்பலம், அந்நாளில் சின்ன ஊர் போலத்தான் இருக்கும். கிழக்கே, தியாகராயநகர். மாம்பலம் என்றுதான் சொல்வார்கள். நடுவே

ரயில்வே கேட். இடது முனையில் சாரதா ஸ்கூல். கோதண்டராமர் கோயில் தெரு, கார்ப்பரேஷன் ஸ்கூல். அப்படியே வந்தால் கொஞ்சம் கடைகள், ஒரு மார்க்கெட், சங்கரமடம், பெருமாள்கோயில், ஒரு குளம், 'ட' மாதிரி எல்லையம்மன்கோயில் தெரு, காந்தி தெரு. ஒரு ஓடை தாண்டினால், ஆர்யக்கவுடர் சாலை, ஏரிக்கரை ரோடு, நாயக்கமார் தெரு இப்படி. மழைக்காலத்தில் அநேக இடங்கள் தண்ணீர் நிரம்பிக் கிடக்கும். நிறையக் குளங்கள். பலசரக்குக் கடைகளெல்லாம் திருநெல்வேலிப் பக்கத்துக்காரர்கள்தாம். 'நாடார் கடை' ஒரு தியேட்டர்; 'நேஷனல் தியேட்டர்.' அதுக்குப் பக்கம், துலுக்கானத்தம்மன் கோயில். நல்லான்குப்பம், ஜாபர்கான்பேட்டை, கொய்யாத்தோப்பு எல்லாம் அண்டையில் உள்ள பகுதிகள். வன்னியர் சமூகம்தான் பூர்வகுடியினர். பார்ப்பனர்கள் பெரும்பான்மையாக வந்து இருந்தார்கள். போஸ்டல் காலனி பிறகு வந்தது. அதையொட்டி அசோக்நகர். ஸ்ரீநிவாசா தியேட்டர் தோன்றியது. மிக மெதுவாகத்தான் மேற்கு மாம்பலம் வளர்ந்தது. கொஞ்சம் கொஞ்சமாகத்தான் மாறியது.

குளத்துக்கு எதிரே, வடக்கு முனையில், கிழக்கு பார்த்த வீடு. வீட்டுக்கார ஆயா நிரம்ப நல்ல மனுஷி. இரண்டு மகள். ருக்கம்மா, பேபியம்மா. பெரிய மகள் மாநகராட்சி மருத்துவமனையில் செவிலித் தாய். திருமணம் செய்து கொள்ளவில்லை. சின்ன மகளுக்கு கல்யாணமாகி ஒரு பையன், ஒரு பெண்.

நாங்கள் வீட்டுக்கார ஆயா ஆதரவில்தான் இருந்தோம். சின்னவனுக்கு நாலு வயது. பெரிய தம்பி படிக்கவில்லை. நான் மாம்பலத்தில் ஒரு மெத்தைக் கடையில் வேலை பார்த்தேன். தம்பிதான் சேர்த்துவிட்டது. அம்மா, ஐயர் வீடுகளில் பத்துப் பாத்திரம் கழுவுவது, முறைவாசல் செய்வது, துணி துவைப்பது என்று வீட்டு வேலை செய்வாள். அக்காவும் கூடமாட ஒத்தாசை செய்வாள். பிறகுதான் ஈ.எஸ்.எல்.சி. முடித்தால் டீச்சர் ட்ரெய்னிங்கில் சேரலாம் என்று சாரதா ஸ்கூலில் சேர்த்துவிட்டது.

எனக்குக் காலையில் நாஸ்தாவுக்குக் காசு கொடுத்து விடுவார்கள். மத்யானம் வீட்டுக்குப் போய் சாப்பிட்டுவிட்டு வருவேன். வேலை அதிகம் ஒன்றும் இல்லை. யாராவது பெரிய மனிதர்கள் வந்து தலையணை வாங்கினால் காரில் கொண்டுபோய் வைக்க வேண்டியது, டீ வாங்கிக் கொண்டு வருவது, சின்ன முதலாளிக்குச் சாப்பாடு எடுத்துக் கொண்டு வருவது, கடையைப் பார்த்துக் கொள்வது இவ்வளவுதாம்.

பக்கத்திலிருந்த ட்ரை க்ளீனர்ஸில் சம்பளம் கூடுதலாகத் தருவதாகச் சொன்னார்கள். அங்கே போய்ச் சேர்ந்தேன். வாடிக்கையாளர்கள் கொண்டு வரும் துணிகளைப் பிரித்து பில்போடும் முதலாளியிடம் சொல்வது, வி.ஐ.பி. வீடுகளுக்குப் போய் அழுக்கு எடுத்து வருவது, முதலாளி வீட்டில் போய் சாப்பாடு வாங்கி வருவது இந்தமாதிரி வேலைகள். பெரிய வீடுகளில் போடும் துணியில், பேண்ட் - ஷர்ட்களில், சமயங்களில் ஐந்து, பத்து சில்லரை கிடைக்கும். அது பெரும் பாக்கியம்.

பிறகு, பழைய இரும்புக்கடை. படிப்பைப்பற்றி யோசிக்கக்கூட முடியவில்லை. எலிஸபெத் ராணியின் இந்திய விஜயம் என் வாழ்க்கையில் ஒரு திருப்புமுனை ஏற்படுத்தியது. முதலாளி சொல்லியும் கேளாமல், வேலைக்கு மட்டம் போட்டுவிட்டு, ராணியைப் பார்க்கப் போய்விட்டேன். அவர் கோபப்பட்டு, கன்னத்தில் ஓர் அறைவிட்டார். கடையிலிருந்து நின்றுவிட்டேன்.

காமராஜர் ஆட்சியில் மதிய உணவுத் திட்டம் வந்திருந்தது. இலவசக் கல்வி. இந்த இரண்டும் இல்லாவிட்டால், படிப்பைத் தொடர்ந்திருப்பேன் என்று சொல்லமுடியாது. வீட்டுக்கார ஆயாவும் ருக்கம்மாவும் ‘சப்போர்ட்’டாக இருந்தார்கள்.

கல்லிடைக்குறிச்சி ஊரில் வாழ வழியில்லை. நூறு அப்பளம் போட்டால் முக்காலணா. அம்மாவும் அக்காவும் எப்படித்தான் ஆயிரம் அப்பளம் இடுவார்களோ. குடும்பமே சென்னைக்கு வந்தது. பட்டணம் வராமல் இருந்திருந்தால் செத்தே போயிருப்போம். எப்படியோ பிழைத்துக் கொண்டோம். சின்ன வயதில் ஒத்தையில் ஊர்விட்டு ஊர் போனதெல்லாம் இப்பொழுது நினைத்துப் பார்த்தால் ஆச்சரியமாகவே இருக்கிறது.

கார்ப்பரேஷன் ஸ்கூலுக்கு அம்மாதான் கூட்டிக்கொண்டு போனாள். 13 வயது எனக்கு. என்னுடைய பள்ளிச் சான்றிதழ், நேர்ந்த குழப்பங்களில், தொலைந்துபோய் மறுபடியும் கல்லிடைக்குறிச்சிபோய் நகல் வாங்கிக் கொண்டு வந்திருந்தேன். தலைமையாசிரியர் மாற்றல் சான்றிதழைப் பார்த்துவிட்டுச் சொன்னார், “டூப்ளிகேட் சர்டிபிகேட்ட வச்சு சேத்துக்க முடியாதேம்மா.” அம்மாவுக்கு ஒன்றும் புரியவில்லை. என்ன செய்ய என்று தெரியவில்லை. எவ்வளவோ கெஞ்சிக் கேட்டுப் பார்த்தோம். “நான் ஒண்ணும் செய்ய முடியாது. மேலதிகாரிக்குப் பதில் சொல்லணும்” என்று கூறிவிட்டார். ஏமாற்றத்துடன் திரும்பி வந்தோம். அம்மாதான் சமாதானம் சொன்னாள், “பொறுமையா இரு. ருக்கம்மா வந்ததும் கேட்போம். அது ஏதாவது வழி சொல்லும்.”

ருக்கம்மா சமயங்களில் நேரமிருந்தால் மதியம் சாப்பிட வருவார்கள். இல்லையென்றால், சாயங்காலம்தான். வந்ததும் கேட்டார்கள். “என்னப்பா, ஸ்கூல்ல சேந்தாச்சா.” அம்மா விவரம் சொன்னாள். “என்ன லக்ஷ்மிம்மா சொல்றாங்க, ஒரிஜினல் சர்டிபிகேட் தொலைஞ்சிடுச் சுன்னா படிக்க முடியாதாமா. இது என்ன கதையா இருக்கு” என்ற வர்கள், என்னைப் பார்த்து, ‘நீ வாப்பா. கவுன்சிலரண்ட போய்க் கேட்போம்” என்று கூட்டிக்கொண்டு போனார்கள்.

தி.மு.க. கவுன்சிலர். சைக்கிள்கடை வைத்திருந்தார். பள்ளிக்கூடம் திரும்புகிற முனை. தேர்முட்டி. கன்னியப்பன் என்று நினைவு. கடையில் தான் இருந்து கொண்டிருப்பார், எப்பொழுதும். கட்சிக்காரர்கள் கூட்டம் நிறைந்திருக்கும். நல்ல மனுஷன். சுமாரான உயரம். ஒல்லியும் இல்லை, தடிமனும் இல்லை. வேஷ்டி - சந்தன கலர் சில்க் ஜிப்பா.

ஆயா வீடு, பரம்பரை பரம்பரையாக உள்ளது. மேற்கு மாம்பலத்திலேயே அவர்களுக்குத் தனி செல்வாக்கு, மரியாதை. ருக்கம்மாவும் ஒரு நல்லது கெட்டதுக்கு முன்வந்து நிற்கக்கூடியவர்கள். எந்த இடத்திலும் மதிப்புதான்.

கவுன்சிலர் எழுந்து நின்று வரவேற்று, விஷயத்தைக் கேட்டுக் கொண்டார். “அது என்ன அப்டி சொன்னாங்க; நா. சேத்து விட்டுர்றேன். பையன காலைல பத்து மணிபோல அனுப்பிச்சு வைங்க. நீங்க இதுக்குன்னு அலையவேண்டாம்” என்று நம்பிக்கையாகச் சொன்னார்.

“சரி, கன்னியப்பா. பையனைச் சேத்து விட்டிரு. நான் காலையிலேயே வேலைக்குப் போயிடுவேன். அவன்தான் வருவான்” என்று உத்தரவு போட்டதுபோலச் சொல்லிவிட்டு வந்தார்கள்.

மறுநாள் காலை. தலைமையாசிரியரிடம் கூட்டிக்கொண்டு போனார். சௌமிய நாராயணன்; ஐயங்கார். நெற்றியில் நாமம். தழையத்தழையக் கட்டிய எட்டு முழ வேஷ்டி. வெள்ளை பாப்ளின் முழுக்கைச் சட்டை. மூக்குக் கண்ணாடி.

“என்னங்க இது, டூப்ளிக்கேட் சர்டிபிகேட்னு சொல்லி, பையனை சேக்க முடியாதுன்னுட்டீங்களாம்.” உரிமையுடன் கேட்டார் கவுன்சிலர்.

“இல்லீங்க, டெப்டி இன்ஸ்பெக்டர் கேட்பாரு.”

"அப்ப, ஒரிஜினல் தொலைஞ்சிடுச்சுன்னா என்ன பண்றது, படிக்கவே முடியாதா. அதுக்கு ஏதாவது வழியிருக்கணுமே."

"செய்யலாம், செய்யலாம். நீங்க உங்க லெட்டர் பேடில - ரெக்கமெண்ட் பண்ணி - எழுதிக் குடுங்க. அத வச்சே சேத்துக்கிடலாம். நாளைக்கு என்னை ஏதாவது கேட்டாங்கன்னா பதில் சொல்லணும் இல்ல."

"பையன்ட்டேயே கொடுத்து விடறேன். வரட்டுமா. நன்றி."

அன்றைக்கு ருக்கம்மாவும் மாநகராட்சி உறுப்பினரும் தலையிட்டுச் சேர்த்துவிடவில்லையென்றால் என்ன ஆகியிருக்கும்.

தமிழகம், ஒரு கவிஞனைத் தவறவிட்டிருக்கும்.

அந்த தி.மு.க கவுன்சிலருக்கு என்னைத் தெரியாது. அவர் எனக்காக மெனக்கிட்டு வந்து தலைமையாசிரியரைப் பார்த்துப் பேசி, பள்ளியில் சேர்த்துவிட்டது பெரிய காரியம். அந்நாளைய திராவிட இயக்கத்தினர் எல்லோருமே இப்படித்தான் இருந்தார்கள். அவர் ஓர் உதாரணம்தான்.

இந்த நன்றியுணர்வுதான் தி.மு.க மீதான மனச் சாய்வுக்குக் காரணம். வாக்குரிமை பெற்ற பிறகு, நடந்த தேர்தலில் தி.மு.க.வுக்குத்தான் ஓட்டுப் போட்டேன்.

'சௌந்தர சுகன்' நவம்பர் - 2003

ருத்ரபூமி
(காசி நாள்குறிப்பு)

நீண்ட காலத்துக்குப் பிறகு நாள்குறிப்பு

26-10-2009 காலையில் 7.30 மணிக்கு வாரணாசியில் வந்து இறங்கினோம். வழியில், நள்ளிரவுக்குப்பின் சரியான பனி. முதல்நாள் இரவு பட்ட அனுபவத்தில் நேற்று சிவசங்கரிடமிருந்து போர்வையை வாங்கிக்கொண்டேன். பகல் முழுக்க ஜன்னலோரமாக இருந்து வெளியில் பார்த்துக்கொண்டே வந்தேன். இந்தியாவின் நிலவியல் காட்சி கவனிப்புக்குரியது. காடுகள், மலைகள், ஆறுகள், கரிசல்பூமி, செவல்காடு, வயல்வெளி இப்படி வெவ்வேறு நிலப்பரப்பை வேறெங்கும் காணமுடியுமா, தெரியவில்லை. இதேபோல, பறவைகள், பிராணிகளும் அநேக வகைகள்தாம். அதிகாலையிலும் அந்தியிலும்தாம் பறவைகள் வலசைபோவதைப் பார்க்க முடியும். பிராணிகள் அவ்வளவாகப் பார்க்கக் கிடைக்கா(து), ரயில் பிரயாணத்தின்போது. ஆனால், அது ஒரு குறையாகவும் தோற்றுவதில்லை, ஏனோ.

விசால ஆந்திரா, மகாராஷ்டிரா, மத்யபிரதேஷ் கடந்து உத்ரபிரதேஷ். முப்பத்தெட்டு மணி நேரம். இரண்டு இரவு, ஒரு பகல். என்னவோ அலுப்பாக இல்லை. சாப்பாடு, தூக்கம் எதுவும் குறைவில்லை. வெவ்வேறு இன மக்கள்; எனில் பேதம் தெரியவில்லை. உள்ளபடியேயும், ஏக இந்தியாதானோ.

வண்டியிலேயே யோசித்து வைத்திருந்தேன். இந்த முறை காசியில் / கங்கையில் இந்த மூன்றையும் விட்டுவிடுவதென்று; குடியை, கவிதையை, கூட்டங்களுக்குப் போவதை. திரும்பத்திரும்ப யோசித்துப்பார்த்தே முடிவெடுத்தேன். இந்த மூன்றுமே விட்டுவிட வேண்டியவைதாம் என்று உறுதிப்பட்டது. விடுதலறியா விருப்புக்கொண்டிருப்பனவற்றை விடுவதே பெரிய விஷயம்.

எவ்வளவு காலமாகக் குடித்துக்கொண்டிருக்கிறோம், போதும்; எவ்வளவு காலமாகக் கவிதை எழுதிக்கொண்டிருக்கிறோம், போதும், போதும்; எவ்வளவு காலமாக இலக்கியக்கூட்டங்களுக்குப்போய் வந்து கொண்டிருக்கிறோம்; போதும், போதும், போதும்.

புறப்படுகிற அன்று மதியம் பேசிய சி. மோகன்கூடச் சொன்னார், ''அண்ணாச்சி, காசியில் குடியை விட்டுவிட்டு வந்துவிடுங்கள்''. தெய்வமாய்ப் பார்த்துச் சொன்னதுபோல இருந்தது. விஷயம் தெரிந்ததும் சந்தோஷப்படுவார். நிறையப் பேர் சந்தோஷப்படுவார்கள். எனக்கேகூட சந்தோஷம்தான்.

குடியைக் கங்கையில்தான் விடவும் முடியும்போல. இனி, கங்கைத்தாய் பார்த்துக்கொள்வாள்.

கவிதை எழுதுவதை விடுவதில் கொஞ்சம் தயக்கம் இருந்ததுதான். ஆழ்ந்து சிந்திக்கையில், அதுவும் சரிதான் என்றே உறுதியாயிற்று. கவிதையை விட்டால்தான் சிறுகதைக்கோ நாவலுக்கோ போகமுடியும். இதற்காகவும் எவ்வளவோ பேர் சந்தோஷப்படுவார்கள். நானேயும் சந்தோஷப்படுகிறேன்.

காசி கிளம்புகிற நாளில், நான்கு வரிகள் தோன்றின; புஸ்தகங்களின்மீது ஆசைகொண்ட ஒருவர், படிக்கிறமாதிரி தெரியவில்லை; "புஸ்தகம் / படிக்கத்தான்; யோனி / புழங்கத்தான்" என்று மனசில் குறித்துவைத்துக்கொண்டேன்.

காசியில், ஒரு 'பார்'க்குப் போய், கடைசியாய்க் குடித்துவிட்டு, கடைசிக்கவிதையை எழுதலாம் என்றும் தோன்றியது; காசியில் போய்க் குடிப்பதா எனவும். இந்தமாதிரி நாடகியமாக்க வேண்டாம் எனவும் தோன்றிற்று.

சமீபகாலமாகவே கூட்டங்களுக்கொன்றும் அதிகமாகப் போவதில்லை. கடைசியாகப் போனது, கவிஞர் தேவேந்திரபூபதி நடத்திய, 'கடவு' விழா. அம்மாவின் மரணம் ஏற்படுத்தியிருந்த வேதனையில் குடித்துக்கொண்டேயிருந்த நாள்கள் அவை. குடித்துவிட்டுக் கூட்டங்களில் கலந்துகொள்வது முறையில்லைதான். இனி, இந்த இரண்டுமே நிகழா(து).

நிலையத்துக்கு வெளியில் வந்ததும். சிகரெட்தான் பற்ற வைத்ததே. வண்டியில் பிடிக்கவேயில்லை; இப்படி இருக்கமுடியுமா என்று பரீக்ஷித்துப் பார்த்தேன்; முடியும். ஆட்டோக்காரர் ஐம்பது கேட்டார் கேதாார்காட் ஸ்ரீகுமாரசுவாமிமடத்துக்கு; நாற்பது ரூபாய் பேசினேன். நாற்பத்தைந்து என்றார். பாக்கெட்டிலிருந்து ஒரு சிகரெட்டை எடுத்து நீட்டினேன். ஃபாரின் 555. தீபாவளியையொட்டி இரண்டு ஷர்ட்,

இரண்டு ஸ்வீட் பாக்கெட்டோடு, ஒரு பண்டல் 555-ம் அன்பளிப்புத் தந்திருந்தார், புதுமைப்பித்தன் பதிப்பகம் மு. நடராஜன்.

கங்கையில் தண்ணீர் அளவாக ஓடிக்கொண்டிருக்கிறது. நிரம்ப நாள்களுக்கு அப்புறம் ஆற்றில் துணிதுவைத்துக் குளிக்கிற சந்தர்ப்பம்.

பத்து நாள் தங்குவதற்கு முன் பணம் ரூ. 1,500; இதற்காகவே வேஷ்டியில் முடிந்து வைத்திருந்ததுமாதிரி இருந்தது. கடந்த முறை வாடகை, ரூ.120. மூன்று வருஷத்தில் முப்பது ரூபாய் கூட்டியிருப்பது சரிதான். வந்து சேர்ந்துவிட்ட தகவலைச் சின்னவனிடம் சொல்லி விட்டோம். பெரியவனிடம், ஐந்தாம் தேதி வாக்கில், திரும்புவதற்கு முன்பதிவுக்கு உறுதிப்படுத்தினோம். பணம் வேண்டியிருந்தால், சொல்லச் சொன்னான்.

நடந்தே வந்துவிட்டோம், கோயிலுக்கு. திங்கள்கிழமை கூட்டம் இருக்குமென்றார்கள், மடத்தில். இரண்டு மணி நேரம் வரிசையில் நின்று ஸ்ரீவிஸ்வநாதரைக் கும்பிட்டாயிற்று; பிறகு ஸ்ரீஅன்னபூர்ணி, ஸ்ரீவிசாலாக்ஷி.

மதியசாப்பாட்டுக்கு மூன்றரை மணியாகிவிட்டது. சிறு தூக்கம். இரண்டு வாரத்துக்குமுன் போதையில் விழுந்து அடிபட்டுப் புண்ணாகியிருந்ததை அலட்சியமாகவிட்டிருந்ததில், வலதுகால் பெருவிரல் பக்கம் வீக்கம்கண்டு காலூன்ற முடியவில்லை. டாக்டரிடம் காண்பித்துவிட்டு வந்தது. மருந்துக்கடையில் இருக்கையில், இலக்கியவாசகர் சரவணகுமாரிடமிருந்து செல், "பணம் வேண்டு மானால், தெரியபடுத்துங்கள்" என்று. நல்ல சகுனம்.

பெரியதம்பி மகனிடம் பணம்போடச் சொல்லிவிட்டு, கங்கைக்கரையில் அமர்ந்து வேடிக்கைபார்த்துவிட்டு, இரவை / நாளைப் பூர்த்திசெய்தாயிற்று. இந்த நாள் இனிய நாள்தானே. இவ்வளவு போதும்.

27.10.2009

இன்றைக்கு ராகு / கேதுப் பெயர்ச்சி. காலையில் வழமைபோலக் கங்கையிலேயே குளித்தாயிற்று. சிவா, எண்ணெய் பாட்டிலைக் கேட்டான். அறை முழுக்கத் தேடியும் காணவில்லை. அலமாரியில் இல்லை. காலையில்தான் பெருக்கியது; தரையில் எங்கும் இருக்க

முடியாது. எங்கே போயிருக்கும். பிடிபடவில்லை. நேற்றைக்கு எங்கே வைத்தோம். மேல்புற ஜன்னல் சுவரோரம்தான். பிறகு? வெளியேபோகையில் ஜன்னலைத் திறந்துபோட்டுவிட்டுப் போனது ஞாபகம் வந்தது. எதிர் சுவர் மீதிருந்து குரங்குதான் இழுத்துப் போட்டிருக்க வேண்டும். கீழே பழைய இரும்புத் தளவாடச் சாமான்கள், மரப்பொருள்கள் குவியலாக - 'குடோன்' மாதிரி - கிடந்தன. நிச்சயம், குரங்கு எடுத்துச் சென்றிருக்க முடியாது; கீழேதான் போட்டிருக்கும்.

முடுக்கு வழியாகப் போய்ப் பார்த்தால் கிடந்தது. நல்ல தமாஷாகத்தான் இருக்கிறது.

பதினொரு மணிவாக்கில் காலபைரவர் கோயில். பெரியமனுஷி ஒருத்தி கடையில் - செருப்பு விடுவதற்காக - தீபத்துக்கு எண்ணெயும் மாலையும் எட்டு ரூபாய். முப்பது ரூபாய் நியாயமாக வாங்கிய சைக்கிள் ரிக்ஷாக்காரர்க்கு ஒரு 555.

சிவன் விக்கிரகம் இருந்த இடத்தில் இருந்த 'பண்டா' தான் ஏமாற்றிவிட்டார். இரண்டு பேர் நெற்றியிலும் குங்குமத்தைத் தீற்றிவிட்டதற்கு, சிவாவிடம் சில்லரை இல்லையென்று, நூறு ரூபாய்த் தாளை எடுத்துக் கொடுத்தால், ஐம்பது தருகிறார். திரும்பப் பத்து, இன்னொரு பத்து, முப்பது ரூபாய் எடுத்துக்கொண்டார். காசியில் இந்தக் குங்குமம் வைப்பது, கயிறு கட்டுவது என்று பண்டாக்கள் முன்வந்தால், கையை உயர்த்தி மறுத்துவிடுவதுதான் வழக்கம். பத்து, இருபது என்றால் பழுதில்லை. கூடுதலாகும்போது, சங்கடமாக இருக்கும். பார்ப்பனர்களுக்குச் செய்வது குருப்ரீதிதான்; ஆனால், ஏமாற்றப்படுகையில்?

அங்கிருந்து சைக்கிள் ரிக்ஷா, பிறகு இரண்டு ஷேர் ஆட்டோ மூலம் காசி அரண்மனை; இப்போது மியூஸியம். சாரட்டுகள், பல்லக்குகள், மூடுபல்லக்குகள், விதவிதமான கார்கள், வாள்கள், ஈட்டிகள், கத்திகள், கேடயங்கள், சிம்மாசனங்கள், கடிகாரங்கள், பாடம் செய்யப்பட்ட கரடி, புலி, முதலை, ஆடைகள் - எல்லாமே பதினெட்டாம் நூற்றாண்டு நடு, பத்தொன்பதாம் நூற்றாண்டு ஆரம்ப காலத்தவை. இங்கிலாந்து, அமெரிக்கா நாட்டிலும் உண்டு.

கங்கையின் கீழ்க்கரையில், அரண்மனையின் பின்புறம், வியாஸ லிங்கம்- பூஜையின்றி.

வாழ்ந்திருக்கிறார்கள்; அமோகமாக, என்ன செழிப்பு, என்ன ஆடம்பரம். பெரிய அரண்மனை என்று சொல்ல முடியாது. ஆனால் அம்சமாக இருக்கிறது.

சாயங்காலம் அப்படியே துர்க்கை, ஆஞ்சநேயர் கோயில்கள்; இரவு, கங்காபூஜா.

சிவா, காலையில் எனக்கு முன்பாகவே எழுந்துவிட்டவன், வெளியில் சென்று போட்டோ எடுத்து வந்தான். அரண்மனையில் போட்டோ எடுக்கத் தடை; கங்காபூஜா எடுத்திருக்கிறான்.

சந்தோஷ் பேசினான்.

ஒரு ஹேண்ட் - பேக்கும் (ரூ.50/-)காசித்துண்டும் (ரூ.40/-) வாங்கினேன்; துண்டுக்காரர் ரூ.15/- போல ஏமாற்றியிருக்கிறார் என்பது பின்னால் தெரிந்தது.

28.10.2009

நாள்குறிப்பு எழுதுவதை ஏன் விட்டுவிட்டோம். சலிப்பு. எழுதினால் சில விஷயங்கள், சில நினைவுகள், சில தகவல்கள் தங்கும். பிறகொரு நாள் எடுத்துப்பார்க்கையில் சுவாரஸ்யமாக இருக்கும். ஆனாலும் அதில் ஒரு மெனக்கெடல் இருக்கிறது.

காலையில் சாரநாத் போகலாம் என்று திட்டம். ஆட்டோவுக்கு ரூ.130/- பேசியது. வழியில், ஒரு லாரி பிரேக்-டவுணாகி நின்றதனால், ட்ராஃபிக்-ஜாம். காசியில் எப்பொழுதுமே டிராஃபிக் பிராப்ளம்தான். ஜனங்கள் கொஞ்சம்கூட அலட்டிக் கொள்வதில்லை, அதற்கெல்லாம். நிரம்பப் பொறுமைசாலிகள். சுற்றிப் போனதால் ரூ.180/-.

முதலில், தர்மபாலா கட்டிவைத்த புத்தர்கோயில். புத்த விக்ரகம் அழகு. சுவரில் வரைந்திருக்கும் ஓவியங்களும் நன்றாகத்தாம் இருந்தன.

மியூஸியத்தில் எண்ணற்ற புத்தர்கள். சஹஸ்ர புத்தாவே இரண்டு. ஒன்றைப்போல இன்னொன்று இல்லை. புத்தர், ஞானியின் அழகோடுதான் இருந்திருப்பார். சாந்தம் கொண்டு வரும் அழகு. ஞானம் கனிவித்த பேரழகு. எல்லாமே சிற்பி செய்த மாயங்கள்.

அசோகஸ்தூபிதான் வாயிலுக்கு எதிரே. அப்படி ஒரு கம்பீரத்தை வேறெதில் பார்க்க முடியும். மியூஸியத்தில் உள்ள எல்லாமே சாரநாத் புத்தவிஹார்களில் கண்டெடுக்கப்பட்டவைதாம்.

சாரநாத்தில்தான் புத்தர் முதன்முதலில் ஞானோபதேசம் செய்கிறார். மிகப்பெரிய புத்த மடாலயங்கள் இருந்திருக்கின்றன. காலகதியில், இடிபாடுகளாக இருக்கின்றன.

ஜப்பானிய இளைஞன் ஒருவன் அறிமுகமானான். ஜர்னலிஸம் படிப்பதாகச் சொன்னான். கவிஞனென்றதும் குறிப்பேட்டைத் தந்து கவிதை எழுதித்தரச் சொன்னான். "போன வருஷச் சாரலுக்கு" எழுதிக்கொடுத்தேன். சேர்ந்து போட்டோ எடுக்க ஆசைப்பட்டான். 'Priest' - ஆ என்று கேட்டான். ஜென் கவிதைகள் தமிழில் வந்திருக்கின்றன என்பதை, இலக்கிய உலகில் கவபட்டாவைத் தெரியும் என்பதைச் சொன்னேன். சிவா, ஜப்பானியப் படங்கள் குறித்துப் பேசிக்கொண்டிருந்தான். மதியம், சேர்ந்து சாப்பிட்டோம். சிவாதான் பணம் கொடுத்தான்.

1008-வது தீர்த்தங்கரரின் கோயில் (பிறந்த இடம்) போய் வழிபட்டோம். இன்னொரு புத்தர்-கோயில் விக்ரகங்கள் அவ்வளவு சரியில்லை. விசனத்தில் இருப்பதுமாதிரி இருந்தன.

ஒரு பையன் வற்புறுத்தியதில், இருபது ரூபாய்க்கு 'டெர்ரகோட்டா' புத்தர் சிலை வாங்கினேன். நூறு ரூபாயில் சைக்கிள் ரிக்ஷாவில் திரும்பினோம்.

யார் அனுப்பினார்களென்று தெரியவில்லை. ஆயிரம் ரூபாய் வந்திருக்கிறது. கரூர் ப. முருகேசனும் கவிஞர் தேவேந்திரபூபதியும் தம்பிமகனும் சொல்லியிருந்தார்கள். ('மருதா' பாலகுருசாமி.)

29.10.2009

கடந்த முறை வந்திருந்தபோது மழைவெள்ளம், சேறு கலக்கியதுமாதிரி ஆறு அடைக்க, இரண்டொரு நாள் மெலிதாக மழைகூட இருந்தது. பணத்தைக் கருதிப் படகில் போவதைக் கடைசியில் வைத்துக்கொண்டோம். நதி இழுப்புக்காகக் கரையோரம் போகாது. எதிர்புறமாகப் போய்த்தான் படகைச் செலுத்திக்கொண்டு போனார்கள். கரைப்பக்கமாகப் போனால்தான் காசிநகரை உள்ளபடி போட்டோ எடுக்க முடியும். அக்கரை போட்டோதான் வாய்த்தது.

இந்த முறை பாதி ஆற்றுத் தண்ணீர்தான். சிவா, நல்ல காமிராமேன். காலையில் போட்டோ செஷன் வைத்துக்கொள்வது என்று திட்டமிட்டிருந்தோம்.

நாலரை மணிக்கே விழிப்புத் தட்டிவிட்டது. ஸ்ரீகுமாரசுவாமி மடம், கோட்டைமாதிரி. பூட்டிவிடுவார்கள். வாட்ச்மேன்க்குக் குரல்கொடுத்தால் போதும், திறந்துவிடுவார். நல்ல பனி. இந்த அதிகாலையிலும் கங்கைக்குப் போகிறவர்களைப் பார்க்கலாம். கேதார்காட் அஞ்சலக மேடையில், ஒரு நாய் சாக்குப் பைக்குள் தூங்கிக்கொண்டிருக்கிறது. சிவாவிடம் வந்து சொன்னேன், போட்டோ எடுக்க.

மடத்திலேயே குளியல். பனிமூட்டத்தில் சூரியனின் வருகை பிந்துகிறது. போட்காரர், போகலாமா போகலாமா என்கிறார். 6.45க்கு சூரிய உதயம். ஒரு மணி நேரத்துக்கு வாடகை ரூ.200/-; ஒன்றரை மணி நேரத்துக்கு அதே தொகைக்குப் பேசினோம்; படகோட்டி, நல்ல மனுஷன்.

வடக்கே கொஞ்சதூரம் போய்விட்டுத் தெற்குக் கடைசிவரை சென்று, மூன்று ரோல் எடுத்தோம். கரையில் இருந்து ஆற்றைப் பார்ப்பது இயல்பானது; படகில் இருந்து கரையைப் பார்ப்பது புனைவு போலானது. கரையோரம் பூராவும், ராஜாக்கள் வந்தால் தங்கும் பங்களாக்கள்- பிரம்மாண்டமாய். காசி நகரை இவைதாம் அழகாகக் காட்டுகின்றனவோ. படித்துறை முழுக்க ஜனங்கள்.

ஹரிச்சந்திரா காட் பக்கம், தெருச்சாக்கடை வந்து கலப்பது கண்ணில் படுகிறது. மணிகர்ணிகா காட் மயானபூமியின் சாம்பலெல்லாம் கங்கையில்தான் கொட்டப்படுகிறது. ஒரு சடலத்தைக் கங்கையிலேயே விட்டுவிட, முழுதும் துணிசுற்றிக் கல்லைக் கட்டி இறக்கச் சுற்றத்தார் நிற்கிறார்கள். கரையோரம் சலவைத் தொழிலாளர்கள். துப்புரவுத்தொழிலாளிகள், படித்துறைகளைப் பெருக்கிக் குப்பையை நதியிலேயே தள்ளிவிடுகிறார்கள். மக்கள், புனிதநீரை ஊருக்கு எடுத்துச்செல்கிறார்கள்.

9.30 மணியாகிவிட்டது. பப்பு (போட் ஓனர்) நானூறு ரூபாய் கேட்கிறான். முந்நூறு என்றால்கூட ஏற்கமாட்டேன் என்கிறான். ஒத்துக்கொள்ளலாம்; ஒன்றும் குறைந்து போகாது. ஆனால், பணம்? இவ்வளவுக்கும் நல்லபையன்தான்.

கோயில்கள், சுற்றுலாத்தலங்களில் - அவற்றோடு சம்பந்தப்பட்டு உள்ள ஆள்கள்- பெரும்பாலோரும் எப்படியோ காசு விஷயத்தில் கருத்தாகவே இருக்கும்படித் திரிந்து போய்விடுவது சங்கடப்படுத்துவதாகவே இருக்கிறது. மனுஷன், காசு-பணத்துக்கு நிரம்பவும்தான் முக்கியத்துவம் கொடுக்கிறான். நல்லமனிதர்களும் இருக்கிறார்கள்தாம். எனில் அபூர்வம். நேற்றுக் கொண்டு வந்துவிட்ட சைக்கிள் ரிக்ஷாக்காரர் - பேசியபடி - நூறு ரூபாய்க்கு மேல் எதிர்பார்க்காமல் போய்க்கொண்டிருந்தார்.

ராம் நகர் மியூஸியத்தில் - வேலை பார்க்கும் ஓராள், (மலையாளி) - தமிழில் சில தகவல்கள் சொல்லிவிட்டு, 'டீ'க்குக் காசு கேட்டது ஞாபகத்துக்கு வருகிறது. நேற்று, ஷேர்-ஆட்டோ கிடைக்குமா என்று விசாரித்தபோது, ஒருத்தன் பிடித்துக்கொண்டான் - ஐம்பது ரூபாய் கமிஷனுக்காக. தலைமறைவாகி வந்தோம். பொதுவாகவே, இந்தியனின் வாழ்க்கையில் பணம் ஆசைக்குரியதாகவே இருக்கிறது.

பனியால் சாயங்காலமே இருட்டி விடுகிறது. நடந்து போய் தஸ்வமேதா காட். அங்கேதான் யாசகர்களின் இருப்பிடம். ஜோதிடரத்னா நெல்லை வசந்தன் பேச்சுவாக்கில் சொன்னதைப் பிடித்துக்கொண்டேன். சனீஸ்வரன் படுத்துவதை அப்படியப்படியே அனுபவித்துவிட வேண்டும்; ஏற்றுக்கொள்ள வேண்டும். பரிகாரங்கள் செய்து போக்கிக்கொள்ளலாம் என்றால், பிறகு வேறு ஏதாவது வடிவில் அந்தப் பாடுகள் வந்துவிடும்.

"சனி தசை கஷ்டம் தாளமுடியவில்லையே" என்று கேட்டதற்குச் சொன்னார், "காசியில் போய் யாசகமெடுப்பதுதான் இதற்கு ஒரே தீர்வு". "அதென்ன காசி, நான் திருநள்ளாற்றிலேயே (கவிஞர் கைலாஷ்சிவனையும் கூட்டிக்கொண்டு போய்) எடுத்துவிட்டேனே" என்றேன். "இல்லையில்லை, அதல்ல இடம். அந்த ஆதிசிவனே அங்கே போய்ப் பிச்சையேற்றுத்தானே பிரும்மஹத்திதோஷம் நீங்கப்பெற்றான்" என்றார். உண்மைதானே.

இந்தத் தடவை காசிக்கு வந்ததே இதற்குத்தான். கங்காபூஜாக் கூட்டம் நிறைந்திருந்தது. பிச்சைக்காரர்கள் வரிசையில் உட்காரப் போகையில், இந்தியில் ஏதோ சொல்லித் தடுத்தார்கள் - இரண்டு பண்டாரங்கள். பிறகுதான் புரிந்தது, அது வழிபாதைக்காக விடப்பட்டிருந்த இடம். உள்ளபடியே, அமர இடமில்லைதான். கடைசியில், ஒரு படியில் இடம் பிடித்தாயிற்று.

பக்கத்தில், வலது கை ஒச்சமுற்ற ஒருவர் சிநேகபூர்வமாக இருந்தார்; அவருக்கு அடுத்தவருக்கு அடுத்து இருந்தவர் இந்திப் பாட்டுகளாகப் பாடிக்கொண்டிருந்தார்.

'கங்கா மஹோத்சவ்', நேற்றோ இன்றோ ஆரம்பம். கலெக்டரோ யாரோ வருகை புரிய, விழாத் தொடங்கியது. சிறிது நேரத்தில் கல்லூரிமாணவர்கள் சிலர் பேட், கலர்பென்சில்களோடு (காமிரா வைத்திருந்தார் ஒரு பையன்; இன்னொரு பையன், மடக்கு நாற்காலி கொண்டு வந்திருந்தார்) வந்தார்கள்.

என்னைப் பார்த்த பையன் ஒருவன், 'ஸ்கெட்ச்' செய்தான்; அசையாமல் இருக்கும்படி கேட்டுக்கொண்டான். அரை மணி நேரத்துக்கும் மேலாக வரைந்துகொண்டிருந்தான்; இதற்கிடையே ஒரு இங்கிலீஷ்கார அம்மா வேறு போட்டோ எடுத்தார்கள்; காமிரா பையன் போட்டோ எடுத்தான். மாடலுக்கு உட்கார்ந்திருக்கி றோமா யாசகத்துக்கு உட்கார்ந்திருக்கிறோமா. ஆனால் நல்ல சகுனமாகவே பட்டது.

அந்தப்பக்கம் இந்தப்பக்கம் அசையவில்லை. சிகரெட் பிடிக்கவில்லை. வழக்கமாக டீக்காரர் ஒருவர் வருவார்; காணோம். கூட்டம் கலையத் தொடங்கிய பிறகும் எழுந்திருக்கவில்லை. இரண்டு மணி நேரம் போனதே ஓர்மையில்லை.

புறப்படுகையில், லீடர் போல இருந்த சீனியர் பையன் எதிரே வந்து கேட்டான் (இந்தியில்தான்); 'போகிறீர்களா' என்றுதான் இருக்கும். தலையாட்டியதும், நிற்கச்சொல்லி, கூட இருந்த பையனிடம் போட்டோ எடுக்கச் சொன்னான். "நன்றி" என்றிருப்பானாய் இருக்கும். இந்த 'ஹிந்தி எதிர்ப்பு வீரன்'க்கு பாஷை தெரியாது; உணர்வு புரியும். (ஹிந்தி தெரியாமல் எதிர்கால இந்தியாவில் வாழ முடியாது என்பதை இந்தத் 'தனித்தமிழ் அறிஞன்' மனசிலாக்கிக் கொண்டான்.) ஒரு ரூபாய் நாணயம் எடுத்துக் கொடுத்தான், அவன். இது அன்பளிப்பு, பிச்சையில்லை. நாளை மறுபடி இடம் பார்த்து உட்காரவேண்டும்; சாயவேஷ்டி கட்டி, திருநீறு பூசி, முழு சாமியாராக; அதுதான் சரியாய் இருக்கும்.

30.10.2009, வெள்ளிக்கிழமை
கேதார் காட்

விடியற்காலையிலேயே விழிப்புத் தட்டிவிட்டது. பனி. கேதார் காட்டில் (படித்துறையில்), காலையில், எப்போழுதும் கூட்டம் இருக்கும். துணிதுவைக்க வசதிப்படாது. நீத்தார்கடன் செய்யும் ஜன நெரிசல். தவிரவும், பக்கத்தில்தான் தெலுங்கர்கள் தங்கும் இடங்களும். மடத்துக் குளியலறையிலேயே துவைத்துவிட்டுக் கங்கையில் நீராடி வந்தாயிற்று.

பணம் கரைந்துகொண்டே வருகிறது. இந்த முறை எப்படியாவது கயாவுக்கும் திரிவேணி சங்கமத்துக்கும் போய் வந்துவிட வேண்டு மெனத் தோன்றிக்கொண்டேயிருந்தது. 'சாயி மார்க்கம்' ஆசிரியர் லக்ஷ்மி நரசிம்மனிடம் கேட்கலாமேயென்று நினைவுக்கு வந்தது.

காசியைச் சுற்றியுள்ள கோயில் தரிசனமாயிற்று. ஏ.ட்டி.எம். போகிற வழியில், கேதார கௌரி கோயில் போனோம். காலை பூஜை நேரம். சிவா, சந்நதிப் பக்கமாக நின்றுகொண்டிருந்தான். நான், வெளியில் இருந்தபடியே கும்பிட்டுவிட்டு, வாசல் பக்கம் வந்து உட்கார்ந்திருந்தேன். சந்நியாசிகள் மூவர் அடுத்தடுத்து அமர்ந்திருந்தார்கள், முன்புற மேடை ஒன்றில். "போலா" என்று கேட்டுக்கொண்டிருந்தார்கள். நான் ஓர் ஓரமாக இருந்து, 'ஓம் சிவாய நமஹ' ஜெபித்துக்கொண்டிருந்தேன்.

தர்மம் பண்ணிக்கொண்டே வந்த பிராமண அம்மா ஒருவர் எனக்கும் ஒரு ரூபாய் தந்தார்கள். சிறிது நேரத்திலேயே, பிராமண இளைஞர் ஒருவர், மனைவியிடமிருந்து பர்ஸை வாங்கி ஆளுக்கு ஒரு பத்துரூபாய்த் தாளைக் கொடுத்துக்கொண்டே வந்தார்; நானும் கையை நீட்டினேன். பத்துரூபாய்த் தாளைப் பெற்றுக்கொண்டு, மன சார ஆசிர்வதித்தேன். பிறகு, பிராமண அம்மா ஒருவர் ஒரு ரூபாய் தந்தார்; அடுத்தும், பிராமண அம்மாதான்; ஒரு ரூபாய் நாணயம்தான்.

பூஜையாகி, சிவா வந்து கேட்டான், "போகலாமா, அப்பா" என்று. விஷயத்தைச் சொல்லியபடியே, ஏ.ட்டி.எம். சென்று, தம்பிமகன் அனுப்பியிருந்த ஆயிரம் ரூபாயை எடுத்துக்கொண்டு வந்தோம்.

அறைக்கு வந்து, படுத்துக்கொண்டே, வேண்டியவர்கள் யார் இன்னும் விடுபட்டிருக்கிறார்கள், பணம் கேட்க என்று யோசித்தபடியே கண்ணயர்ந்துவிட்டேன். சிவா, நேற்று 'டெவலப்பிங்'

க்குக் கொடுத்திருந்ததை வாங்கப் போய்விட்டான். தொழிலில் சிரத்தையான பையன்.

மதியம் 1.15க்கு எழுந்து போய்த் தேநீர் குடித்துவிட்டு, சிகரெட் பிடித்துக்கொண்டிருக்கையில் திரும்பி வந்தான்; முகம், வாடியிருந்தது. ஒரு 'ரோல்' முழுக்க 'fog' ஆகிவிட்டிருந்தது; தஸ்வமேதா காட் பக்கமாக எடுத்தது, 'போட்'டில். காமிராவில் என்னவோ 'ப்ராப்ளம்'. அபூர்வமாக இப்படி ஆகும்தானாம்.

காலையில், நான் குளித்துவிட்டு வருகையில், பப்பு (போட்-ஓனர்) நூறுரூபாயைக் கேட்டான்; உடனே கொண்டு போய்க் கொடுத்துவிட்டு வரச்சொன்னேன்; ஐம்பது ரூபாயில் கணக்கு முடித்தது. இன்னொரு நாள் 'போட்'டில் போகவேண்டும். ஃப்லிம் ரோல் வேறு வாங்கவேண்டும். குறைந்தது, முந்நூறு ரூபாய். ஆனால், என்ன செய்ய முடியும் - எதிர்பாராது நேர்வதுக்கு.

“சரி, விடு” என்று தேற்றிவிட்டு, சந்தோஷிடம் கேட்டேன்; அவனும் சொன்னான், எப்பவாவது இந்தமாதிரி நடக்கும்தானாம்.

பாலகுருவிடம் பேசினேன். உற்சாகம்பொங்க இருந்தார்.

சாயங்காலமாக, நெல்லை வசந்தனிடம் விவரத்தைச் சொன்னேன். கிடைத்த பணத்தைச் செலவுசெய்து, சாப்பிடச் சொல்லிவிட்டார்; பிச்சைபுகுந்தது போதுமென்றும்; நிம்மதியாக இருந்தது.

தொழிலதிபர் ஆர். ரவிச்சந்திரன், கவிஞர் தேவேந்திரபூபதி, வத்தலகுண்டு கி. சாந்தகுமார் ஆகியோரிடம் நினைவுபடுத்தினேன். டாக்டர் வி. ராமச்சந்திரனிடம் தொடர்புகொண்டபோது தெரிந்தது. அவர் மகள் படிக்கும் பள்ளி (நெல்லை) வேன், தனியார் பஸ்ஸில் மோதி, மூன்று பிள்ளைகளும் டிரைவரும் பலி என்று. மகளுக்கு லேசான அடி; மகன், நேற்று ஸ்கூல் போகவில்லையாம். அவன் டிரைவர் ஸீட் பக்கத்தில்தான் உட்காருவானாம்.

கலெக்டர், எஸ்.பி., எல்லோரும் ஹைகிரவுண்ட் ஆஸ்பத்திரி வந்து பார்த்து விசாரித்திருக்கிறார்கள். இரண்டு பிள்ளைகள் கவலைக்கிடமாம்; நிறையப் பேருக்குப் பலத்த காயமாம். இதில் பெரிய கொடுமை, வேனில் அறுபது பிள்ளைகளை ஏற்றிக்கொண்டு போயிருக்கிறார்கள் என்பதுதான். இது, இவ்வளவு காலமாய்ப் பள்ளிநிர்வாகத்தினருக்கோ பெற்றோருக்கோ தெரியாமலா நடந்திருக்கும்.

நாலு தெரு தள்ளிப் படித்த காலம் போய், ஏழுர் தாண்டிப் படிக்கிற காலம் இது; எதுவும் இயல்பு திரியாமலிருப்பதே சரி; கல்விக்காகக்கூட இவ்வளவு மெனக்கெட வேண்டாம், நமது ஜனங்கள்.

தேவேந்திரபூபதி, காசியிலும் திரிவேணிசங்கமத்திலும் கட்டாயம் நீத்தார்கடன் செய்யச் சொன்னார்; ஹரிச்சந்திரா காட் சென்றுவிட்டு வரவும். பணம் ரூ. 3000/- போட்டிருப்பதாகத் தெரிவித்தார். யவனிகா ஸ்ரீராமை விசாரித்தேன்.

பாபா டிராவல்ஸ் போய், கயா போகிறவர்கள் இருக்கிறார்களா என்று விசாரித்தோம்; ஐவர்கொண்ட இரண்டு தெலுங்குக்குடும்பங்கள் செல்கிறார்கள்; நாங்களும் சேர்ந்து கொண்டோம்; இரவு 11.00 மணிக்கு டாட்டா சுமோ புறப்படுகிறது.

பெரியவன் பேசினான்; மகிழ்ச்சியாயிருந்தது. மருமகனிடம் பேசினேன்; மும்பை வரச் சொல்கிறான்.

31-10-2009, சனிக்கிழமை

நேற்றிரவு புறப்படும்போது, 11.30 போல ஆகிவிட்டது. ஐம்பது மைல்கூட இராது; டிரைவர், வண்டியை ஓரம் கட்டிவிட்டுப் பக்கத்தில் இருந்த ஓட்டலில் போய்ப் படுத்துக்கொண்டார்.

விடியற்காலம், ஆறரை மணிவாக்கில் கயா வந்து சேர்ந்தோம்; புரோகிதர் வீடு, பக்கத்தில்தான். பெரிய ஹால், அறை அறைகளாக. நீத்தார்கடன் நிகழ்த்திவைக்க ரூ.650/- என்று சொன்னார்கள். அருண் ஆசார்யா, முகம் தேஜஸாக இருந்தது. இரண்டு குடும்பங் களுமே பித்ரு காரியம் செய்யத்தான் வந்திருக்கிறார்கள். ஆயிரம் ரூபாய் போல இருந்தது. நாமும் கயாவிலேயே செய்துவிடலாமெனப் பட்டது; சிவாவும் சொன்னான். பெயரைப் பதிவு செய்துவிட்டேன்.

பல்குணி ஆற்றில் மெலிதாகத்தான் தண்ணீர் ஓடிக் கொண்டிருந்தது; எனில், தூய்மையாகவே இருந்தது. நாற்பதுக்கும் மேலானவர்கள் இருப்பார்கள். அருண் ஆசார்யா, கணீரென்ற குரல் ஸ்லோகங்கள் சொன்னார். கோயிலையொட்டிய மண்டபம் மாதிரியான இடம். (இந்த வேதப்பாடல்கள் எனக்குப் பிடித்தமானவை; வாழ்வியலின் சாரமாகத் திகழ்பவை.) பிறகு, பெருமாள்கோயில்னுள்; முதலில் பிண்டத்தைப் பசுவுக்கு வைத்துவிடச் சொன்னார்கள்; இரண்டாவதை, விஷ்ணுபாதத்தில்; மூன்றாவதை, கோயிலிலுள்ள மரத்தடியில்.

ஏ.ட்.டி.எம்.சென்று, தேவேந்திரபூபதி போட்டிருந்த பணத்தை எடுத்துக்கொண்டு வந்தோம். மதியம், அருண் ஆசார்யா வீட்டிலேயே ஆள்கள்வைத்துச் சமைத்த சாப்பாடு; வடை- பாயசத்துடன் ரூ.70/-. சிறிதுநேரத்திலேயே சக்திபீடம் போய் வழிபட்டோம். வடக்கேயுள்ள ஒரு சக்திபீடத்துக்குப் போக இப்போதுதான் வாய்ப்புக் கிட்டியிருக்கிறது.

இடையில் ஒரு நிகழ்வு. முதல் பந்தி முடிய 1.30 தாண்டிவிட்டது. நல்ல பசி. ஹால் அறைகளில் பார்ப்பனர்களுக்கும் மாடியில் மற்ற வர்களுக்கும் என்றார்கள். மாடிக்குப் போகவிருந்த என்னைப் பார்த்த ஆசார்யா, "அஞ்சு நிமிஷம் இருங்க, மாமா" என்றார். நான் தமிழன் என்று தெரிந்ததிலிருந்தே, "மாமா, மாமா" என்றுதான் அன்பாக அழைத்து வருகிறார். சிவாவும் நானும் கால் மணி நேரம் கழித்து மாடியேறப் போகையில், "மாமா, இங்கேயே சாப்பிடுங்க" என்றார். எங்களுடன் வந்திருந்த இரண்டு தெலுங்குக் குடும்பங்களும் ஆசாரமான பிராமணர்கள். எழுபது வயதுபோல இருக்கும் தம்பதி; தகப்பனாரும் பிள்ளைகளும்.

இரண்டு அறைகளில் பந்தி; பரிமாற வந்தவர், "எல்லோரும் பிராமின்ஸ்தானே" என்று தெலுங்கில் கேட்டிருக்கிறார்; நான் கவனிக்கவில்லை; எங்களுடன் வந்த அம்மா, "அவர்கள் இல்லை" என்றிருக்கிறார்; இதையும் நான் கவனிக்கவில்லை; பசிமயக்கமோ யோசனையோ. அந்த அம்மா சொன்னது பரிசாரகர் காதில் விழவில்லை. கவனித்துக்கொண்டிருந்த சிவா சிறிது பதற்றத்துடன் கேட்டான், "எழுப்பிவிட்டால், மனசு கஷ்டமாய் இருக்குமே". "ஐயர்தான் அனுப்பிவைத்தார்; பார்ப்போம்" என்றேன். ஒன்றும் ஆகவில்லை. அந்த அம்மாதான் திரும்பும் வழியில் ஆப்பிள் துண்டுகள் தந்தார்.

"புத்த கயாதானே அடுத்து" என்று கேட்டதற்கு, "அங்கே போகவில்லை" என்றார்கள். டிரைவரும் சீக்கிரம் திரும்புவதிலேயே அக்கறையாக இருந்தான். கூட வந்த பையன்கள் பார்க்க விரும்பினார்கள். வண்டி, அந்தப்பக்கமாகப் போனது. பையன்களின் தந்தை சொல்லி விட்டார், "பிண்ட தானம் செய்துவிட்டு, சக்திபீடம் சென்றுவிட்டு, அங்கே போகவேண்டாம்; சுற்றிப் பார்க்கவே ஒரு மணி நேரம் ஆகும்." டிரைவர் சொல்லிவிட்டான், "நேரமாகிறது; இப்பொழுதே கிளம்பி னால்தான் ஒன்பது மணிக்குப் போய்ச் சேரலாம்". "இதற்கென்று தனியே ஒரு நாள் வரவேண்டும்" என்றார், பையன்களின் தந்தை கட்டுப்படுவதுதானே ஜனநாயகம். அந்த வழியே வந்து, வெளியில் இருந்து பார்த்ததோடு சரி.

காசித்துண்டுகள் அழகழகாய் இருக்கும். எனக்கும் துண்டுமீது ஓர் அதீதப் பீடிப்பு உண்டு. கயாத் துண்டு (விஷ்ணு படம் போட்டது) ஒன்றும் - சிவாவுக்கும் ஒன்று - நான்கு துண்டுகள் கொண்ட மடி ஒன்றும் வாங்கினோம்; விஷ்ணுபாதம் மூன்று. ஒன்று, பிரேம் வீட்டுக்கு; அடுத்தது, சிவா வீட்டுக்கு; இன்னொன்று, ராஜகோபால் வீட்டுக்கு.

கயாவின் புராதனமும் எனக்குப் பிடித்திருந்தது. கோயிலைவைத்து ஊரா, ஊரைவைத்துக் கோயிலா.

சிவா, நிறைய போட்டோ எடுத்தான்; நேரம் இருந்திருந்தால் இன்னும்கூட எடுத்திருப்பான்.

1.11.2009

காசியைப்பற்றி, கங்கையைப் பற்றி எவ்வளவோ சொல்லலாம்; குறிப்பாக, ஊருக்குள் இருக்கும் தெருக்கள். எத்தனை சிறு முடுக்குகள்; ஆட்டோகூட நுழைய முடியாது; கொஞ்சம் விசாலமாக இருக்கும் இடங்களிலெல்லாம் காய்கறியோ பழங்களோ பரப்பிவைத்து விடுகிறார்கள். எங்கே வேண்டுமானாலும் தேநீரோ இனிப்புவகைகளோ கிடைக்கின்றன. நிரம்ப மலிவு. மாடுகளும் நாய்களும் அங்கங்கே வாழ்ந்துகொண்டிருக்கின்றன.

ஜனங்கள், பொதுவாக, சாதுவானவர்கள்; நல்ல நிறம். பெண்கள் அழகாகவே இருக்கிறார்கள். திரும்புகிற பக்கமெல்லாம் கோயில்கள்தாம். சிவலிங்கம், விநாயகர், ஆஞ்சநேயர்தாம் அதிகம்; இராமர், காளியும் பார்க்க முடிகிறது. பெரியவர்களுக்கு நல்ல மதிப்பு. "பாபு" என்றுதான் அழைக்கிறார்கள். நான், 'பாபாஜி'.

அவரவர் கடை/வீட்டு வாசல்களைக் காலையிலேயே பெருக்கிக் கழுவித் துப்புரவாக வைத்துக்கொள்கிறார்கள். நல்ல உழைப்பாளிகளாகத் தெரிகிறார்கள். 'கங்கா மா' என்றுதான் சொல்கிறார்கள்; கங்கைநீரைச் சிறு செம்பில் எடுத்துச் சென்று ஸ்ரீவிஸ்வநாதர்/ ஸ்ரீகேதாரநாதர் படித்துறையிலுள்ள சிவலிங்கங்களுக்குப் பக்தியுடன் ஊற்றுகிறார்கள். நதியை இந்த அளவு நேசிக்கிற மக்களை வேறெங்கும் பார்க்க முடியுமா. அதேசமயம், கரைக்குப் பக்கத்திலேயே சிறுநீர்கழிக்கவும் செய்கிறார்கள்.

காய்கறிக்கடைகள் அநேகம்; எல்லாமே அன்றாடம் விற்றுவிடுகின்றன. கடைகளும் பொருள்களும் சுற்றிச்சூழ. பிரதானமாக, பூஜைப்பொருள்கள், பட்டு ஜவுளிகள், ருத்ராக்ஷம், மணிமாலைகள், பக்தி புஸ்தகங்கள்; சாதாரணமாக, பத்தாயிரம் ரூபாயாவது வேண்டியிருக்கும், வாங்கத் தலைப்பட்டால்.

இரண்டு நாள் துணி சேர்ந்து போயிற்று; எல்லாவற்றையும் துவைத்துப்போட்ட மடியில், இங்கேயே குளித்தாயிற்று. யாசகக் காசிலேயே இட்லிகள். இன்னொரு ஃபிலிம்ரோலும் 'அவுட்'. மறுபடியும், 'போட்'டில் போய் எடுக்கத்தான் வேண்டும். ப்ரிண்ட் சரியாகப் போடவில்லை.

மதியம்வரை எங்கேயும் போகவில்லை. சந்தோஷ் கூப்பிட்டுப் பேசினான். ஊரில், வாடகை அவனே கொடுத்துவிடுவதாகச் சொன்னான்; அலஹாபாத் போய்விட்டு வரும்படியும். பெங்களூரிலிருந்து சண்முகசுந்தரம் விசாரித்தார்.

இருக்கிற பணத்தைக்கொண்டே ஒப்பேற்றிக்கொள்ள வேண்டியதுதான்; யாராவது பணம்போட்டால், கொஞ்சம் கூடுதலாகப் பொருள்கள் வாங்கலாம். செலவுக்கு, இருப்பது போதும்.

பாத வலி குறைந்திருக்கிறது; சரியாகி விடும். வேறு விசேஷமாகச் சொல்ல ஒன்றுமில்லை. நிகழ்வுகளே இல்லாதபோதுதான் பயணங்கள், கேளிக்கைகள், கொண்டாட்டங்கள், எழுத்து, இலக்கியம், படிப்பு, பேச்சு, விசாரம் எல்லாமே, இல்லையா.

சிவா, அவன்பாட்டுக்கு போட்டோ எடுத்துக்கொண்டு திரிகிறான்; போட்டோகிராபர்களுக்கு, காசி மாதிரி இன்னோர் இடம் கிடைக்காது. கடந்த தடவை, சந்தோஷ் இப்படித்தான், காலையில் ஒரு 'செஸன்-மாலையில் ஒரு 'செஸன்'.

இன்று எங்கும் செல்ல வாய்க்கவில்லை; ஓய்வுநாள் போலவே கழிந்தது. எல்லாவற்றுக்கும் மேலே ஒரு வெறுமை மனசுக்குள் கவிந்துதான் கிடக்கிறது. எழுதித்தான் தீர்க்கமுடியும் போல; சிறுகதையா, நாவலா, தன்வரலாறா; அதற்கு முன்பாக, கொஞ்சம் கட்டுரைகள் எழுதி உரைநடையை வசப்படுத்த வேண்டும்; அல்லது காத்திருக்க வேண்டும்- கனிந்து வரும்வரை.

ஊரைத் தேடுகிறது; ஒரு வாரம்தான் தமிழ்நாட்டுக்கு வெளியில் இருக்க முடிகிறது, இப்பொழுதெல்லாம். ஊரில் என்ன இருக்கிறது. மனசு. மனசில் என்ன இருக்கிறது. தமிழும் தமிழ்சார்ந்த வாழ்வும்.

ஏகப்பட்ட 'பிரவுஸிங் சென்டர்ஸ்'; எந்த நேரத்திலும் யாராவது வெளிநாட்டினர் - ஆணும், பெண்ணும் - இருந்து கொண்டேயிருக்கிறார்கள். எல்லாக் கடைகளிலும், அநேகமாக, தொலைக்காட்சிப் பெட்டிகள்- வெளிப்பக்கத்திலேயே; எல்லாவற்றிலும் எப்பொழுதும் 'கங்கா தர்சன்' தான்; (ஊருக்கு வந்திருப்பவர்களுக்காக) அல்லது ஸ்ரீ மகாமிருத்யுஞ்ச மந்திரம் ஒலித்துக் கொண்டிருக்கிறது- டேப்ரெக்கார்டரில்.

மூன்று ரூபாய்க்குத் தேநீர் கிடைக்கிறது; 'தம் டீ'. பத்து ரூபாய்க்குச் சின்னதாக ஐந்து பூரி; சோற்றை மறந்துவிட்டால் எல்லாமே சல்லிசு.

என்ன, சில பொருள்களுக்கு அலையவேண்டியிருக்கிறது; மைசூர் சாண்டல் சோப்புக்கு ஐந்தாறு கடைகள் போய்க் கேட்டு, கடைசியில் ஒரு மெடிக்கல் ஸ்டோரில் கிடைத்தது; ரினால்ட்ஸ் ப்ளாக் செல் தேடி, ஒரு கிலோமீட்டர் நடக்க நேர்ந்தது.

ஸ்ரீகுமாரசுவாமி மடத்துப் பக்கம் பெரிதாக மொழிப் பிரச்னை இல்லை; சிலபேர், ஒருமாதிரி, தமிழ்கூடப் பேசுகிறார்கள் அல்லது புரிந்துகொள்கிறார்கள்.

இந்த இடத்தில் ஸ்ரீகுமாரசுவாமி மடத்தைப் பற்றிக் கொஞ்சமாவது சொல்லாமல் தீராது; இது, திருப்பனந்தாள் ஆதினத்தைச் சார்ந்தது; கோட்டைபோலப் புதுப்பித்துக் கட்டியிருக்கிறார்கள். நல்ல பாதுகாப்பு; ராத்திரி ஒன்பதரை- பத்து மணிக்கெல்லாம் கதவைப் பூட்டிவிடுவார்கள். வாசல்பக்கமே வாட்ச்மேன் அறை; கூப்பிட்ட குரல் கேட்டதும் வந்து திறந்து விடுவார். வெளியாள்கள் வரமுடியாது; வருவதுமில்லை. தமிழர்கள்தாம் பெரும்பாலும் தங்க வருகிறார்கள்; தெலுங்குக்காரர்களும் வருகிறார்கள்தாம்.

கேதார் காட்டில் இருக்கிறது; தெருவைக் கடந்தால் கங்கை; பக்கத்திலேயே ஸ்ரீகேதாரகௌரி சமேதராக கேதாரநாதர்; கோயில் பெரியதும் இல்லை, சின்னதும் இல்லை; அம்சமாய் இருக்கும். திருப்பனந்தாள் ஆதினப் பராமரிப்புதான். படித்துறையிலேயே அமைந்துள்ளது. காலையில் திறந்தால் ராத்திரிவரை நடை

சாத்துவதில்லை. சிவலிங்கம், பாறை வடிவில்தான் உள்ளது; சுவாமிக்குத்தான் முக்கியத்துவம். காசி விஸ்வநாதர் கோயிலிலும் இதுபோலத்தான்; ஸ்ரீவிசாலாக்ஷிகோயில் சற்றுத் தள்ளி இருக்கிறது; விஸ்வநாதரைத் தரிசிக்கிறவர்கள் எல்லோரும் விசாலாக்ஷித் தாயை தரிசிக்க வருவதில்லை; ஸ்ரீ அன்னபூரணி சந்நிதியில் உள்ள கூட்டம்கூட விசாலாக்ஷி சந்நிதியில் இராது - சிதம்பரம் நடராஜர் கோயில்மாதிரிதான். காலபைரவர் கோயிலிலும் நல்ல கூட்டம் இருக்கிறது. இந்தப் பக்கமெல்லாம் சிவலிங்கத்தைத் தொட்டுக் கும்பிடலாம்; அபிஷேகம் செய்யலாம்; பூமாலை சாற்றலாம். நந்தி, கொடிமரம், பலிபீடம் எல்லாம் கிடையா(து).

2.11.2009 திங்கள்கிழமை

நேற்றிரவு பிரேம் பேசினான்; 'தக்காலி'ல் டிக்கெட் போட்டுத் தருவதாகச் சொன்னான்; கூட ஒரு நாள் தங்கவேண்டி வரும்போல. சந்தோஷ் வழக்கம்போல விசாரித்தான்; இன்று காலை அனந்தபுரியில் நாகர்கோயில் போகிறான்; 'தலைமுறைகள்' ஷூட்டிங்; முப்பது நாள். யாரும் கூப்பிடவும் இல்லை; தபாலும் கிடையாது; சரிதான்.

இன்று, இங்கே விசேஷமான நாள்; கோயிலில் கூட்டம் நிறைய இருக்கும்; இரண்டு, இரண்டரை மணி நேரம் கால்கடுக்க வரிசையில் நிற்கமுடியாது; போலீஸ் செக்யூரிட்டிமீது ஒவ்வாமை; இந்தமாதிரி காவல்சோதனையை எங்கேயுமே பார்த்ததில்லை; காரணம் இருக்கும்தான்; குறை சொல்லவில்லை; நம்முடைய சுபாவம் வேறே. ஏதாவது வேலையாகத் தலைமைச்செயலகம் போக வேண்டி வந்தால், சங்கடம் வரும்; அதிர்ஷ்டவசமாக, அப்படி ஒன்றும் ஐந்து வருஷத்துக்கும் மேலாக வரவில்லை.

போலீஸ், மிலிட்டரி என்றாலே ஆகாது; இவ்வளவுக்கும் எங்கள் அப்பா, வாலிபத்தில், ரயில்வே போலீஸாக இருந்திருக்கிறார்கள்-கொஞ்சகாலம்; அந்த போட்டோவில் துடியாகத் தெரிவார்கள். பெரிய தம்பி இருபது வருஷம் மிலிட்டரியில் (இன்பாண்டரி) இருந்தான்; ஏதோ எங்களால் முடிந்த தேச சேவை. ஒன்றுவிட்ட பெரியப்பா ஒருத்தர், நெல்லையப்பபிள்ளை, போலீஸாகவே இருந்தார் - கடைசிக்காலம் வரை. ஒன்றுவிட்ட அண்ணன்மகன் ஒருவன், 'ரைட்டரா'கச் சேர்ந்து, இன்ஸ்பெக்டராக ரிட்டயர்டானான்.

கவிதைக்கும் காவலுக்கும் நிரம்ப தூரம் இருப்பது இயல்புதானே. ஜோதிஷத்தில், காவல்துறை- ராணுவத்துக்கெல்லாம் செவ்வாய்தான் ஆதிபத்யம்; தமிழ்க்குப் புதன்; கவிதைக்கு சுக்ரன். செவ்வாய்க்கும் புதனுக்கும் ஆகவே ஆகாது. செவ்வாய் வலுத்திருப்பவர்கள் ஐ.பி.எஸ். ஆக வேண்டுமானால் வரலாம்; தமிழ்க்கவிஞனாக முடியாது. கவிதை ரசிகனாக / விமர்சகனாக இருக்கிறார்கள்; கவித்துவத்துக்கு புத-சுக்ராள் வலுத்திருந்தால்தான் ஆகும். அப்புறமும், காவல் என்பதும் ராணுவம் என்பதும்தாம் என்ன. எப்படிப் பார்த்தாலும், எந்தக்காலத்திலும், அவை அரசின் ஒடுக்குமுறைக்கருவிகள் இல்லையா. கலை-இலக்கியம், மானுட விடுதலைக்கானவை அல்லவா. ஜி. நாகராஜனின் 'ஓடிய கால்கள்', காவல்துறையின், 'சொரூப' த்தைக் காட்டும்; தால்ஸ்தாயின் 'போரும் அமைதியும்', ஹெமிங்வேயின் 'போரே நீ போ'வும் ராணுவத்தின் 'கதை'களைச் சொல்லும். கலைஞனும் கவிஞனும் ஒரு நாளும் காவல் / ராணுவத்தோடு ஒட்டுறவு வைத்துக்கொள்ள மாட்டான்.

அலஹபாத்தும் போக முடியாது; இன்றே கார்த்திகை மாதப் பிறப்பாம், இந்த ஊரில்; இரவில், கங்கையில் தீபங்கள் ஒளிரும்; சிவா, போட்டோ எடுக்கவேண்டும், நாளை போய்க்கொள்ளலாம் என்று சொல்லிவிட்டான். எனக்கொன்றும் இல்லை, சுவர்ப்பல்லி மாதிரி, அறையிலேயே அடைந்து கிடப்பேன் - எதையாவது எண்ணிக்கொண்டு. தெருக்களில் நடந்தாலே போதும், கங்கைக்கரையில் நின்றாலே போதும், வாழ்வின் உயிர்ப்பைப் பார்த்துக் கொண்டிருக்கலாம்; அங்கே இங்கே போகத் தேவையே இராது; மனசும் கண்களும்தாம் விழித்திருக்க வேண்டும்.

மத்தியானம்வரை படுத்தே கிடந்தேன்; என்னவோ அசதி. எப்படியோ காலை ஐந்து மணிக்கெல்லாம் விழிப்பு வந்துவிடுகிறது. இவ்வளவுக்கும் பனியும் குளிரும் இருக்கத்தான் செய்கின்றன; பிறகெப்படி தூக்கம் போய்விடுகிறது. தெரியவில்லை; தினமும் இதுபோலத்தான்; ஓய்வு கிடைக்கையில், உடம்புக்குத் தெரிந்து விடுகிறது; தன்னைப்போலத் தூங்கிக்கொள்கிறது. நடுநடுவே எழுந்து போய் டீ, சிகரெட்.

ஆந்திரா மெஸ்ஸில் சாப்பிடப் போனேன்; கோங்குராசட்னி இல்லையென்றதும் வந்துவிட்டேன்; அங்கே சாம்பார் இனிப்பாக இருக்கும்; ரசமும் தோதுப்படாது; நல்ல தயிர் கிடைக்கும். மடத்துக்கு எதிரேயுள்ள தமிழாள் கடையில் உட்காரவே இடமில்லை; இரண்டு குலோப்ஜான், ஒரு சமோசா, டீ. பிறகும் வந்து தூங்கினேன்.

ருத்ரபூமி

சாயங்காலம், சும்மா, என்னதான் செய்கிறார்களெனப் பார்ப்போமே என்று இறங்கிப் போனேன்; படித்துறை பூரா அகல் விளக்குகள் ஏற்ற ஆயத்தம் செய்துகொண்டிருந்தார்கள். கேதார் காட் பக்கமுள்ள சிவலிங்கத்துக்கு நாகக்கவசம் சாத்தி அழகுபடுத்தி வைத்திருந்தார்கள்; பக்கத்திலேயே ஸ்வஸ்திக், ஓம், லிங்கம், திரிசூலம் வடிவில் தீபங்கள்.

மாலையும் இரவும் சந்திக்கும் வேளை; நதியில் படகுகள் வடக்கிலிருந்து தெற்குக்கும் தெற்கிலிருந்து வடக்குக்கும்; சட்டென்று இருட்டிவிட்டது; இரவு வந்துவிட்டது, சீக்கிரமே. ஜனக்கூட்டம்; கேதார் காட் பக்கம்தான் செல்ல முடிந்தது; படிகள்தோறும் அகல்விளக்குகள்; சுவர்கள் முழுக்க 'சீரியல் லைட்'; பெண்கள், பக்திசிரத்தையாக மாவிளக்கு ஏற்றிக் கொண்டிருக்கிறார்கள்; கங்கையில் (தொன்னை) தீபங்கள்; பௌர்ணமி நிலவில் (நேற்றா இன்றா) கங்காதேவி ஒசிந்து மின்னிப் போகிறாள்; பனி விழும் இரவுதான்; யார் பொருட்படுத்துகிறார்கள்.

சிறிது தூரம் சென்று வரலாமென்றுதான் நினைத்ததே; தஸ்வமேதா காட்வரை வந்தாயிற்று; எல்லாப் படித்துறைகளிலும் கார்த்திகையை வரவேற்றுக் கொண்டிருக்கிறார்கள் வெகுமக்கள்; கங்காபூஜா நடந்து கொண்டிருக்கிறது; ஊரே கொண்டாட்டமாக இருக்கிறது. வெளிநாட்டுக்காரர்கள் போட்டோ எடுத்துக் கொண்டேயிருக்கிறார்கள். கரையோரமுள்ள தெருக்கடைகள் அநேகமும் இதற்காகவே அடைத்துவிட்டார்கள், மாலையில்.

இந்த விழா, பக்தியில் வந்ததா பண்பாட்டில் இருப்பதா. வாணவேடிக்கைகள், தீப அலங்காரங்கள், மகிழ்ச்சிப்பெருக்கெல்லாம் என்ன. பின் நவீனத்துவர்கள் எப்படி விளக்குவார்கள்; மார்க்ஸிஸ்டுகள் என்ன சொல்வார்கள்; ஏட்டுச்சுரைக்காய் என்னத்துக்கு ஆகும்.

கங்கையைப்பற்றிக் கவிதை எழுதியதில்லை; கங்கையே கவிதையாக இருக்கிறது. பாரதி, கொடுத்து வைத்தவன்தான்; கொஞ்ச காலம் காசியில் வாழ்ந்திருக்கிறானே.

வழியில், பார்த்த, மதுரைக்காரர்கள் சிலர் மறித்து விசாரித்தார்கள், "நீங்க, 'நான் கடவுள்'லே நடிச்சவங்கதானே" என்று. நண்பர் ந.முருகேசபாண்டியனைப் பார்க்க, பொன்னமராவதியிலிருந்து புதுக்கோட்டை போகிறபோது இளைஞர் ஒருவர் அடையாளம் கண்டுகொண்டு 'பார்'க்குக் கூட்டிச் சென்றார்; ஆரப்பாளையம்

பேருந்துநிலையத்தில் பூ வியாபாரி ஒருவர் தேநீர் வாங்கிக் கொடுத்தார்; சென்னை சென்டிரல் ஸ்டேஷனில், பஸ்ஸில், இன்னும் எவ்வளவோ இடங்களில் பார்த்துவிட்டுக் கேட்கிறார்கள். பெரிய காரியம்தான் போல.

நதியைக் கொண்டாடுகிறவர்கள் நிச்சயம் நல்ல மனுஷர்களாகத்தாம் இருப்பார்கள்; காவிரிக்கரைக்காரர்கள் ஆடிப்பெருக்கைக் கொண்டாடுகிறார்கள், சிறப்பாக. 'நீரின்றி அமையா உலகு" என்று ஆதிசங்கப்புலவன் அருமையாகத்தான் எழுதி வைத்திருக்கிறான். சிலம்பில், இந்திரவிழா எடுத்த காதை நினைவுக்கு வருகிறது.

வைகையை விவரிக்கிறது, 'பரிபாடல்'; திருநாவுக்கரசு சுவாமிகளும் திருஞானசம்பந்த சுவாமிகளும் ஆறு, குளங்களை அப்படி வர்ணித்திருக்கிறார்கள்; 'குற்றாலக்குறவஞ்சி', அருவியை சித்தரிக்கிறது; 'முக்கூடற்பள்ளு', மழை வருகையைக் காட்டுகிறது. நவீனகவிதையில் ந. பிச்சமூர்த்தி, ஞானக்கூத்தன், தேவதேவன், கலாப்ரியா, சுகுமாரன் கவிதைகளில் ஆறும் குளமும் உண்டுதாம்.

வல்லிக்கண்ணனின் 'எங்கும் போகாதவனின் அற்புத யாத்திரைகள்' ஒப்ப இந்த நாள் அமைந்துவிட்டது(ம்) நல்லதுக்குத்தான்; இல்லையென்றால், இந்திய கலாசாரத்தின் இருப்பு நிலையைத் தீர்க்கமாக உணரமுடியாமல் போயிருக்க நேரும்.

3.11.2009, செவ்வாய்க்கிழமை

வழக்கம்போல, எழுந்துவிட்டேன்; துணிதுவைத்து, குளித்து முழுகிச் சாப்பிடப் போகலாம் என்றிருந்தபோது, இரண்டு நாள்களுக்கு முன் அறிமுகமான நாடி ஜோதிடர் செல்வராஜ் வந்தார்; வைத்தீஸ்வரன்கோயில்; விவரமானவர். டிஜிட்டல் காமிராவில் எடுத்த போட்டோக்களைக் காண்பித்தார்; ஹரிச்சந்திரா காட்டில் எரியும் சிதை, காத்திருக்கும் சடலம், அகோரி, கயா, பூரி. அகோரிகள் இரவில்தான் வருவார்களாம்; ஹரிச்சந்திரா காட்டில் நாலு பேர் இருக்கிறார்களாம்; போட்டோ எடுக்க விடுவதில்லையாம்.

பேரம் பேசி வாங்குவதற்கு அவரிடம் படித்துக்கொள்ள வேண்டும்; நூற்றைம்பது ரூபாய் சொன்ன 'ஹேண்ட்பேக்'கை எழுபது ரூபாய்க்கு வாங்கினார்; அன்னபூரணி விக்ரகம் எங்கே நியாயமான விலைக்குக் கிடைக்கும் என்று தெரிவித்தார்; ஸ்படிகமாலை ஒரிஜினல்தானா என்று எப்படிக் கண்டுபிடிப்பதென விளக்கிக் காட்டினார்.

பத்து நாள், நாலாயிரத்து ஐநூறு ரூபாய் என்று 'டிராவல்ஸி'ல் வந்திருக்கிறார்- மனைவியுடன். எந்திரம் எழுதுவாராம்; தொழில் உண்டுபண்ணும் அயர்விலிருந்து விடுபட இப்படி வந்துவிடுவாராம்; மந்த்ராலயம்மாதிரி ஸ்தலமெனில் காரிலேயே போய் வருவதாம்; கூட யாராவது வந்தால், அவர்கள் டீஸல் போடுவார்கள்; சமையல்காரர் வைத்துச் சாப்பாடு; சாப்பாட்டுக்குக் காசு வாங்குவதில்லை. காலைச்சிற்றுண்டிக்கான காசை அவர்தான் கொடுத்தார்.

கங்கை மாசுபடுவதைப்பற்றி அக்கறையாகப் பேசினார்; நகரின் சாக்கடைகள் நதியில் கலப்பது குறித்து வருத்தப்பட்டார்; கங்கோத்ரியிலிருந்து ஹுக்ளி கடலில் கலப்பதுவரை பயணம் செய்து, கங்கையைப்பற்றி பிரிட்டிஷ்காரர் ஒருவர் எழுதிய கட்டுரை குறித்து விவரித்தார்; புனித ஸ்தலமென்று ஒரே இடத்தில் எல்லோரும் குழுமுவதால்தான் அதிகம் மாசாகிறது என்று கட்டுரையில் சொல்லியிருப்பதாகவும். அதைத் தவிர்த்து, பரவலாக இருந்தால் சரியாயிருக்கும் என்றும் குறிப்பிட்டிருக்கிறாராம் ஆசிரியர்.

சிவா, சிரார்த்தம் கொடுப்பதற்கு விசாரிப்பதற்காக செல்வராஜ் சொன்ன ஐயரைத் தேடிப் போயிருக்கிறான்; பார்த்துவிட்டுத்தான் வருவான்; கயாவில் செய்ததைப் பார்த்தபோதே அவனுக்குத் தோன்றிவிட்டது; நண்பரிடம் ஆயிரம் ரூபாய் கேட்டு, வந்துவிட்டது. சாதாரணமாகவே, அவன் வெளியில் போனால் எப்பொழுது திரும்புவானென்று சொல்ல முடியாது; சாப்பாட்டு வேளை, தூங்கும் நேரத்துக்கு வந்துவிடுவான்தான்.

வெயிட்டிங் லிஸ்டில் (112) இருக்கிறது; 'ஈ.க்யூ.'வில் வாங்கிவிடலாம் அல்லது அடுத்த ட்ரெயினில், டிராவல்ஸில் சொல்லி, வரலாம் என்றிருக்கிறான். பிரேம்; ஒரு நாள் இருந்தால் அறைவாடகை ரூ.150/-, சாப்பாட்டுச் செலவு ரூ.300/- செலவாகும். வேறு வழியில்லையென்றால் என்ன செய்ய முடியும்.

எதுவும் பெரிதாகத் திட்டமில்லை; திட்டமிட்டாலும் சரிவருவதில்லை; தம் போக்கில்தாம் எல்லாம் நேர்கின்றன; இயலுமானால், திரிவேணிசங்கமம் சென்று வரலாம்; இல்லையென்றால், எப்பொழுது வாய்க்கிறதோ அப்பொழுது. காசிக்கு வருவோமென்று நினைத்துக்கூடப் பார்த்ததில்லை; வந்திருக்கிறோம் (இரண்டாவது முறையும்); இதுபோல நடப்பதாக.

நேற்று ஒரு கவிதை தோன்றியது; ஆனால் எழுத முடியாது; வசனத்தில் எழுதலாம், இல்லையா. தலைப்பு: 'மண்டியிட வைப்பவர்கள்.'

மண்டியிட வைக்கிறார்கள்; மண்டியிட்டுக்கொண்டே இருக்கவேண்டுமென்று எண்ணுகிறார்கள்; எப்படியாவது, மண்டியிட வைத்து விடுகிறார்கள்.

அம்மாதான் முதன்முதலில் மண்டியிட வைத்தாள்; வளர்ந்து ஆளானதும், மண்டியிட முடியாதென எதிர்த்து நின்றதும், விட்டுவிட்டாள்.

அப்பா, மண்டியிட வைக்கும்போதெல்லாம் ரௌத்ரம் கொண்டு முகம் காட்டுவதுதான்; கடைசியில், இனியும் மண்டியிட வைக்க முடியாதெனத் தெரிந்துகொண்டு விட்டுவிட்டார்கள்.

ஆசிரியர்கள் மண்டியிடச் சொன்ன வேளைகளெல்லாம் குமைந்துகொண்டே மண்டியிட்டு, வெளியே வந்தாயிற்று.

பெண்களிடம் மண்டியிடாமலிருக்க முடியவில்லை; சினம் காட்டினாலோ சீறிப்பாய்ந்தாலோ ஆணாதிக்கவாதி என்கிறார்கள்.

நண்பர்களிடம் மண்டியிடுவதும் எரிச்சல்படுவதும் அடுத்தடுத்து நிகழ்வனதாம்.

புரவலர்களிடம் மண்டியிட்டுவிட்டு, பெரிய வார்த்தைகளாகப் பேசிவிடுவதும் நேர்வதுதான்.

சக இலக்கியவாதிகளிடம் மண்டியிட்டு எழுந்ததும், முதல் காரியமே சண்டை போடுவதுதான்.

மனைவியிடம் மண்டியிட்டு மண்டியிட்டு முட்டி தேய்ந்ததில், முன்கோபம் வளர்ந்து முள்கள் குத்திக் காயம்படுவது சகஜம்தான்.

இப்பொழுதெல்லாம், பிள்ளைகள் வேறு மண்டியிடச் செய்கிறார்கள்; "தம்மிற் தம் மக்கள் அறிவுடைமை" என்று கருதினாலும், தன்னையறியாது சிலிர்த்துக்கொள்வதுதான்.

வீட்டு உரிமையாளர்கள் மண்டியிட வைத்துவிடுவதில், கலகங்களும் மன்னிப்புகளும் நடந்துகொண்டேயிருக்கின்றன.

அண்டை வீட்டுக்காரர்கள், தெருக்காரர்கள், பெட்டிக்கடைக்காரர்கள், போஸ்ட்-மேன்கள், ஊர்க்காரர்கள், டாஸ்மாக்காரர்கள், பத்திரிகையாசிரியர்கள், பதிப்பகத்தினர், காவல்துறையினர், அரசினர் இப்படி இப்படி எத்தனை பேரிடம், எவ்வளவு முறைதாம் மண்டியிட்டுக்கொண்டேயிருப்பது.

ஊழ்வினையும் கோள்களும் கடவுளும் மண்டியிட வைத்து வேடிக்கைபார்க்கத் தவறுவதேயில்லை.

மண்டியிட்டு மண்டியிட்டு மனம் நொந்துபோயும் மண்டியிடாமலிருக்க முடியவில்லை.

மாவீரர்கள் ஒரு நாளும் மண்டியிடுவதில்லை.

மாமனிதர்கள் ஒருபோதும் மண்டியிடுவதில்லை.

மாமுனிவர்கள் கதையே தனி.

மகாகவிகள் நிச்சயம் செய்ய முடியாதவர்கள்.

மண்டியிட்டதெல்லாம் போதுமென்றிருக்கிறது. மண்டியிட வைப்பவர்கள்மீது வன்மம் வளர்கிறது.

வாழ்வுக்கு முன் மண்டியிட்டுக் கொண்டேதான் காலம் கழிகிறது. சாவுக்கு முன் சந்தோஷமாகவே மண்டியிடலாம்.

இங்கேயும் 'பவர்-கட்' இருக்கிறது; அடிக்கடி போகிறது; யாரும் அதுக்காக அலட்டிக்கொள்வதாகத் தெரியவில்லை; பெரிய கடைகளில் ஜெனரேட்டர் வைத்திருக்கிறார்கள். மடத்திலும் உண்டு. மூன்று வருஷத்துக்கு முன் இப்படி ஆனதாக நினைவில்லை. முன்னேற்றம்தான். வெயில் அதிகமில்லை, பனியிருக்கிறது என்பதனால் ஒன்றும் தோற்றவில்லைதான்.

இன்றைக்கும் ஸ்ரீவிஸ்வநாதர் ஆலயத்தில் வெகு கூட்டமாம்; பன்னிரண்டு மணிவாக்கில் போன தெலுங்கு ஐயர், வரிசையைப் பார்த்து மலைத்துப்போய்த் திரும்பிவிட்டார்; சிவாவை சத்தம் போட்டு அனுப்பி வைத்திருந்தேன்; சின்னப்பையன்தானே; நின்று தரிசித்துவிட்டு வருவான்.

நேற்றைக்கு எழுதியிருக்கவேண்டிய ஒரு விஷயம்; 'க' சிற்றிதழாசிரியரும் மொழிபெயர்ப்பாளருமான இளையநண்பர் ராஜ கோபாலை கூப்பிட்டுச் சொன்னார், 'ஓடியகால்கள்' படிச்சிட்டேன் அண்ணாச்சி, பிரமாதமான கதை; அதைச் சொல்லத்தான் கூப்பிட்டேன்.

"சந்தோஷம்; நல்ல விஷயம்; சொல்லுங்க".

"ஆனால், 'உயிர்கள்' ஹைட்டுக்கு வராது".

"இல்லை, இல்லை. இரண்டையும் ஒப்பிடாதீர்கள். அது வேறு உலகம்; இது வேறு உலகம். 'உயிர்கள்', ஒரு சிறுவனின் எதிர்பாராத இறப்பை, அது ஏற்படுத்தும் உணர்வை, அந்த மரணத்துக்குத் தான் காரணமாக இருந்துவிட்டோமோ என்ற குற்றவுணர்வை, மானுடப் பரிவைக் காட்டுகிறது. 'ஓடியகால்கள்,' மானுடனின் குரூரத்தை, காவல்துறையினரின் ஈவிரக்கமற்ற தன்மையை, அதற்கெல்லாம் ஆட்பட்டுவிட்ட மனிதனின் கதையைச் சொல்கிறது; 'உயிர்கள்', தன் இயல்பிலேயே உச்சத்தை எட்டிவிடும்; 'ஓடியகால்கள்', சரியாகச் சொல்லப்பட்டால்தான் கதையாகவே ஆகும்."

"உண்மைதான், அண்ணாச்சி".

இந்த விஷயத்துக்கு ஒரு முன்கதை உண்டும்; இரண்டு- மூன்று தடவை, சா. கந்தசாமியின் 'உயிர்கள்' சிறுகதையைப்பற்றிச் சொல்லிக் கொண்டிருந்த ராஜகோபாலிடம் சிறிது சினந்து சொன்னேன்:

"ராஜகோபால், இந்தக் கதையை ஐந்தாறு கட்டுரைகளில் குறிப்பிட்டிருக்கிறேன்; நீங்கள் அவற்றைப் படிக்காமலேயே என்னிடம் பேசிக்கொண்டிருக்கிறீர்கள்; 'உயிர்கள்' மட்டுமல்ல, பத்துக்கும் மேற்பட்ட எழுபதுகளின் சீரிய கதைகளைத் தொடர்ந்து சுட்டிக்காட்டி வந்திருக்கிறேன். 'தன்மை - முன்னிலை - படர்க்கை' கட்டுரைத்தொகுப்பில் இருக்கின்றன அவை; நடராஜன் உங்களுக்கு அன்பளிப்பாக அந்த புஸ்தகத்தையும் தந்திருக்கிறார்; இன்னும் நீங்கள் அவற்றைப் பாராமலேயே என்னிடம் பேசிக்கொண்டிருக்கிறீர்கள்; தயவுசெய்து, தமிழிலும் படியுங்கள்".

வேறு என்னென்ன கதைகள் என்ற பட்டியலையும் சொன்னேன்; கி. ராஜநாராயணனின் 'கறிவேப்பிலைகள்', 'கதவு', 'வேலை வேலை வேலையே வாழ்க்கை'; அசோகமித்திரனின் 'வரவேற்பறையில்', 'வழி',

'புலிக்கலைஞன்'; சுந்தர ராமசாமியின் 'ரத்னாபாயின் ஆங்கிலம்', 'விகாசம்' (ஜவுளிக்கடையில் கணக்குப்பிள்ளை போல இருக்கும் இஸ்லாமியர், 'கால்குலேட்டர்' வந்த பிறகு, தன்னைத் தகவமைத்துக் கொள்ளும் இன்னொரு கதை; இது இரண்டாயிரத்தின் கதை); இராஜேந்திரசோழனின் 'இடம்', வண்ணநிலவனின் 'அழைக்கிறவர்கள்'. சா. கந்தசாமியின் 'உயிர்கள்', அம்பையின் 'அம்மா ஒரு கொலை செய்தாள்', ஜி. நாகராஜனின் 'ஓடிய கால்கள்', 'ஜுரம்'.

கட்டுரைத்தொகுப்பைப் 'புனைகளம்' சிற்றிதழாசிரியரும் கவிஞருமான சி. மோகன்தான் பதிப்பாசிரியராக இருந்து பார்த்துக் கொடுத்தார்; ' 'அகவாழ்வை அழகுபடச் சொல்லும் கவிஞன்' எனும் வைரமுத்துவின் திரைப்படப் பாடல்கள் பற்றிய கட்டுரையைச் சேர்க்க வேண்டாம், மற்ற கட்டுரைகளோடு இசையவில்லை என்றார்; அது, 'எல்லாச்சொல்லும்' என்ற அடுத்த நூலில் இருக்கும். அவரிடமே கேட்டேன், “மோகன், ஐந்தாறு இடங்களில் இந்தச் சிறுகதைப் பட்டியல் வருகிறது; கூறியது கூறலாகிவிடும்; 'எடிட்' பண்ண முடியுமா, பாருங்கள்”.

“இருக்கட்டும், அண்ணாச்சி; 'ரெலவன்ஸா'கத்தான் இருக்கிறது; பிற கும், ஒவ்வொரு கட்டுரையிலும் 'எடிட்' செய்ய முடியாதபடிதான் அது அமைந்திருக்கிறது; துருத்தலாக இல்லை; வாசகர்கள் (அப்படியாவது), இந்தக் கதைகளைப் படித்தால் - படிக்கச்செய்தால் - சரிதான்” என்று சொல்லிவிட்டார்.

பட்டியலில் உள்ள ஒன்றிரெண்டு கதைகள் தவிர, எல்லாவற்றையுமே ராஜகோபால் படித்திருந்தார்தான்; அவர், தன் ரசனைக்கேற்ப இன்னும் சில கதைகளைச் சொன்னார்; அவற்றில் ஒன்று, கி. ராஜநாராயணனின் 'கோமதி'; வெகுவாக சிலாகித்தார்.

ராஜகோபாலிடம் எல்லா புஸ்தகங்களும் இருக்கும்; ஆங்கில/லத்தீன் அமெரிக்க / ருஷ்ய / உலக இலக்கியம் பூராவுமே உண்டு. 'ஓடியகால்கள்' எடுத்துப் படித்துவிட்டார்.

கனிமொழி கருணாநிதி அவர்களின் 'சிகரங்களில் உறைகிறது காலம்' கவிதைத்தொகுப்பு வெளியீட்டு விழாவின்போது, சா. கந்தசாமி எப்போதும்போல, “என்னய்யா” என்று கேட்டுக்கொண்டே வந்தார்; “எப்படிய்யா, அந்தச் சின்ன வயசிலேயே 'சாயாவனம்' எழுதினீர்கள்” என்று சொல்லிக் கொண்டிருந்தேன். அந்த ஒரு கொடையும், 'உயிர்கள்' கதையுமே போதும், அவர் வாழ்வுக்கு அர்த்தமாக.

இதேபோல, வண்ணநிலவன், முப்பது வயதுக்குள்ளேயே 'கடல்புரத்தில்', 'ரெய்னீஸ் ஐயர் தெரு,' 'கம்பாநதி' என மூன்று நாவல்களும் முத்துகள் போலப் பத்துக்கும் மேற்பட்ட சிறுகதைகளும் தந்துவிட்டார்.

கலாப்ரியா, இளைஞனாக இருக்கையிலேயே கவிதையின் கொடுமுடி கண்டுவிட்டார்.

ஞானக்கூத்தன், தமிழ் வாழ்வியலை ஆவணப்படுத்தி விட்டார்.

அசோகமித்திரன், நடுத்தரவர்க்க வாழ்வை நன்றாகவே பதிவு செய்துவிட்டார்.

யோசிக்கும்வேளையில், எழுபதுகள்தாம் நவீன இலக்கியத்தின் பொற்காலம் என்று படுகிறது; காலம் உறுதிப்படுத்தட்டும்.

கனிமொழி கருணாநிதி அவர்களின் 'சிகரங்களில் உறைகிறது காலம்' வெளியீட்டு விழா நாளின்போதுதான் ஞானக்கூத்தன் காலைத் தொட்டுக் கும்பிட்டுவிட்டுச் சொன்னேன்; "என் கவிதைத் திசை வழியைக் கண்டுகொள்ள நீங்கள்தான் காரணமாக இருந்திருக்கிறீர்கள்; உங்கள் கவிதைகள்தாம் எனக்கு முன்மாதிரியாக இருந்தன; எழுபதுகளில் நான் புதுக்கவிதை எழுத அவையே ஆதர்ஷம்; இந்த வாக்குமூலத்தை ஓரிடத்தில் பிரகடனப்படுத்தியிருக்கிறேன்".

ஞானக்கூத்தன் கவிதைகளின் தமிழர் வாவியல், எளிமை, தொடக்க காலத்தில் நேரடித்தன்மை, நிலவெளி, பாடுபொருள்(கள்), மரபின் சாரம் எல்லாமே என்னை நிரம்பவும் பாதித்திருக்கின்றன.

குறிப்பாகவும் சிறப்பாகவும் 'அம்மாவின்பொய்கள்', 'கொள்ளிடத்துமுதலைகள்' போலும் கவிதைகள்.

அவர் கவிதைகளிலிருந்து நிறையப் பயின்றிருக்கிறேன், பயன்பெற்றிருக்கிறேன்; (எனக்குப் பகடி வராது.) என்னையும் அறியாமல், ஞானக்கூத்தன் கவிதைகள் என்மீது செல்வாக்குச் செலுத்தியிருக்கின்றன என்பதை நாற்பது வருஷம் கழித்து உணருகிறேன். உண்மையிலேயே, ஞானக்கூத்தன் பிறவிக்கவிஞன்தான்.

'டயரி' எழுதிக்கொண்டிருக்கையில், கயாவுக்குக் கூட்டிக்கொண்டு போன தெலுங்கு ஐயர் (பையன்கள் இருவருடன் வந்திருப்பவர்) வந்தார்; கதவை வெறுமேதான் சாத்தியிருந்தேன். பனிக்காக அடைத்துவைத்திருந்த ஜன்னல்கள் இரண்டையும் திறந்து வைத்தார்; வந்ததும், "வாங்க, உட்காருங்க" என்று வரவேற்றேன். (மதியம் வந்திருந்தார்; ஆறு நாள்களாகிவிட்டதனால், தரைத்தளத்திலிருந்து மாடிக்கு மாற்றிவிட்டார்களாம். பக்கத்து அறை; எங்களது கீழக்கடைசி; ஜன்னலைத் திறந்தால் கங்கை கண்ணில் படும்.)

சற்று நேரத்தில், சுருட்டு நாற்றமடித்தது; டீக் குடித்துவிட்டு வருகையிலேயே அவர் அறையிலிருந்துதான் இந்த மணம் வந்தது போலும். ஒன்றும் சொல்லவில்லை; என்ன சொல்ல. தலை வலித்தது; 'டயரி' எழுதுவதால் இருக்காது. எழுதிக்கொண்டிருந்தேன்; சுருட்டுப் பிடித்து முடித்ததும், அமைதியாகச் சென்றுவிட்டார் - திறந்த ஒரு பக்கக் கதவை மூடிவிட்டு.

மடத்தில் எழுதியே போட்டிருக்கிறார்கள்; யாரும் உள்ளே சிகரெட் பிடிப்பதில்லைதான்; நானும் ஒவ்வொரு தரமும் கீழிறங்கிப் போய்த்தான் பிடிப்பது; பழகிவிட்டது; வீட்டிலேயே வெளியில்தான் சிகரெட்; வீட்டம்மாவுக்குப் பிடிக்காது; பிள்ளைகள் வீட்டிலும் அறையிலும் இதேதான்.

அவர் அறையில் பிடித்தால், அந்த மணமே காட்டிக் கொடுத்து விடும்; வயசுகாலத்தில் மாடி இறங்கிப் போய் வருவதும் சிரமம்தான்; புரிகிறது. ஆனாலும் 'disturb' ஆகத்தான் இருந்தது; தெய்வம், அளவற்ற பொறுமையையும் எல்லையற்ற சகிப்புத்தன்மையையும் மிகுந்த பெருந்தன்மையையும் வழங்கிக் காப்பாற்றவேண்டும், என்னை.

டயரியா கட்டுரையா என்று கேட்டுவிடாதீர்கள், யாரும். டயரி எழுதுவதுக்குக்கூடவா இலக்கணம்.

4.11.2009, புதன் கிழமை

நேற்றிரவு, ரிசர்வேஷன் குறித்து விசாரிப்பதற்காக டிராவல்ஸ் போயிருந்தோம்; எந்த வண்டியிலும் இடமில்லை; இறங்கி, ஏறிச் செல்கிற மாதிரி இருப்பதாகத் தெரிவித்தார்கள். ஈ.க்யூ.வில் நிச்சயம் சொல்ல முடியாது; ராத்திரி போய்ப் பார்த்தால்தான் தெரியும்;

திரும்புவதற்குச் சற்று மெனக்கிட்டுத்தானாக வேண்டும்; கொஞ்சம் பதற்றப்பட்டுவிட்டேன்தான்.

சிவா, தென்புலத்தார் வழிபாடு செய்துவிட்டு, ஸ்ரீகாசிவிஸ்வநாதர், ஸ்ரீகாலபைரவரைத் தரிசித்துவிட்டு வரப் போயிருக்கிறான்; நான் எங்கும் செல்லவில்லை; காலையில் போர்வை உள்பட துவைத்துப்போட்டதே சலிப்பாக இருந்தது; அவன் வந்த பிறகு அன்னபூரணி படிமம் வாங்க வேண்டும்.

ஆந்திரா மெஸ்ஸில் கோங்குரா சட்னி இல்லையென்று சொல்லி விட்டார்கள்; இரண்டு குலோப்ஜாம் (ரூ.10/-) ஒரு சமோசா (ரூ.3/-), ஒரு டீ (ரூ.3/-) தாம் மதிய உணவு. தேநீர் குடித்துக் கொண்டிருக்கையில், ஒருவர் உற்றுப் பார்த்துக்கொண்டிருந்துவிட்டு, பக்கத்தில் இருந்தவரிடம் காண்பித்துச் சொல்லிக்கொண்டிருந்தார்; அவர். "இருக்காது" என்றதும், என்னிடமே வந்து கேட்டு விட்டார், 'நான் கடவுள்' தாத்தாதானே நீங்க". டீக்கடை பெஞ்சில் இருந்த பிறருக்கும் என்னைப் பார்த்ததில் மகிழ்ச்சியே.

தஞ்சாவூர் ஐயர்கள்; பத்து பேர் உள்ள குழு; வருஷாவருஷம், ஐப்பசி பௌர்ணமிக்கு வருவார்களாம்; ஒருவர் கேட்டார், "கூத்துப்பட்ட றையா." மு. ராமசாமி, இராமானுஜத்தையெல்லாம் தெரிந்துவைத்திருக்கி றார்கள்; நகரத்தார்சத்திரத்தில் தங்கல்.

தெலுங்கு ஐயர், அறையில் சுருட்டுப் பிடித்துக் கொண்டிருக்கிறார்; என்னைக் கண்டதும் வெளியே போய்விட்டார்; காலையில் அவர்கள் அறையைக் காலி பண்ணிவிட்டு, பொருள்களை எங்கள் அறையில் வைத்துவிட்டுக் கோயிலுக்குப் போய்விட்டு வந்து இருக்கிறார்கள்; ஐந்து மணிக்கு ஹைதராபாத் வண்டி; ஒரு நாள் வாடகை எதற்கு என்று நினைத்திருப்பார்களாயிருக்கும்; மற்றவர்களுக்குப் பயனுள்ளபடியிருப்பதும் ஒரு பேறுதானே.

'சிக்கிமுக்கி' இணைய இதழ் 2010.

கும்பமேளா யாத்திரை
(ஹரித்வார்)
8.3.2010 திங்கள் கிழமை

மீண்டும் நீண்ட நாள்களுக்குப் பிறகு நாள்குறிப்பு எழுத முற்பட்டாயிற்று; காசிக்குப் போகையில் எழுதியது, கடந்த ஆண்டில். இந்த ஆண்டு கும்பமேளாவுக்கு வருகையில் எழுதலாமே என்று தோன்றியது; சந்தோஷும் சொன்னான். உரைநடையைத் தக்கவைத்துக்கொள்ள ஒரு வழியும்தான். நினைவுகள், அனுபவங்களைப் பதிவுசெய்து வைக்கலாம். தினசரியும் எழுது என்கிறான் சந்தோஷ். சோம்பல் - மெனக்கிடமுடியாமல் இருப்பது - எழுத விளங்கவில்லை.

உள்ளபடியேயும், பத்தாம் தேதிதான் எழுத முடிகிறது. எட்டும் ஒன்பதும் ரயில் பயணம். காலையில் எழுத வாய்த்தது. எட்டாம் தேதி முன்பதிவு செய்திருந்தது. இலக்கிய வாசகர் சர்வணகுமாரிடம் தொலைபேசியில் சொல்லிவிட்டால், போதும்- காசியோ ராமேஸ்வரமோ மும்பையோ செய்து கொடுத்து விடுகிறார். இது ஒரு கொடுப்பினைதானே.

நேற்றின் தொடர்ச்சி இன்றும்; நேற்று காலை விளையாட்டுப் போலக் குடிக்க ஆரம்பித்தது. மதியம், இரவு எனத் தொடர்ந்து, சி. மோகன் கொண்டு வந்து அறையில் விட்டுவிட்டுப் போனார். சந்தோஷ், கொந்தளித்துப் போனான். ஏற்கெனவே வெள்ளிக்கிழமை குடி; சனிக்கிழமை, அஜயன் பாலாவின் 'சொற்கப்பல்' கூட்டத் தொடக்க விழாவுக்குப் பிறகும் குடி. எல்லாமே சந்தோஷ்க்குத் தெரியும். கடந்த ஒரு வருஷமாகவே கட்டற்ற குடிதான். வீட்டில் இருந்தால் ஓரளவு மட்டுப்படும். வெளியில் வந்தால் கூடிவிடுகிறது. தனிமையுணர்வு ஒரு காரணம். அடுத்து என்ன செய்வது என்ற புரியாமை இன்னொரு காரணம். குடியிலும் விருப்பம் விடமுடியாததாக இருக்கிறது என்பதும் உண்மைதான்.

வளர்ந்த பிள்ளைகளால் பொறுத்துக்கொள்ள முடிவதில்லை. மனைவியால் சகித்துக்கொள்ள முடியவில்லை. 'குடியை விடு, குடியை விடு' என்று கறாராகக் கூறிவிடுகிறார்கள். விடமுடிந்தால்தான் விட்டிருப்போமே. கடுமையான வசவுகள். காலையில் சாப்பிடவில்லை;

மதியம் சாப்பிட்டோமா, தெரியாது. இரவும் சாப்பிட்டதாக நினைவில்லை. இது ஒன்றும் புதிதும் இல்லைதான்.

ஷங்கர், அவன் வீட்டில் விட்டுவிட்டு வந்திருந்த கண்ணாடியை எடுத்துக்கொண்டு வந்தான். சந்தோஷ் கோபத்தைப் பார்த்துவிட்டுத் தன்னிலை விளக்கம்போலப் பேசினான். நான் ஒன்றும் பேசவில்லை. என்ன பேச. என்ன பேசினாலும் தப்பாகிவிடும். 11.45-க்கு வண்டி. புறப்படுகிற வழியைத்தான் பார்க்க வேண்டும்.

இயந்திரம்போலக் குளித்து முடித்தேன். சாப்பிட என்ன வாங்கி வர என்று கேட்ட சந்தோஷிடம் மாதுளம்பழ ஜூஸ் சொன்னேன். அம்மன்கோயில் போய்க் கும்பிட்டுவிட்டு வந்தேன். ஏர்-பேக்கில் துணிகளை எடுத்துவைத்தேன்.

சந்தோஷ், வில்வ இலைப் பொடியில், தேன் வாங்கி வந்து கலந்துவைத்தான். முப்பத்தேழு நாள் பல் துலக்குமுன் சாப்பிடச் சொன்னான். பணம், இரண்டாயிரம் தந்தான், செலவுக்கு. பையைத் தூக்கிக்கொண்டான். கிளம்பினோம்.

17-டி. வந்தது; பஸ்ஸில் இருக்கையில் இயக்குநர் மு. களஞ்சியம் மானேஜரிடமிருந்து செல்போனில் அழைப்பு. கடந்த மாதம் 19-ம் தேதி, 'ஷூட்டிங்' என்றார்கள். திருபுவனம் போயிருந்தவன், திரும்பி வந்து காத்திருந்தேன். ஒன்றும் பேசவில்லை. இப்பொழுது கூப்பிட்டால் என்ன செய்ய முடியும்.

கோச் பார்த்து, ஸீட் பார்த்துப் பையை வைத்துவிட்டுச் சொல்லிக் கொண்டிருந்தான், "முகத்தை சோகமாக வைத்துக்கொள்ளாதே".

''மும்பையில் இறங்கியதும் சிஸேல்க்குத் தொலைபேசி செய்துவிட்டு, குழந்தைக்கு உடம்பு சரியில்லாததால், ஸ்டேஷனுக்கு வர முடியவில்லையென்றால், நீயே போய் விடுவாயா" என்று கேட்டான். "மருந்தைப் பல்பொடி டப்பாவுக்குப் பக்கத்திலேயே வைத்துக்கொள். அப்போதுதான் ஞாபகம் வரும்'' என்று எடுத்துச் சொன்னான். நேற்றிரவும் இன்று காலையும் கடுத்தமாகப் பேசியதற்காகத் திரும்பத்திரும்ப மன்னிப்புக் கேட்டுக்கொண்டான், பணம் போதுமா என்று மறுபடி மறுபடி கேட்டுக்கொண்டிருந்தான். ஓரிரு வார்த்தைகளில்தாம் பதில்சொல்ல முடிந்தது.

கிளம்புவதற்குமுன் பிரேமிடம் தகவல் தெரிவிப்பதற்காகக் கூப்பிடச் சொன்னேன். அவனும் கால் மணி நேரம் புத்தி சொன்னான். எல்லாம் குடியைவிடச் சொல்லித்தான். இந்தக் குடி, இவ்வளவு பெரிய பிரச்னையாகி இருக்க வேண்டாம். என்ன செய்ய என்றே தெரியவில்லை. பார்ப்போம் என்றெல்லாம் இனியும் இருக்க முடியாது.

வண்டி புறப்படுவதற்கு ஐந்து நிமிஷத்துக்கு முன்பாகக் கீழிறங்கிக் கொண்டான். கால்மணி நேரம் இருக்கும்போதே சொன்னேன், "நீ வேணா போயேன்" என்று. சந்தோஷ் கையசைக்கையில் கண் கலங்கியது. "அழாதே" என்றபடி வழியனுப்பி வைத்தான்.

வழக்கமாக ஜன்னலோரம் இருந்து வேடிக்கை பார்ப்பேன். உடம்பு அயர்வாக இருந்தது. மனசு கஷ்டமாக இருந்தது; அப்படியே படுத்துக் கிடந்தேன். யோசித்தபடி தூங்கிப்போனேன்.

மதியம், ஃப்ரைடு ரைஸ்தான் கிடைத்தது. ரூபாய் 40/- இரவு நாலு சப்பாத்தி, குருமா. ரூ. 40/- சாப்பிட முடிகிறமாதிரி இருந்தது.

ஜோதிடர்கள் நெல்லை வசந்தனும் கே.பி.வித்யாதரனும் சொல்கி றார்கள்; சனி, சூரியன் காலில் (உத்ரம் நட்சத்திரத்தில்) இருக்கிறது, அதுதான் இப்போது இப்படிப் படுத்துகிறது என்று. பைரவரை வழிபட்டு வரச்சொன்னார் வித்யாதரன். முடிந்தபோது செய்து வருகிறேன். ஜூன் 10 ஒரு கணக்கு (வாக்ய பஞ்சாங்கம்); செப்டம்பர் 26, திருக்கணிதப்படி.

தென்காசியில் வேறு வீடுபார்த்துக் கொண்டுபோய் விட்டு விடுவதாகவே பிரேமும் சந்தோஷும் சொல்லியிருக்கிறார்கள். குடியை விட்டால்தான் எங்கே என்றாலும் இருக்கமுடியும் என்றும் மாறிமாறிச் சொல்கிறார்கள்.

இவ்வளவு வயதுக்கு மேல் தனியாக இருக்க முடியவில்லை என்பதுதான் பிரச்னையே. முன்பெல்லாம் இருந்திருக்கிறோம்- வருஷக்கணக்காக; தமிழ் மாநிலக் கட்டடத் தொழிலாளர் சங்கத்தில், நாகராஜ் மேன்ஷனில், அதற்கும் முன்பாக முருகேசநாயக்கர் மேன்ஷனில், எங்கெங்கெல்லாமோ.

எதையும் திட்டமிட முடிவதில்லை. நடக்கிறபடியே நடக்கட்டும். விமர்சனங்கள், கடுமையாகப் பாதிக்கின்றன. யாரைக் குறைசொல்லி என்ன ஆகப் போகிறது. அவரவர்க்கும் அவரவர் உலகம்.

தென்காசியில் மட்டும் இருக்க முடிகிறதா, என்ன. சென்னையிலும் இருக்க முடியவில்லை. அங்கே பணக்கஷ்டம். இங்கே, செய்ய ஒன்றுமில்லை. விரும்பியதுபோல வாழமுடியவில்லை என்பதுதான் உண்மை. அதற்குப் பிரதான காரணம், தமிழ்க்கவிஞனாக இருப்பதுதான் என்பதும் உண்மை.

09.03.2010, செவ்வாய்க்கிழமை

நேற்றிரவு நல்ல தூக்கம். அப்படியொரு அசதி இருந்திருக்கிறது. காலையிலும் எழுந்துகொள்ள மனமில்லை. மெல்லவே நாளைத் தொடங்கலாம். வில்வப்பொடி மருந்தை ஞாபகமாகச் சாப்பிட்டேன். பிறகு, பல்தேய்த்துத் தேநீர். சற்று நேரம் சென்று நாலு இட்லி, ஒரு மெதுவடை. ரூ. 25/- என்று நினைவு. படுத்தேதான் இருந்தேன். யோசித்தபடியே தூங்கிப்போனேன். யோசனைக்கு முடிவேயில்லை. சமீபகாலமாக, தூக்கம் வெகுவாகப் பிடித்திருக்கிறது. ஆனால், உடம்பும் மனசும் சீராக இருந்தால் தூக்கம் வருவதில்லை. இந்தமாதிரி சமயங்களில்தான் இப்படி.

9.30 மணிக்குள் புனே வந்தது. பிழைப்புக்காக வந்த திருநங்கைகள் இருவர் இறங்கிப் போனார்கள். நிறையப்பேர் இறங்கி விட்டிருந்தார்கள். அந்தத் திருநங்கைகளை வழியனுப்ப வந்திருந்த ஆயா சொன்னது, காதில் விழுந்தது, "மெட்ராஸ்ல வீடு வாங்குறமாதிரி வரணும்". என்னுடைய பெர்த் எண் எட்டு. ஏழாம் எண்ணில் இருந்த இசுலாமியர் கேட்டதற்காகக் கொடுத்துவிட்டு, அவருடன் வந்திருந்தவரின் 24-ம் எண் பெர்த்திலேயே வந்தேன். தாதரில் இறங்கிவிட்டவன், நல்லவேளையாக, இது அல்ல என்று ஏறி வந்து சேர்ந்தேன். மதியம் 1.30க்கெல்லாம் கொண்டுவந்து விட்டுவிட்டார்கள். எதிர்வரும் வண்டிகளுக்காக ஒதுங்கி நிற்கும்படி இல்லையென்றால், இருபத்து நாலு மணி நேரத்துக்குள்ளேயே வந்துவிடலாம் போல.

வெளியே வந்து, தேநீர் குடித்து, சிகரெட் பிடித்து, சந்தோஷோடு தொடர்புகொண்டேன். முகவரி சொன்னான். சிஸேல் எண் ஒலித்துக்கொண்டிருந்தது. சப்- அர்பன் வண்டிக்கான ஸ்டேஷன் விசாரித்து வந்து, அந்தேரி டிரெய்ன் பிடித்து, பிறகு வரேலி. ஒரு சம்சா ரூ.5, காரட் ஜூஸ் ரூ.8 ஆட்டோ ரூ.31.

இந்தி தெரியாதது சிரமமாகவே இருந்தது. பணியில் இருக்கும் பெண் போலீஸுக்குக்கூட எளிய ஆங்கிலம் புரிவதில்லை. சாதாரண ஜனங்களுக்கு இந்தியில் பேசினால்தான் புரியும். எப்படியோ என் அரை குறை ஆங்கிலத்தை வைத்தே ஒப்பேற்றி வருகிறேன்.

அழைப்புமணி அடித்ததும் பணிப்பெண் வந்து கதவைத் திறந்துவிட்டாள். நான் இருந்த கோலத்தைப் பார்த்தோ என்னவோ செக்யூரிட்டி, காம்ப்ளக்ஸூக்குள் விடவே மறுத்துக்கொண்டிருந்தான். இந்த முகவரியே இங்கே இல்லை என்றான். கடைசியில், அடுத்த வாசலைக் காண்பித்தான்.

முதலில், சத்ரபதி சிவாஜி நிலையத்தில் இறங்கியபோது பதற்றமாகவே இருந்தது. இல்லை, போய்விடலாம் என்று நம்பிக்கை ஏற்படுத்திக்கொண்ட பின்னரோ எல்லாம் நல்லபடி முடிந்தது. இவ்வளவுதான், எல்லாமே.

கொஞ்ச நேரத்திலேயே சிஸேல் வந்தாள். குழந்தையைப் பள்ளிக்கூடத்திலிருந்து கூட்டிக்கொண்டு அப்படியே ஸ்டேஷனுக்கும் போய்ப் பார்த்துவிட்டு வந்திருக்கிறாள். சந்தோஷ், இரண்டு மணி முதல் நாலு வரை வரலாம் என்று சொல்லியிருந்திருக்கிறான்.

குளித்துவிட்டு, நாலு பூரி சாப்பிட்டுவிட்டு, பாபாஜியைப் பார்க்கப் போனோம். ஆஸ்ரமம், எடுத்துக் கட்டப்பட்டிருக்கிறது. சுற்றிலும் சுவர் எழுப்பி, வாசல் கதவு போடப்பட்டிருக்கிறது. பாபாஜியைச் சுற்றி எப்போதும்போலக் கூட்டம் இருந்தது. 'வியாழக்கிழமையைத் தொலைத்தவன்' தொகுப்பை அவருக்குத்தான் சமர்ப்பணம் செய்திருந்தேன். கொண்டு வந்திருந்த படியைக் கொடுத்து ஆசிர்வாதம் பெற்றேன்.

போன முறை பார்த்ததுக்கு, இப்போது கொஞ்சம் தளர்ச்சியாகத்தான் தெரிகிறார். பூஜை, புனஸ்காரம் குறைவில்லாமல் நடக்கிறது. கஞ்சா சுற்று வந்தது; ஏனோ வேண்டாம் என்று சொல்லிவிட்டேன். பாபாஜியோடு நாளை மறுநாள் புறப்படவேண்டும்.

வீடு திரும்பி இரண்டு சப்பாத்தி, சிறுபயறு மாதிரி ஏதோ ஒன்று, லெமன் டீ. படுத்த சிறிது நேரத்திலேயே தூங்கிவிட்டேன். சந்தோஷ் ,வந்ததுமே பேசிவிட்டான்.

10.3.2010, புதன்கிழமை

சிஸேல், குழந்தை ப்ரீஷாவுக்கு மருத்துவப் பரிசோதனைக்காகக் காலையில் புறப்பட்டுப் போனாள். இரண்டு நாள் டயரி எழுதிவிட்டு, அவல் உப்புமா சாப்பிட்டுவிட்டு, வெளியில் போய்த் தேநீர் குடித்து, தீப்பெட்டி வாங்கி வந்தேன்.

பணிப்பெண் வந்து, சமையல் செய்ய ஆரம்பித்திருக்கிறார். மொழிப்பிரச்னை இருக்கிறதுதான். என்னிடம் எந்த மொழியில் பேச, நான் எந்த மொழியில் பேச. காலநிலை இளங்குளிராக இருந்ததால், இன்னும் குளிக்கவில்லை. சாயங்காலம் பார்த்துக்கொள்ளலாம். சமயங்களில் குளிக்காமலும் இருந்துவிடலாம்.

இன்றுதான் மனம் சற்றுத் தெளிவடைந்திருக்கிறது. இரண்டு நாளாயிருக்கிறது, மீள. வெளியில் வந்ததும் நல்லதுதான். எல்லாம் எடுத்துக்கூட்டிச் செய்வதுபோலாகி விட்டிருக்கின்றன.

ஷங்கர், ஆறாண்டுகளாக நான் ஒன்றும் செய்யவில்லை என்கிறான். பத்து சிறுகதைகளாவது எழுதுங்கள் என்றும் சொல்கிறான். சண்முகசுந்தரம், நாவல் எழுதச் சொல்கிறார். எல்லாம் சரிதான். முடியுமா என்றுதான் தெரியவில்லை. குறைக்காலத்தையும் அமைதியாகக் கழித்தால் போதும் என்றிருக்கிறது. இன்னும் பத்து நல்ல கவிதைகள் எழுதமுடிந்தால் நன்றாயிருக்கும். பாடல்பெற்ற ஸ்தலங்களில் பாக்கியிருப்பனவற்றைத் தரிசித்துவர வாய்த்தால் நிம்மதியாயிருக்கும். முடிந்தால், திருக்கயிலாய யாத்திரை போய்வர வேண்டும்.

உரைநடை– கதை– எழுத இடைவெளி விட்டிருக்கக்கூடாது. மறுபடி சமகாலத் தமிழை எப்படிக் கைக்கொள்வது. எழுதவே முடியாமலாகிக் கொண்டிருக்கிறது. கடந்த ஆண்டு (ஆறுமாதம்) மெய்ப்புப் பார்ப்பவனாகத்தான் இருந்திருக்கிறோம். விட்டால், பிழைதிருத்துபவனாக்கி விடுவார்கள்போல. கவிஞர்கள், ஆயிரக்கணக்கில் இருக்கிறார்கள்; பிழைதிருத்துபவர்கள் நூறுபேர்கூட இல்லையே. ஆனால், ப்ரூஃப் ரீடிங்' ஒரு நச்சுப்பிடித்த வேலை; முடியவில்லை.

மேல் மாடியறை வந்து, படுக்கையில் படுத்தபடியே, ஓஷோவின் 'Tao- The Golden Gate' படித்துக்கொண்டிருந்தேன். இவற்றில் சில கட்டுரைகளை முப்பது வருஷத்துக்கு முன்பு வந்துகொண்டிருந்த 'ரஜனீஷ்' பத்திரிகையிலேயே படித்தது நினைவுக்கு வந்தது. அந்தத் தமிழ் இதழிலிருந்து 'ரஜனீஷ் குட்டிக்கதைகள்' என்று 'அஸ்வினி' சித்திரக்கதை இதழ் (ஜெயராஜ் படம் போட்டு வந்தது). 'மயன்', 'கமலம்' எல்லாவற்றிலும் அறிமுகப்படுத்தவும் செய்திருக்கிறேன், முதன்முதலாக(?).

சமையலம்மா சொல்லிக்கொண்டு புறப்பட்டது. தேநீர் போட்டுக் கொடுத்துவிட்டுப் போகும்படி கேட்டுக்கொண்டேன். சாம்பார்மாதிரி

ஒரு குழம்பு, கேரட்-கோஸ் பொரியல். தயிர் எங்கே இருக்கிற தென்று கண்டுபிடிக்க முடியவில்லை. மூன்றரை மணி வாக்கில்தான் சாப்பிட்டேன். சற்றே கண்ணயர்ந்தேன்.

சாயுங்காலத் தேநீர், சமையலம்மா தந்தது. நீர்க்கொண்டதுபோல இருக்கவே குளிக்கவில்லை. மாடியிலேயே படுத்துக் கிடந்தேன். ஓஷோ புஸ்தகம், அறுபது பக்கம் முடித்திருக்கிறது.

சிஸேல் வந்து, சப்பாத்தி ஆர்டர்பண்ணி வரவழைத்துக் கொடுத்தாள். நாளை பாபாஜியை வழியனுப்பிவைக்க வேண்டியதற்கான வேலைகள், திட்டங்களில் இருந்தாள். ஜாதகம் பார்க்க எடுத்து வந்தாள். பார்த்துச் சொன்னேன். தூங்கப் போக நேரமாகிவிட்டது.

11.3.2010, வியாழக்கிழமை

காலையில் வெளியே போய் நாலு கிங்ஸ் வாங்கி வந்தேன். ஆட்டாவிலேயே காய்கறி போட்டு, அடைபோல. ருசியாக இருந்தது. பசியில், நாலு சாப்பிட்டேன். பாபாஜிக்கு சணலில் ஹேண்ட் பேக் தைக்கக் கொடுத்திருந்தது. வண்டியில் மியூஸிக் செட் பொருத்த வேண்டும். போரிவெலி போய் வரவே மதியமாகி விட்டது. குளித்து, சாப்பிட்டுப் புறப்பட வேண்டியதுதான்.

ஆஸ்ரமம் ஜெ ஜெ என்றிருந்தது. பாபாஜியைப் பார்த்துவிட்டு வெளியில் வந்து இருந்தோம். நேரமாக ஆக நல்ல கூட்டம். சிஸேல், செலவுக்குப் பணம் இருக்கிறதா என்று கேட்டு, கொடுத்தாள். ஐந்து கார். கணேஷ் வண்டியில்தான் பாபாஜி, பண்டிட்ஜி, மாஸ்டர், ஒரு சிகார் மெர்ச்சண்ட், நான்; டிரைவிங் மகேந்திரன்.

இரவு 1.30 போல் ஆகிவிட்டது. வழக்கமாக, சாப்பாடு போடுவார்கள். இன்று பாயசம் பிரசாதம் கொடுத்திருக்கிறார்கள். புரோட்டா போட்டுக்கொண்டிருந்தார்கள்.

மும்பை எல்லை தாண்டியதுமே, குளிரில் நல்ல தூக்கம். வண்டிகள் எல்லாமே நல்ல வேகத்தில் போய்க்கொண்டிருந்தன. தேசிய நெடுஞ்சாலை, அருமையாக இருக்கிறது.

விடியற்காலம் போல, குஜராத் மாநிலத்தில் இருந்தோம். வழியில் இருந்த ஹோட்டலில் நிறுத்தி, காபி குடித்துவிட்டு மறுபடியும் பிரயாணம்.

வேட்டைக்காரப் பனியின் குளிர்ச்சி

பொதுவாக, நான் பயணம் செய்வது என்பது தனியாக இல்லை. குடும்பத்தில் மனைவியுடன், மனைவிக்கு வசதிப்படாத போது, பிள்ளைகளுடன் என்றுதான் அமைந்திருக்கும். பயணம் போகவேண்டும் என்று எந்தத் திட்டமும் வகுத்துக்கொள்வதில்லை. அது, தானாகவே வாய்க்கும். அனேகமாக, இரண்டு வருடங்களுக்கு ஒரு முறை தென்காசியில் இருந்து கொல்லம் வழியாக சோட்டாணிக்கரை, குருவாயூர், கொடுங்கல்லூர் போய், அப்படியே கொல்லூர்வரை சென்று வருவது வழமையாக இருந்துவருகிறது. அதேபோல, வருடம் ஒரு முறை தஞ்சை மாவட்ட நவக்கிரக க்ஷேத்திரங்கள் சிலவற்றுக்கும் திருக்கடவூருக்கும் தவறாமல் போய் வருவதுண்டு. பாடல்பெற்ற ஸ்தலங்கள் ஒவ்வொன்றாகத் தேடிப் போய்த் தரிசித்து வருவதும் நடந்துகொண்டிருக்கிறது.

தமிழ்நாட்டை விட்டு வெளியே என்றால், எங்கள் அக்கா கொல்கத்தாவில் இருந்தவரையிலும், மூன்று வருடங்களுக்கு ஒரு முறை அல்லது இரண்டு வருடங்களுக்கு ஒரு முறை குடும்பத்துடன் அங்கு சென்று வருவோம். சந்தர்ப்பம் வாய்க்கும்போது திருப்பதிக்கும் சென்று வருவோம்.

நகுலன் இருந்தவரையிலும் நினைத்தபோதெல்லாம் திருவனந்தபுரம் சென்று அவரைப் பார்த்துவிட்டு வருவது வழக்கமாக இருந்தது. கோணங்கியோடு, கவிஞர் ஷங்கர்ராமசுப்ரமணியனோடு இப்படி வெவ்வேறு நண்பர்களுடன் போய் வந்திருக்கிறேன்; எனில், பெங்களூரில் எங்கள் சின்னத்தம்பி இருந்தபோதும், அதற்கு எனத் தனியாகப் போய் வந்ததில்லை. கொல்லூர் போகும்போது அல்லது வரும்போது பார்த்துவிட்டு வருவதுதான்.

என்னுடைய பயணங்கள், பெரிதும், தமிழ்நாட்டுக்கு உள்ளேயே இருந்து வந்திருக்கின்றன. எங்கெல்லாம் இலக்கிய நண்பர்கள் இருக்கிறார்களோ அங்கெல்லாம் தனியாகப் போய் வந்திருக்கிறேன். நகுலனைத் தேடிப்போனதுபோல, குமுளி சென்ட்ரல் ஆஸ்பத்திரி டாக்டர் ஸ்ரீதரனைப் பார்ப்பதற்கும் செல்வதுண்டு.

திடுதிப்பென்று ஏதாவது இலக்கிய விருது கிடைக்கும்; அனேகமாக அந்தப் பணம் இப்படிப் பயணங்களுக்குத்தான் பெரிதும் பயன்பட்டு வந்திருக்கிறது. திட்டமிட்டுச் செல்வதற்கான எந்த வசதியும் இல்லாததாலேயே திட்டமிட்டுக் கொள்வதில்லை.

மூன்று ஆண்டுகளுக்கு முன்பாக, காசிக்குப் போனபோதும் எந்தத் திட்டமும் வைத்துக்கொண்டு போனதில்லை. மதிப்புக்குரிய காவல்துறை தலைவர் திலகவதி அவர்கள், எங்கள் சின்னமகனிடம், “அப்பாவைத் தனியாக அனுப்ப வேண்டாம்” எனச் சொல்லி அவனையும் கூடவே அனுப்பிவைத்தார்கள். கடந்த ஆண்டு காசி போனபோது, எங்கள் சின்னமகன் வர சௌகரியப்படாததால் தன்னுடைய ஜூனியரை அனுப்பிவைத்தான். காசிக்கு இரண்டு முறை சென்ற பயணங்களும் என்னளவில் பேரனுபவங்கள்.

அண்மையில் நான் போய்வந்த மகத்தான பயணம், கும்பமேளாவுக்குத்தான். கும்பமேளா செல்வேன் என்று கனவுகூடக் கண்டதில்லை. ஆசை இருக்கிறது, மானஸரோவர், அமர்நாத், கேதார்நாத் எலலாம் போகவேண்டும் என்று. வாய்க்கும்போது வாய்க்கும் என்று இருந்துவிடுவேன். அப்படி வாய்த்துக் கொண்டுமிருக்கிறது.

எங்கள் அக்கா மகன், மும்பையில் கப்பல் கேப்டனாக இருக்கிறான். அவன், அங்கே உள்ள ‘கிடுக்பம் பாபாஜி’ பக்தன். இரண்டு ஆண்டுகளுக்கு முன் நானும் என் மனைவியும் மும்பை சென்று அந்த மகானைத் தரிசித்து வந்தோம். என்னுடைய சமீபத்திய கவிதைத்தொகுப்பு- ‘வியாழக்கிழமையைத்தொலைத்தவன்’ -ஐ அவருக்குத்தான் சமர்ப்பணம் செய்திருக்கிறேன்.

இந்த கும்பமேளாவில் அவர் தன் பக்தர்களுடன் செல்லும்போது, எங்கள் மருமகன் என்னையும் வரச் சொல்லியிருந்தான். அந்த நேரத்தில் மு. களஞ்சியத்தின் படப்பிடிப்பில் கலந்துகொள்ள வேண்டியிருந்தது. அதனால் தயங்கிக் கொண்டிருந்தேன். பாபாஜி, “பிராப்தம் இருந்தால் அவர் வருவார்” எனச் சொல்லியிருக்கிறார். எங்கள் மருமகனும், சின்னமகனும் திரும்பத்திரும்ப வலியுறுத்திக் கொண்டிருந்தனர். நானும் யோசித்தேன். கும்பமேளா, பன்னிரண்டு ஆண்டுகளுக்கு ஒரு முறை வருவது. அடுத்த பன்னிரெண்டு வருடத்தில் உடம்பு கதியாக இருந்து கலந்துகொள்ள முடியுமா என்றும் தோன்றியது. சரி என்று புறப்பட்டுவிட்டேன்.

சென்னையில், ப. சரவணகுமார் என்று இலக்கிய வாசகர் ஒருவர் இருக்கிறார். காசி போவதென்றாலும், ராமேஸ்வரம் போவதென்றாலும், அவரிடம் சொல்லிவிட்டால் போதும், தட்காலில் பயணச்சீட்டு எடுத்து மெயிலில் அனுப்பி விடுவார். அவர்தான் மும்பைக்கும் பயணச்சீட்டு எடுத்துக் கொடுத்தார்.

பாபாஜி, கலைஞனின் மனம்கொண்ட மகான். அவர் எந்நேரம் புறப்படுவார் என்பதை ஆசிரமத்தில் உள்ளவர்கள்கூட அறியமாட்டார்கள். மதியப்பொழுதிலேயே ஆசிரமம் போய்விட்டாலும், இரவு ஒன்றரை மணி அளவில்தான் அவர் புறப்பட்டதே. மூன்று வண்டிகள் (டாடா சுமோ மாதிரி); ஒவ்வொன்றிலும் எட்டுப் பேர்.

இவ்வளவு நீண்ட கார் பயணத்தை என் வாழ்நாளிலேயே மேற்கொண்டதில்லை. மகாராஷ்டிரம், குஜராத், ராஜஸ்தான், ஹரியானா, டெல்லி யூனியன் பிரதேசம், ஆறாவதாக உத்தராஞ்சல் மாநிலம் வழியாக வண்டிகள் முன்னும் பின்னுமாகப் போய்க்கொண்டே இருக்கின்றன. வடபுலத்தில் தேசிய நெடுஞ்சாலைகள் வெகு அருமையாக இருக்கின்றன. சாலை ஓரங்களில் லாரிகள் மற்றும் கார்களை நிறுத்திக் குளித்துவிட்டு, சாப்பிட பஞ்சாபி, ராஜஸ்தானி, குஜராத்தி ஹோட்டல்கள் என்று வசதிக்கு எந்தக் குறையும் இல்லை. மூன்று நாள்கள் போக, மூன்று நாள்கள் வர எனப் பயணம் இருந்தது.

இந்தியாவைப் போல வேறு வேறு நிலப்பரப்பு கொண்ட பூமியை உலகில் வேறெங்கும் பார்க்கமுடியுமா என்றுதான் எனக்குத் தோன்றுகிறது. பசுமையான மராட்டியத்தையும் குஜராத் மாநிலத்தையும் கடந்தால், நீர்நிலையே காணமுடியாத, சலவைக்கல்லும் மொசைக்கும் வாழ்வாதாரமாக இருக்கும் ராஜஸ்தானும், உவரிச்செடிமாதிரி ஒரு செடி மட்டுமே கண்ணில் காணும் ஹரியானாவும், அடுத்தடுத்து மாறும் சீதோஷ்ணநிலையும் எவ்வளவு வித்யாசமானவை.

மும்பையில் தொடங்கி ஹரித்வார் வரையிலும் மாநில மொழிகள் வேறு வேறு என்றாலும், ஹிந்தி மட்டும் தெரிந்திருந்தால் போதும். என் வாழ்க்கையிலேயே ஹிந்தி படிக்காதவனாக, முன்னாள் ஹிந்தி எதிர்ப்பு வீரனாக இருந்ததற்கு வெட்கப்பட்டுக் கொண்டேன். அந்த மக்களோடு பேச முடியவில்லையே என்ற சங்கடம் இருந்துகொண்டே இருந்தது. எவ்வளவு அன்பான மனிதர்கள், எவ்வளவு கனிவாக விருந்தோம்பலைக் கவனிக்கிறார்கள். எவ்வளவு அடக்கமாகப் பழகுகிறார்கள். ஆனால், ஒரு வார்த்தைகூட என்னால் அவர்களிடம் பேச முடியவில்லை.

இதில் பெரிய வேடிக்கை என்னவென்றால், எனக்கு ஹிந்தி தெரியாது. பாபாஜிக்கு ஆங்கிலம் தெரியாது. (என்னுடைய ஆங்கிலமும் ஆக்ஸ்போர்ட் யுனிவர்ஸிட்டி ஆங்கிலம் அல்ல.) எங்களோடு வந்திருந்த மிகச் சிலருக்கு மட்டுமே என்னைப்போல ஆங்கிலம் தெரியும். தமிழன் என்பதாலும் மெட்ராஸ்காரன் என்பதாலும், அவர்கள் எல்லோரும் திரும்பத்திரும்பக் கேட்ட கேள்வி இதுதான், "ஏன் நீங்கள் எல்லோரும் ஹிந்தி படிக்கவில்லை, ஹிந்தியை ஏன் எதிர்க்கிறீர்கள்". "இது முழுக்க முழுக்க அரசியல்" என்று வெளிப்படையாகவே சொன்னேன்.

பாபாஜி மூலமாக 'மாமன்' என்ற தமிழ்ச்சொல்லை மட்டும் வண்டியில் எங்கள்கூட வந்தவர்கள் தெரிந்து வைத்திருந்தனர். எனக்கு பட்டப்பேரும் அதுதான். என் மருமகனுக்கு மட்டும் இல்லாமல், அவர்கள் அனைவருக்கும் 'மாமன்' ஆகிவிட்டேன்.

நான், செலவுக்காக இரண்டாயிரம் ரூபாய் கொண்டு சென்றிருந்தேன். என் மருமகனின் மனைவி ஆயிரம் ரூபாய் கொடுத்து விட்டிருந்தாள். ஆனால், பாபாஜி என்னைச் செலவுபண்ணவே விடவில்லை. முதல் நாள் காலையில், குஜராத் மாநிலத்தில் ஒரு ஹோட்டலில் காபி குடிக்கப் போனால் பின்னாலேயே வந்தவர்கள் சொன்னார்கள், "நீங்கள் எதுவும் செலவு செய்யக்கூடாது என பாபாஜி சொல்லியிருக்கிறார்".

குஜராத்தில் ஓர் ஆசிரமத்தில் அன்று நண்பகல் தங்கி, குளித்து, சாப்பிட்டுவிட்டு மறுபடியும் புறப்பட்டோம். ராஜஸ்தான் மாநிலத்தைக் கடக்கும்போது, 'ஶ்ரீ மீனாட்சி லாரி சர்வீஸ்', 'நாமக்கல் லாரி சர்வீஸ்' என்ற தமிழ்ப் பெயர்ப் பலகைகளைப் பார்க்கும்போது சந்தோஷமாக இருந்தது. அந்த நள்ளிரவிலும் பிரதான சாலையையொட்டிய சிறு நகரங்களிலும் பெருநகரங்களிலும் பனை உயர சலவைக்கல்லில் இருந்து ஆள் உயர சலவைக்கல் வரை அடுக்கி வைக்கப்பட்டிருந்ததைக் காணமுடிந்தது. தமிழ்நாட்டின் பெரும் வருமானம் 'டாஸ்மாக்' என்பதுபோல, ராஜஸ்தானின் வருமானம் சலவைக்கல் மற்றும் மொசைக்கில் இருந்து வருபவையாகத்தான் இருக்கும். போனது எல்லாம் புறவழிச்சாலை என்பதாலேயே ஜெய்ப்பூர், டெல்லியைப் பார்க்க முடியாமல் போய்விட்டது.

இருள் பிரியும் அதிகாலைப்பொழுதில் ஹரித்வார் போய்ச் சேர்ந்தோம். தூக்கக்கலக்கத்தில் கங்கை ஆற்றின் சலசலப்புக் கேட்கத்தான் செய்தது. வடக்கு எது, தெற்கு எது என்று தெரியாத வேளையது.

எங்களுடைய கூடாரம், பைராகி மடத்தைச் சேர்ந்தது. மூன்று நாள் பயணக்களைப்பில் எல்லோரும் கூடாரத்தில் படுத்துவிட்டோம். நாங்கள் போன வேளைதான் பனி முடியும் காலம். காலை ஆறரை மணி வரை எழுந்திருக்கவே தோணாது. அந்தக் கூடாரம், கம்பளிப்போர்வை இரண்டையும் விட்டுவிட மனசு வராது. வெகு சாவதானமாக எழுந்துகொள்வோம். கூடாரத்தின் பின்பகுதியிலேயே பல் தேய்க்க, குளிக்க இடவசதி இருக்கிறது. சற்று நேரத்திலேயே பட்டாணி சுண்டல், உருளைக்கிழங்கு போண்டா, ஒரு டம்ளர் சாயாவும் வரும். அதுதான் அந்தக் கூடாரத்தின் காலை உணவும்கூட. வெயில் வந்ததும் நடை தூரத்தில் இருக்கிற கங்கைக்குப் போய்க் குளிப்போம்.

ஹரித்வாரின் அழகே கங்கைப் பேராறுதான். மலைமுகடுகளை விட்டு, ரிஷிகேஷ் தாண்டி, ஹரித்வாரில்தான் கங்கை இறங்குகிறது-சமவெளியில். கங்கையின் அந்தத் துள்ளல், அந்த ஒயில், அந்த ஒய்யாரம் வேறு எங்கும் பார்க்க முடியாதது. படித்துறைகளில் கம்பிவைத்துக் கட்டியிருக்கிறார்கள். கையால் பற்றிக்கொள்ள குறுக்கே இரும்புச்சங்கிலி கோத்து வைத்திருக்கின்றனர். இவற்றையும் மீறி, ஆளை இழுக்கத்தான் செய்கிறது, நீரோட்டம். ஆனாலும், பயம் இல்லை. கங்கையின் அந்தத் தண்மையை, குளிர்ச்சியை நீங்கள் வேறு எங்கும் பார்க்க இயலாது-தேனருவி தவிர. கங்கையைப்பற்றியும் கும்பமேளாபற்றியும் கவிதை எழுதத் தோன்றியது; எழுதினேன். அவை நன்றாக வந்திருப்பதாகவே படுகிறது.

கங்காமஹாராணி

விண்ணிலிருந்து இறக்கிவிட்டதனால்
வேகம் கொண்டிருக்கிறாளோ
மண்ணில் ஓடவிட்டதனால்
மனம் கசந்துபோயிருக்கிறாளோ
அப்படியெல்லாம் ஒன்றும்
தெரியவில்லையே
செல்லும் இடமெங்கும்
செழிக்கவைக்கிறாள்
நில்லுமிடம் எதுவும்
நிலத்திலேயே கிடையாது
வானதியால் எப்படி
வன்மம் கொள்ள முடியும்

கோடிக்கணக்கான உயிர்களை
காப்பாற்றிவைக்கத்தான் தெரியும்
பிறந்தவீட்டின் பெருமையை
பேணிவரத்தான் இயலும்

('புதுப்புனல்', மே 2010)

ஹரித்வார் (கும்பமேளா)

அந்தியில்
மெல்ல மெல்ல
இரவில் முழுக்கவும்
ஜில்லிட
காலையிலும்
தயங்கித்தயங்கியே
புறப்பட்டுப்போகிறது
அந்த வேட்டைக்காரப் பனியின்
குளிர்ச்சி
கங்கையின் தண்மையிலும்
வைகறையிலேயே நீராடுகிறார்கள்
ஜனங்கள்
பனியைக் கண்டதா
குளிரைக் கண்டதா
பக்தி

கண்ணுக்கெட்டிய தூரம் வரை கூடாரங்கள்; ஒவ்வொன்றிலும் ஒரு பாபாஜி. கும்பமேளா என்றதும் பயந்துகொண்டுதான் போனேன், இவ்வளவு கூட்டத்துக்கும் எப்படித் தங்க ஏற்பாடு செய்திருப்பார்கள், என்ன வசதி செய்திருப்பார்கள் என்று. ஆனால், எந்த வசதிக்குறைவும் இல்லை.

உத்தராஞ்சல் அரசின் சிரத்தை ஆச்சரியப்படும் வகையில் அமைந்திருந்தது. ஓர் அரசு இந்த அளவு பொறுப்பாக இருந்து கொண்டாலே போதுமானதுதான். இரண்டாம் நாளோ மூன்றாம் நாளோ மாலைப்பொழுதில் பாபாஜிக்கள் திறந்த கார்களிலும் வேன்களிலும் சாரட் போன்ற வண்டிகளிலும் ஊர்வலமாக வந்ததைப் பார்க்கக் கிடைத்தது, உள்ளபடியே பேரனுபவமாக இருந்தது.

எங்கு பார்த்தாலும் பக்தர்கள் கூட்டம், ஜனக்கூட்டம். நவீனத்துவம் பேசுகிற, பின் நவீனத்துவம் பேசுகிற எங்கள் இலக்கியவாதிகளை நினைத்து இம்மாதிரி நேரங்களில் சிரிப்புதான் வரும். இவர்கள், வாழ்க்கையில் ஒரு முறையாவது காசி விஸ்வநாதர் கோயிலுக்குப் போக வேண்டும். கும்பமேளாவில் கலந்துகொள்ள வேண்டும். பிறகுதான் ஃபூக்கோவையும் தெரிதாவையும் பேச வேண்டும்.

என்ன ஒரு எளிமையான மக்கள். எவ்வளவு வெள்ளந்தியாக இருக்கிறார்கள். இவர்களையா இந்த அரசியல்வாதிகள் ஏமாற்றுகி றார்கள். இவர்கள் கண்களைப் பார்த்தால்கூட யாரும் ஏமாற்ற முடியாது. தென்னாட்டு மக்களைவிட, வடஇந்தியர்கள் நிரம்பவும் அப்பிராணிகள். அதனாலேயோ என்னவோ நிரம்ப பக்தியோடு இருக்கிறார்கள். இந்தியாவே இவர்களால்தாம் உயர்ந்திருக்கிறது.

என்னைப் பொருத்தவரையில், இரண்டு பிரச்னைகள். முதலாவது, மொழிப்பிரச்னை. அடுத்து, காணாமல் போய்விடுவோமோ என்ற பயம் எனக்கு எப்போதும் உண்டு. இதனால், கங்கைக்கரைக்கும் நடந்துபோகும் தூரத்தில் இருக்கும் பெட்டிக்கடைக்கும் தவிர, வேறு எங்கும் போக முற்பட்டது இல்லை.

இன்னொன்று, சாதுக்கள் மத்தியில் 'சரஸ்' (கஞ்சாவுடன் சில பொருள்கள் சேர்ந்தது) மிக சகஜம். அங்கு இருந்த எட்டு நாள்களும் அது என்னைக் கட்டிப் போட்டிருந்தது. கவிதையும் தோன்றிக்கொண்டிருந்தது. அந்த போதையில், சாயங்காலம் கங்கையில் குளிக்கலாம் என்று தோன்றும். பெய்ய ஆரம்பிக்கும் பனியைப் பார்த்து, வேண்டாம் என இருந்து விடுவோம்.

இருட்டியதும் கவியும் பனிக்கு மாற்றாக, உடன் வந்த பயணிகள் தனியே சுருட்டித் தரும் கஞ்சா சிகரெட்டுகள் இருந்தன. கங்கையில் குளிப்பது, கஞ்சா அடிப்பது, கவிதை எழுதுவது என இப்படித்தான் அந்த எட்டு நாள்களும்.

அடுத்த கும்பமேளா உஜ்ஜையினியில்; அதிலும் கலந்து கொள்வேன், நிச்சயமாக.

(சொல்லச்சொல்ல எழுதித்தந்தவர், 'ஜூனியர் விகடன்' நெல்லைப்பகுதிச் செய்தியாளர், ஜெய்கிருஷ்ணன் கோகிலன்).

('ஆனந்தவிகடன்' தீபாவளிமலர் 2010)

வாழ்க்கை வாய்த்தது
குடியும் வாய்த்தது
கவிதையும் வாய்த்தது

குடியைப்பற்றிச் சொல்கையில், எதைச் சொல்கிறது, எங்கே இருந்து ஆரம்பிக்கிறது, எப்படி முடிக்கிறது என்ற தயக்கம் இருக்கிறது. பல தடவை மனதிற்குள் ஒத்திகைபண்ணிப் பார்க்க வேண்டியிருக்கிறது.

குடியின் ஆரம்பம், ஒருத்தனுடைய வாழ்க்கை எப்படி அமைகிறது என்பதைப் பொருத்ததுதான். அதிர்ஷ்டவசமாக, நிறையபேருக்கு சாதாரணமாகவும் அமைதியாகவும் வாழ்க்கை அமைந்துவிடுகிறது. கோடிக்கணக்கான இந்தியர்கள் நல்லபடியாகவும் அமைதியாகவும் வாழ்ந்து வருகிறார்கள். ஆனால் கலைஞர்கள், கவிஞர்கள், கலை இலக்கியத்துறைக்கு வருகிறபவர்களுக்கு வாழ்க்கை, பெரும்பாலும், அப்படி அமைவது இல்லை.

எழுபதுகளில் கவிதை எழுதிக்கொண்டு இருந்தேன் என்றாலும், அப்போது இலக்கியத்தில் பெரிதாகச் சாதனை பண்ணணும் என்ற எண்ணம் எல்லாம் இல்லை. இனிய வாழ்க்கை, அமைதியான வாழ்க்கை, முடிந்தால் ஆற்றில் நன்றாகக் குளிப்பது, காலையில் நல்ல இட்லி சாப்பிடுவது, மாலை நேரத்தில் நடப்பது என்று மிகவும் மேன்மையான வாழ்க்கை வாழவேண்டும் என்றே ஆசைப்பட்டேன்.

எழுதுவதற்குக்கூட சிரமமெல்லாம் படக்கூடாது, எழுத்து தன்னாலே வரவேண்டும் என்று நினைத்தேன். படிக்கிறதெல்லாம் என க்கு ஒரு பிரச்னையே இல்லை. தமிழ்ப்பற்று எல்லாம் நானே ஏற்படுத்திக் கொண்டேன் என்று சொல்ல முடியாது. எங்கேயோ எனக்கு 'அம்புலி மாமா' பத்திரிகை கிடைத்தது. படித்து முடித்த பிறகு அப்பாவிடம் கேட்டேன்; பழைய புஸ்தகக் கடைக்குக் கூட்டிக்கொண்டுபோய்ப் பத்துப் பதினைந்து இதழ்கள் வாங்கிக் கொடுத்தார்கள். எங்கள் அப்பாவின் தங்கை கோமதி சுப்பிரமணியம், ஒரு எழுத்தாளர்; அவர், சுகி சிவத்தின் அம்மா. சுகியும் எழுத்தாளர்; அவர் அப்போது திருச்சி ஆல் இண்டியா ரேடியோவில் வேலை பார்த்துக்கொண்டிருந்தார். கோடை விடுமுறையில் திருச்சிக்குப் போவோம். மாமா எழுதின கதையெல்லாம் 'ஆனந்த விகடனி'ல் வரும். அவர்கள் வீடு முழுவதும் புத்தகங்களாக இருக்கும். அவர்கள் வீட்டுக்குப் போன பிறகுதான் எழுத்தாளர் என்றால் பெரிய விஷயம் போல இருக்கிறது என்கிற எண்ணத்தை

எனக்கு ஏற்படுத்தியிருக்கிறது என்று இப்போது யோசித்தால் தெரிகிறது. அகிலனும் அப்போது திருச்சி ஆல் இண்டியா ரேடியோவிலே இருந்தார். மாமாவும் அகிலனும் நெருக்கமான நண்பர்கள். என்னை அகிலன் வீட்டுக்கெல்லாம் கூட்டிக்கொண்டு போயிருக்கிறார்கள். அந்தச் சூழல்தான் எழுத்தாளர் ஆக வேண்டும் என்கிற எண்ணத்தை என்னுள் ஏற்படுத்தியிருக்க வேண்டும்.

1982-ல் என்னோட முதல் கவிதைத்தொகுதி வருகிறது. அதுவும் மிகவும் தற்செயலாகத்தான் வந்தது. நான் எழுதினபோது கொஞ்சம் முன்னே பின்னே எழுத வந்தவர்கள் வண்ணதாசன், கலாப்ரியா, வண்ணநிலவன். அவர்களுள் வண்ணதாசன் சீனியர்; அப்பவே நிறைய எழுத ஆரம்பித்தார். வண்ணநிலவன், 'சாந்தி', 'தாமரை' போன்ற முற்போக்கு இதழ்களில் எழுதத் தொடங்கி, 'தீபம்', 'கணையாழி' இதழ்களிலும் எழுதினார். நான் சென்னைக்கும் திருநெல்வேலிக்கும் அதிகமாக அலைந்து கொண்டிருந்ததால் பெரிசா ஒண்ணும் எழுதவில்லை. நான் சீரியஸாக எழுதினேன் என்றெல்லாம் சொல்ல முடியாது. 1982-ல் பாரதி நூற்றாண்டு விழாவையொட்டி, தமிழில் இதுவரை வராத பத்து கவிஞர்களின் கவிதைகளைத் தொகுப்பாகக் கொண்டுவரவேண்டுமென்று ஆசைப்பட்ட 'அன்னம்' மீராவிடம் என் கவிதைகளையும் தொகுப்பாகக் கொண்டுவரவேண்டும் என்று கலாப்ரியா, வண்ணநிலவன் இன்னும் பல பேர் சொன்னார்கள். மீரா என்னிடமும் கவிதைகள் வாங்கி வெளியிட்டார். எதிர்பாராதவிதமாக, தமிழ் இலக்கிய உலகில், அந்த கவிதைப் புத்தகத்தைக் கொண்டாட ஆரம்பித்தார்கள். ஒருவேளை, அந்தத் தொகுப்பைக் கவனிக்காமல் போயிருந்தால் என்னோட வாழ்க்கைப்பாதை வேறுமாதிரியாகப் போயிருக்கலாம். மொழிபெயர்ப்பாளர் எம்.எஸ் ராமஸ்வாமி, நகுலன், தமிழவன், பிரம்மராஜன், சேரன் போன்ற தமிழ்ச்சூழலில் உள்ள பெரிய ஆள்களெல்லாம் என்னோட கவிதையைப்பற்றிப் பேசினபோது நாமளும் ஒரு ஆள்தான் என்று தோன்றியது; பிறகு கவிஞன் என்ற கித்தாப்பு வந்துவிட்டது.

தோன்றுகிறபோது எழுதுவதுதான் இயல்பானது; எழுதித்தான் ஆகவேண்டும் என்பது, உண்டுபண்ணுவது; 'ஜெனரேட்' பண்ணித்தான் அப்படி எழுதுகிறோம். தோன்றியதை எழுதுவது என்பது நம் ஆயுள் காலத்தில், எண்ணிக்கை அளவில், நாற்பது- ஐம்பது கவிதைகள்தாம் இருக்கும். அதில் சிறந்தது என்றால் முப்பதுதான் தேறும். இதற்குமேல் எழுதவேண்டுமென்றால், ஜெனரேட் பண்ணித்தான் எழுதவேண்டும். ஜெனரேட் பண்ணி எழுதலாம். அப்படித்தான் தேவதேவன்

எழுதிக்கொண்டிருக்கிறார். அவருடைய மொத்தக் கவிதையிலும், உலகம் இனியது, மனிதன் கெடுத்துக்கொண்டே இருக்கிறான், அதைச் சரிபண்ண வேண்டும்; அந்தப் பொறுப்பைக் கடவுள் என்னிடம் கொடுத்திருக்கார் என்றுதான் கவிதைகள் இருக்கிறது. இப்படித்தான் அவர் ஜெனரேட் செய்கிறார்.

ஞானக்கூத்தன் ஒரு கட்டம்வரைக்கும் ஜெனரேட் பண்ணி எழுதினார். கலாப்ரியாவும் ஜெனரேட் பண்ணி எழுதினார். ஒரு கட்டத்திலே சரியாக வரவில்லை என்று விட்டுவிட்டார். நான் ஜென ரேட் பண்ணி எழுதவேண்டும் என்றால், ஆல்ஹகாலுக்குள் போக வேண்டியிருக்கிறது. ஒரு விஷயத்தை உருவாக்குகிறோம் அல்லது நல்ல விஷயத்தை எழுதுகிறோம் என்றவுடன் ஒரு பதற்றம் வந்து விடுகிறது. தமிழ்மொழி என்பது பெரும் பேரினம் பேசி, எழுதி வந்த செவ்வியல் மொழி. அந்த மொழியில் நான் ஒரு கவிஞன்.

எனக்குப் பத்து வயசிலே கொஞ்சம் விவரம் தெரிய ஆரம்பித்தது. அந்தப் பத்து வயசுவரைக்கும் எங்களுடைய குடும்பம் இனிய குடும்பமாகத்தான் இருந்தது. அப்பா, அன்பான மனிதர். அம்மாவுக்குப் படிப்பெல்லாம் கிடையாது. திருநெல்வேலிப் பிள்ளைமார்களுக்குரிய எல்லா மைனர்த்தனமும் எங்கப்பாவிடம் இருந்தது. அவர் ஒரு சாகஸக்காரர். அவரைப்பற்றி புகாராகவோ வருத்தப்பட்டோ நான் சொல்லவில்லை. அவர் அப்போது அப்படித்தான் இருந்தார், அவ்வளவுதான். அதனால் அவருக்கு இன்னொரு குடும்பம் அமைந்தது. அந்தக் குடும்பம் அமைந்தபிறகு இரண்டு வருடத்துக்குப் பெரிய கஷ்டமெல்லாம் எங்களுக்கு இல்லை. அப்பா மாசக்கணக்கில் வராதபோதுதான் அங்கு ஏதோ நடந்திருக்கிறது என்று தெரிய வந்தது. அதற்குப்பிறகு எங்கள் குடும்பத்துக்கு இருந்த கொஞ்சம் நிலத்தையும் விற்று சைக்கிள் கடை வைத்தார்கள்.

1955-ல் சைக்கிள்கடையை எங்கள் தாய்மாமன் மாணிக்கம் பிள்ளை பார்த்துக்கொண்டார். பெரிய தம்பி பேரில்தான் சைக்கிள் கடை இருந்தது. அதில் லேடிஸ் சைக்கிள் அஞ்சு இருந்தது. அப்போது லேடிஸ் சைக்கிள் என்பது திருநெல்வேலிக்கே புதுசு. சைக்கிள் வாடகைக்கு எடுத்ததில் இரண்டுபேர் கொண்டு போய்விட்டார்கள். பிறகு குடும்பத்தில் ஏற்படுகிற ஒவ்வொரு நெருக்கடிக்கும் ஒவ்வொரு சைக்கிளை விற்றார்கள். கடைசியில் ஐந்து சைக்கிள்தான் மிஞ்சியது. எஞ்சியதையும் விற்றுவிட்டு, சிங்கம்பட்டி ஜமீனில் செக்ரட்டரியாக அப்பா வேலைக்குப் போனார்கள். எங்கள் குடும்பம் கல்வி

டைக்குறிச்சிக்குச் சென்றது. அந்த ஊரில் இரண்டு வருஷம் அப்பாவோடு வாழ்ந்து வந்தோம்.

அப்பாவுக்குச் சின்ன வயதிலேயே நடிக்கணும்னு ஆசை இருந்தது. நடிக்கப்போனால், நம்ம குடும்பத்தைக் கூத்தாடிக் குடும்பம்னு சொல்லி விடுவார்கள் என்று எங்கப்பாவை நடிக்கப் போகக்கூடாது என்று தாத்தா சொல்லிவிட்டார்கள். அப்பா, பிற்காலத்தில், அந்த மலையாளப் பெண்ணோடு சென்னை வந்து ஜூனியர் ஆர்டிஸ்ட்டாக நிறையப் படங்களில் நடித்தார்கள். அப்போதுதான் எங்களை முற்றிலுமாக அப்பா கைவிட்டார்கள். நாங்கள் அப்பாவைத் தேடிச் சென்னைக்கு வந்தோம். பழைய மாம்பலத்தில் ஒரு காம்பவுண்டில் இருந்தோம். அந்த வீட்டுக்கார அம்மா எங்கள் மேல் இரக்கப்பட்டு அவர்கள் வீட்டுத் திண்ணையிலே இடம் கொடுத்தார். அம்மா இட்லி அவிப்பாள், நான் அதை விற்றுவிட்டு வருவேன். எங்கள் ஊர் இஸ்லாமியர்கள் சென்னையில் காயலாங்கடை வைத்திருந்தார்கள். வடை விற்கப் போன போது, 'வேலைக்கு வர்றியா' என்று கேட்டார்கள். காயலாங்கடை வேலைக்குப் போனேன். அதற்கு முன்பு 'பாய்' விற்பனை செய்கிற கடையில் வேலை பார்த்தேன்.

அந்தத் தொகுதியில் தி.மு.க. வேட்பாளராக நாஞ்சில். கி. மனோகரனும் காங்கிரஸ் வேட்பாளராக ராஜாஜியின் மகன் நரசிம்மனும், தமிழ் தேசியக் கட்சி வேட்பாளராக ஈ.வெ.கி. சம்பத்தும் போட்டியிட்டார்கள்.

இஸ்லாமியரின் கடையிலே நான் வேலை பார்த்துக்கிட்டு இருந்தேன். அவருக்கு வீடு அமைந்தகரையிலே இருந்தது. பாய், காலையில் கடைக்கு சைக்கிளில் வருவார். அவருக்கு மதியம் வீட்டுக்குச் சென்று சாப்பாடு எடுத்துக்கொண்டு வர வேண்டும். அப்போது பஸ் வசதியெல்லாம் அதிகமாகக் கிடையாது. எலக்ட்ரிக் டிரயின்ல போய் சேத்துப்பட்டு அல்லது நுங்கம்பாக்கத்தில் இறங்கி அவர் வீட்டுக்கு நடந்து போவேன். இப்படிப் போகும்போது தி.மு.க.வின் படிப்பகங்கள், காங்கிரஸ் வாசகசாலைகள் இருக்கும். அங்கு போய்ப் படிப்பேன். தி.மு.க. நடத்திய பத்திரிகைகளின் மூலமாக மாஜினி, கரிபால்டி, ரஸ்புடீன், இங்கர்சால் போன்றவர்களைத் தெரிந்துகொண்டேன். மறை மலையடிகளார், திரு.வி.க., ரா.பி. சேதுப்பிள்ளை முதலான தமிழறிஞர்கள் நூற்களையெல்லாம் மேற்கு மாம்பலம் மாவட்ட மையக் கிளை நூலகத்தில் படித்தேன்; திராவிட முன்னேற்றக் கழகத் தலைவர்களின் பேச்சையும் எழுத்தையும் தாண்டிப் படித்தேன். 1947-ல் பிறந்த

எனக்கு 1969 வரைக்கும் கல்விகற்பதே பெரிய போராட்டமாக இருந்தது. இப்போது யோசித்துப் பார்த்தால், அது துன்பமயமான ஒரு காலகட்டம்.

இப்படியாக அஞ்சு வருஷத்தில் விட்டுவிட்டுத் தொடர்ந்த என்னுடைய கல்வி முற்றிலுமாகத் துண்டிக்கப்பட்டது. இரும்புக் கடையில் இருக்கிறபோது, எலிஸபெத் ராணி இந்தியாவுக்கு வந்தார். அப்போது காமராசர் முதலமைச்சராக இருந்தார். ராணி வந்தது எனக்குப் பெரிய விஷயமாக இருந்தது. அவர்களைப் பார்க்கப் போக வேண்டும் என்று லீவு கேட்டேன். லீவெல்லாம் இல்லை என்று முதலாளி சொன்னார். அதனால் வாக்குவாதம் முற்றி என்னை அடித்துவிட்டார். அதோடு அந்த வேலையையும் விட்டுவிட்டேன். அப்போது காமராசர் கொண்டுவந்த இலவசக் கல்வித் திட்டமும் மதிய உணவுத் திட்டமும் அறிமுகமானதால் மறுபடியும் பள்ளிக்கூடம் போனேன். எனக்கும் அம்மாவுக்கும் மனஸ்தாபம் வந்தது. அதனால் அம்மாவை விட்டு சீர்காழியில் இருந்த என்னுடைய பெரியம்மா மகளுடைய வீட்டுக்குப் போனேன். அங்கே பெரியம்மா மகளின் வீட்டுக்காரர், பள்ளித் துணை ஆய்வாளராக இருந்தார். அங்கு ஏழாம் வகுப்பு முதல் ஒன்பதாம் வகுப்புவரை படித்தேன்.

அந்தக் காலகட்டத்தில் அப்பாவுக்கு அந்த மலையாளப் பெண்ணோடு தொடர்பு விட்டுப்போய்விட்டது. பிறகு எங்கப்பாவோடு, நாங்கள் எல்லோரும் ஒன்றாக இருந்தோம். சின்ன வயதில் அமைதியாக - நல்லபடியாக - வாழ்ந்துகிட்டிருந்த வாழ்க்கை, பின்பு தடுமாறித் தட்டிப்போயிடுச்சு. சாதாரணமாகக் கிடைக்க வேண்டிய கல்விகூடப் போராட்டத்திற்குப் பிறகுதான் கிடைத்தது. 1968-ல் எஸ்.எஸ்.எல்.சி. முடிச்சேன். தஞ்சாவூரில் ராஜா கல்லூரியில் புலவர் படிக்கணும்னு நினைச்சேன். அங்கே இலவச விடுதியுடன் உணவும் கிடைத்துக் கொண்டிருந்தது. ஆனால், அந்த வருடத்தில் அதை நிறுத்திவிட்டார்கள். திருநெல்வேலி மாவட்டம் பாபவிநாசத்தில் வள்ளுவர் செந்தமிழ்க் கல்லூரி என்ற ஒன்றைத் தொடங்கினார்கள். அதில் சேர்ந்து படித்தேன். அப்போது எங்களுடைய குடும்பம் முழுக்கமுழுக்கத் தலைவன்கோட்டை ஜமீனைச் சார்ந்து இருந்தது. சிலசமயம் அங்கு மூன்று வருடங்கள்கூட மழை பெய்யாமல் இருக்கும். புஞ்சைக் காட்டிலிருந்து வருகிற வருமானத்தைப் பொருத்துதான் எல்லாம் நடந்தது. ஜமீன்கள் நொறுங்கிப்போன காலம் அது. சில ஜமீன்கள் இன்றைக்கும் நன்றாக இருக்கின்றன. அந்த ஜமீனில் அப்போது

வருமானம் சரியாக இல்லாததால், அப்பாவுக்குப் பெரிதாகப் பணம் கொடுக்க முடியவில்லை. என்னுடைய கல்லூரிப்படிப்பும் பாதியிலே நின்றுவிட்டது.

படித்து முடித்தவுடன் வேலை தேடுகிறபோது எனக்கு ஒரு பின்னடைவு ஏற்பட்டது. சமூகத்தால் நாங்கள் முன்னேறியவர்கள் என்று முத்திரை குத்தப்பட்டவர்கள். அந்தவகையில் கல்வி உதவித் தொகையோ வேலைவாய்ப்புச் சலுகையோ இல்லை. ஒரு காலகட்டத்தில், ஆதிக்க சாதியாக இருந்தார்கள் என்பது வேறு. நான் தலையெடுக்கிற போது அது எனக்குப் பெரிய பாதகமாக அமைந்தது. என்னுடைய புத்திசாலித்தனத்துக்கு, கல்வியின்மீது இருந்த ஈடுபாட்டுக்கு நான் வாழ்க்கையைச் செம்மையாக அமைத்துக்கொண்டிருந்திருக்க முடியும். ஆனால், சான்றிதழில் 'ஹிந்து வெள்ளாளா' என்றிருந்தது பெரிய தடங்கலாகப் போய்விட்டது.

1970-ல் பத்திரிகையாளராக ஆக வேண்டும் என்று மீண்டும் சென்னைக்கு வேலை தேடி வந்தேன். அப்போது சென்னையில் ஹோட்டல் வேலையில் சேருவதுதான் பத்திரமான வழியாக இருந்தது. அப்போது தினக்கூலி ஒண்ணேகால் ரூபாய். அந்தக் கூலியைக் கணக்குப்போட்டு வாரத்திற்கு ஒரு முறை கொடுப்பார்கள். வேலைக்குச் சேர்ந்து மூணு மாசமானவுடன், 'சர்வீஸ் கட்' என்று ஒரு வாரம் பிரேக் விடுவார்கள். அப்புறம் வேறு ஒரு பெயரில் வேலைக்குச் சேர்த்துக் கொள்வார்கள். மாம்பலம், மயிலாப்பூர், திருவல்லிக்கேணி ஆகிய இடங்களில் நான் வேலைபார்க்காத ஹோட்டல்களே கிடையாது. அப்போது தமிழில் ஊடகங்கள் அதிகம் இல்லை. அந்த நேரத்தில் ஊடகங்களில் வேலை கிடைப்பதில்லை, எளிதாக. சென்னைக்கும் ஊருக்கும், ஊருக்கும் சென்னைக்குமாக அலைந்து கொண்டிருந்தேன். அப்போது, ஏதாவது வேலையில் இருந்தால் நல்லது என்று அப்பா சொன்னார்கள். 75-ல் திருநெல்வேலியில் உள்ள கூட்டுறவுப் பயிற்சி நிறுவனத்தில் சூப்பர்வைசர் வேலைக்கு ஒரு வருடம் படித்தேன். அந்த நிறுவனத்துக்கு அப்போதைய தலைவர் வைகோ. பயிற்சி முடிந்து விடைபெற்றுச் செல்கிறபோது நடந்த கூட்டத்தில் உரையாற்றினார், அவர். அப்புறம் நண்பர் ஒருவர் மூலம் கூட்டுறவுத்துறையில் சூப்பர்வைசர் வேலை கிடைத்தது. அந்த வேலையில் கொஞ்சம் நெளிவு சுளிவா நடந்துகணும்; அதற்கான சாமர்த்தியமெல்லாம் என்னிடம் இல்லை.

பெருங்குளத்தில் மூணு மாசம் கூட்டுறவுத்துறையில் வேலை பார்த்தேன். அப்போது 120 ரூபாய் சம்பளம். ஒரு சைவப்பிள்ளைமார் மெஸ்ஸில் - ஒரு மாதத்திற்கு - மூன்று வேளைச் சாப்பாட்டுக்குத் தொண்ணூறு ரூபாய். வீட்டுவாடகை பத்து ரூபாய். அப்ப சிகரெட் அதிகம் குடிக்க மாட்டேன். என்னுடைய நண்பர் வாங்கித் தருவார்; அவரே என் எல்லாச் செலவுகளையும் பார்த்துக்கொள்வார். 120 ரூபாய் சம்பளம் வாங்கி, அங்கேயே எல்லாத்தையும் செலவழித்து விடுகிறோம், அப்புறம் எதற்கு வேலை பார்க்க வேண்டும் என்று அந்த வேலையையும் விட்டுவிட்டு வீட்டிலேயே இருந்தேன்.

அதற்குப் பிறகு கூட்டுறவுத்துறையிலேயே வேலை பார்க்கவில்லை. என்னுடைய வாழ்க்கையில் பள்ளிச்சான்றிதழ் இதுவரைக்கும் உபயோகப்பட்டதே இல்லை. என்னோட பெரிய பையனுக்குப் படிப்பு நல்லா வரும். சின்னப் பையனுக்கு டி.வி., கிரிக்கெட் இந்த மாதிரிதான் விருப்பம். தேர்வுநேரத்தில் அவனுக்குக் காய்ச்சல்கூட வரும். அவனுடைய அம்மா படிபடின்னு டார்ச்சர் பண்ணுவாள். படிப்பெல்லாம் பெரிய வகையில் உதவுவது இல்லை, இயல்பா நமக்கு என்ன உண்டோ அதுதான் வாழ்வதற்கு உதவுகிறது; காசை எண்ணிப் பார்க்கிற அளவுக்குக் கணக்குத் தெரியணும்; தாய்மொழி என்பதால் தமிழில் எழுத, படிக்கத் தெரியணும்; அதைத் தாண்டி யாரும் எதற்காகவும் வருத்திக்க வேண்டியதெல்லாம் இல்லை என்பேன் அவளிடம்.

குன்றக்குடி அடிகளாரிடம் கொஞ்சநாள் அட்டெண்டராக வேலைபார்த்தேன். இப்படிச் சில்லரைசில்லரையாகப் பல வேலைகள் பார்த்தேன். இதற்கு இடையில், 1977-ல் என்னுடைய தம்பி, ராணுவத்தில் சிப்பாயாக இருந்தான். அவனுக்குத் திருமணம் பண்ணலாம்ன்னு எல்லோரும் சொன்னார்கள். வீட்டில் பெரியவனை வைச்சுட்டு சின்ன வனுக்குக் கல்யாணம் பண்ணறது இல்லை என்பது சம்பிரதாயம். அதனாலே எனக்கும் ஒரு பெண்ணைப் பார்த்து கல்யாணம் செய்து வைத்தார்கள்.

படிப்பதற்கும் போராட்டம், வேலைக்கும் போராட்டம் என்று வாழ்க்கை அதன் போக்கில் போய்க் கொண்டிருந்தது. என்னுடைய மனைவி குற்றாலம் ஸ்ரீபராசக்தி கல்லூரியில் கோவாப்ரேடிவ் ஸ்டோரில் வேலை பார்த்தாள். அதனால், நான் வேலைபார்த்துத்தான் குடும்பத்தை நடத்தவேண்டும் என்றெல்லாம் இல்லை; அதனால் திரும்பவும் மெட்ராஸ் வந்து வேலைக்கு முயற்சி பண்ணிப் பார்க்கலாம் என்று

79-ல் வந்தேன். 'விசிட்டர்' பத்திரிகை தொடங்கினார்கள். அதில் புரூஃப் - ரீடராக வேலைக்குச் சேர்ந்தேன். அதன் பிறகு, 'அஸ்வினி', 'மயன்', 'இதயம் பேசுகிறது', 'தாய்' ஆகிய பத்திரிகைகளிலும் புரூஃப் ரீடராக இருந்தேன். குடும்பம் ஊரில் இருந்தது. லீவு கேட்டுக் கிடைக்கவில்லை என்றால் வேலையை விட்டுவிட்டு ஊருக்குப் போயிட்டு வருவேன். ஆனாலும், எல்லா இடங்களிலும் என்னை நன்றாகவே நடத்தினார்கள்.

70-ல் படித்துமுடித்து இருந்தபோது குடிப்பழக்கம் ஏற்பட்டது. எங்கள் ஊர் பக்கம் 'பிஸ்கட் பிராந்தி'ன்னு இப்ப இருக்கிற மெக்டவலைச் சொல்வார்கள்.

பாபவிநாசம், ஒரு அழகான ஊர். அங்குள்ள ஆற்றங்கரையை ஒட்டி பங்களாக்களும் சத்திரங்களும் உண்டு. அங்கே எப்போதாவதுதான் அவற்றின் உடைமையாளர்கள் வருவார்கள். அங்கு இருக்கும் வாட்ச்மேனிடம் பத்து ரூபாய் கொடுத்தால் சத்திரத்தைத் திறந்து விடுவார்கள். அங்கு குடிப்பதற்கு நன்றாக இருக்கும்.

1973-ல் நா. காமராசன், கண்ணதாசனின் ஒன்றுவிட்ட சகோதரர் இராம. கண்ணப்பன் என்று குடிப்பதற்கு ஒரு செட் இருந்தது. அது இன்றைக்கு இளங்கவிஞர்கள் வரைக்கும் தொடர்ந்து கொண்டிருக்கிறது. குடிக்க வேண்டாம் என்றால் வாழ்க்கையே சவசவ என்று இருக்கிறது. குடித்தால் ரவுசு தாங்கவில்லை. என்ன பண்ணுவதென்று தெரியவில்லை.

1985-ல், குடும்பம், பொருளாதார நெருக்கடியில் இருந்தது. அப்போது அப்பா, அம்மா இருந்தார்கள். அப்பா, செக்யூரிட்டியாக வேலைபார்த்துக்கொண்டு இருந்தார்கள். அப்பா, காலம் பூரா சம்பாதித்துக்கொண்டு இருந்தார்கள். பத்தாண்டு காலம் குடும்பத்தைக் கைவிட்டதுக்குப் பதில் எல்லாத்தையும் சேர்த்துச் செய்தார்கள்.

பின்னாளில் கார்க்கி அண்ணன், 'அண்ணா' பத்திரிகையில் செய்தியாசிரியராக இருந்தார். அவரிடம் வேலையில் சேர்த்துவிடச் சொல்லிக் கேட்டேன். அவர் ஷியாமிடம் அனுப்பினார். ஷியாம், 'தராசு' பத்திரிகை ஆரம்பிக்கும் தறுவாயில் இருந்தார். 1985-ல் 'தராசி'ல் சப்-எடிட்டராக வேலைபார்த்தேன்.

'தராசு' பத்திரிகையில் வாரத்திற்கு மூன்று கட்டுரைகள் கொடுக்க வேண்டும். அந்த மூன்று கட்டுரைகளையும் ஒரே நாளில்தான் எழுதுவேன். அன்று இரவு அலுவலகத்திலேயே தங்கிவிடுவேன்.

ஒரு குவார்ட்டர் வாங்கிக் குடித்துவிட்டு, இரவுச் சாப்பாட்டை ஸ்ரீ கிருஷ்ணபவனில் முடித்துவிட்டு, எழுதிமுடிக்க 12.30 அல்லது ஒரு மணி ஆகிவிடும். பத்திரிகையாளனாக இருந்தபோது ஏதோ ஒரு வகையில் பணம் புரண்டுகொண்டிருந்தது. அந்த வேலையும் அலுப்பூட்டுகிற வேலையாகத்தான் இருந்தது. பிழைப்புக்காக அந்த வேலையே தவிர, அதில் வேறு ஒன்றும் இல்லை.

அங்கு வேலை இருந்தாலும் இல்லையென்றாலும் தினசரி அலுவலகம் செல்ல வேண்டும். எந்தவிதத்திலும் நமக்குச் சம்பந்தமில்லாத செய்தித்தாள்களைப் படிப்பது, வருபவர்களிடம் பேசுவது என்று ஒருவித அலுப்புடன் நேரத்தைக் கடத்தி, ஒன்பது மணி ஆனவுடன் குடிக்கப் போய்விடுவேன்.

நான் திட்டமிட்டுக் கவிஞனாகவில்லை; திட்டமிட்டுக் குடிகார னாகவுமில்லை. அதேநேரம், வேறுவேறு திட்டமிடல்களெல்லாம் நிறை வேறியதே இல்லை. நான் தமிழறிஞராக ஆசைப்பட்டேன்; முடியவில்லை. தமிழறிஞனைவிடக் கவிஞனாக இருப்பது பெரும்பேறுதான்.

அப்போது வெங்கட்சாமிநாதனையும் இப்போது ஜெயமோகனையும் பார்த்து ஆச்சரியப்பட்டிருக்கிறேன்- எப்படி பக்கம்பக்கமாக எழுதுகி றார்கள் என்று. நான் அதற்கெல்லாம் ஆசைப்பட்டதே கிடையாது. முதல் தொகுதி, நல்ல பெயர் வாங்கிக் கொடுத்தது. இரண்டாவது தொகுதி, அவ்வளவாகக் கவனிப்புப் பெறவில்லை. முதல் தொகுதியின் நீட்சியாகத்தான் இரண்டாவது தொகுதி இருந்தது. கவிதையைப் பிரக்ஞைபூர்வமாக அணுகிய பிறகு, தொடர்ந்து எழுதவேண்டும் என்ற கட்டாயத்திற்குத் தள்ளப்பட்டேன்.

குடும்பம், தென்காசியில் இருந்தது; என் மனைவியுடைய அண்ணனின் முதல் சம்சாரம் இல்லாததால், அவருடைய பிள்ளைகள் மாமியார்-மாமனாரிடம்தாம் வளர்ந்துவந்தார்கள். கூட்டுக்குடும்பம். நான் சென்னையில் இருந்தேன். சென்னைக்கும் தென்காசிக்கும் போவதும் வருவதுமாகவும் இருந்தேன். கோபால் அண்ணன், 'நக்கீரன்' ஆரம்பித்த உடனே அங்கே போய்விட்டேன். வாழ்க்கையோடு மல்லுக்கட்டுவதும் போராடுவதும் என்றே முழுவதுமாக இருந்தது. குடிகாரனாக ஆவதற்கு இதுவும் ஒரு காரணம். பிறகு, பத்திரிகை வாழ்க்கையும் ஒரு காரணம்.

எதுவும் கவிதையாக வந்திருக்க வேண்டும் என்ற கட்டாயமெல்லாம் தமிழ்மரபிலே கிடையாது. நன்றாக இருந்தால் கவனிப்பார்கள்; இல்லையென்றால் கவனிக்கமாட்டார்கள். இதுதான் நம்முடைய நீண்ட நெடிய தமிழ் மரபு. விமர்சனம் என்பது நமக்கு மேலைநாட்டுக் கொடை.

திருஞானசம்பந்தசுவாமிகள் நிறைய பதிகங்கள் எழுதியிருக்கிறார். அருணகிரிநாதர் நிரம்பவே எழுதியிருக்கிறார். காளமேகம், குமரகுருபர சுவாமிகள் ஆகியோரையும் சொல்லலாம். பிற்பாடு பாரதி, பாரதிதாசன், கண்ணதாசன் எல்லோரும். நிறைய எழுதுவதை இங்கு குறையாகக் காண்பதில்லை. அதேநேரம், சங்ககாலத்தில் அதிகமாக எழுதியவர்கள் கபிலர், பரணர், ஔவை, பாலைபாடிய பெருங்கடுங்கோ இன்னும் சில பேர். எண்ணிக்கையிலும் தரத்திலும் நிறைய எழுதுவோர் இருந்தனர்.

நிறைய எழுத ஆரம்பிக்கும்போது, நிறையச் செய்ய ஆரம்பிக்கிறோம். ஏதாவது செய்து, நிறைய எழுதும்போது, அது வாசகனுக்குத் தெரியாதவரைக்கும்தான் எழுதுகிறவனின் வெற்றி. வித்தைக்காரனுக்கு உரிய தன்மை இருக்கிறவரைக்கும் பிரச்னை இல்லை. எழுத்தாளன் செய்வதை வாசகன் கண்டுபிடித்துவிட்டால், தோல்வியுற்ற கலைஞனாகிவிடுகிறான் எழுத்தாளன்.

நம்முடைய மொழி, துடியான மொழி. நம்முடைய நவீன கவிதையின் ஆரம்பகாலத்தில் பார்த்தால், மொழி சவசவ என்று இருக்கும். கவிதையில் மொழியின் வேகத்தைக் கொண்டு வந்தது, கலாப்ரியா; பிரமிளின் பாலியல் சார்ந்த கவிதைகளையும் தேவதேவன், ஞானக்கூத்தன் கவிதைகளையும் இதில் சேர்த்துக்கொள்ளலாம். இவர்கள் இடத்திற்கு என்னைமாதிரி ஆள்கள் வருவதற்கு ஆல்கஹால் தேவைப்படுகிறது.

நன்றாக எழுதுகிறவர்கள், எழுபதுபேரிலிருந்து நூறு பேர் வரை இருப்பார்கள். இதில் அவ்வப்போது எழுதுகிறவர்களும் இருப்பார்கள்; தொடர்ந்து எழுதுகிறவர்களும் இருப்பார்கள்; இந்தச் சூழலில், நூற்றில் ஒரு கவிஞனாக, மிகவும் வித்யாசப்படுத்திக்கொண்டு, மிக மேன்மையான கவிஞனாக நம்மை நிலைப்படுத்திக்கொள்ள வெவ்வேறுவிதமாக முயற்சிசெய்ய வேண்டியுள்ளது.

மொழியின் துல்லியத்தைக் கவிதைக்குள் கொண்டுவர வேண்டும். வாழ்க்கைப்பார்வையை, விஷயத்தைக் கவிதைக்குள் கொண்டுவர

வேண்டும். இன்னொரு பக்கம், நம்முடைய வாழ்க்கை எந்த மாற்றமுமில்லாமல் சலிப்புத் தருகிறது. ஒருமாதிரியான, நடுத்தர வாழ்க்கையைச் சேர்ந்த தமிழ் பேசுகிற ஒருவனுக்கு - இந்தியன் என்றுகூட வைத்துக்கொள்ளலாம் - பேரனுபவங்களுக்கான வாய்ப்பே கிடையாது. குறுகிய வட்டத்திற்குள்தான் வாழ்க்கை, நம்முடைய கலைஞர்களுக்கு. குறுகிய, தட்டையான வாழ்க்கை அனுபவத்தை வைத்துக்கொண்டு பேரிலக்கியமோ செவ்வியல் இலக்கியமோ செய்துவிட முடியாது. அந்த வரையறையை நீங்கள் உடைக்கவும் முடியாது.

சென்னையில் இருந்தால் என்னுடைய நாள்கள் எப்படி இருக்குமென்றும், தென்காசியில் இருந்தால் எப்படி இருக்குமென்றும் எனக்குத் தெரியும். ஸ்தலயாத்திரைகள் போனால் எப்படி இருக்குமென்றும் தெரியும். இந்தமாதிரி எல்லாமே எப்படி இருக்கும் என்று தெரிகிறபோது, அதில் எதையுமே நாமாக மாற்ற முடியாது என்கிறபோது, இது 'மொனாட்டனஸி'ல் கொண்டுபோய் விடுகிறது. எனவே, நாமாகவே ஒரு மாய உலகத்தைச் சிருஷ்டிக்கிறோம். அதற்கு ஆல்கஹால் துணையை நாடுகிறோம்.

உண்மையில், விரும்பிக் குடிகாரனாக ஆனோமோ குடிமீது நமக்குக் கொண்டாட்டம் இருக்கிறதோ, உண்மையிலேயே குடிப்பதால் நாம் திருப்தி கொள்கிறோமோ; இல்லை, அப்படி ஆனோம், அப்படி இருக்கிறோம் என்றுதான் சொல்ல முடியும். மாதவிமீது கோவலன் கொண்டிருந்த காதலைச் சொல்லும்போது, இளங்கோவடிகள், "விடுதலறியா விருப்பினன் ஆயினன்" என்று சொல்வார். நாம், குடியின் விடுதலறியா விருப்பினன் என்று சொல்லிக் கொள்ளலாம்.

நொம்பலமான, போராட்டமயமான ஒரு வாழ்க்கையை வாழ்ந்துகொண்டு இருக்கிறோம். எல்லாமே நம்முடைய இயல்புக்கு மீறிச் செய்ய வேண்டியதாக இருக்கிறது. உதாரணமாக, ஒரு பத்திரிகையில் இவ்வளவு பக்கம் எழுதணும் என்ற நிலை வருகிறபோது ஏதாவது செய்ய வேண்டியுள்ளது. நமக்குத் தோன்றுகிறபோது கவிதை எழுதினால், ஆல்கஹால் தேவையில்லை; பெரும் கொண்ட குடியும் தேவையில்லை. வேலை என்று உணராதவனுக்கு, அது வேலை இல்லை. துன்பம் என்று உணராதவரை, அது துன்பம் இல்லை. எல்லாத்தையும் உணர்ந்து விடுகிறோம். இதுதான் எங்களைப் போன்றவர்களுக்குப் பிரச்னையாக இருக்கிறது.

கோடிக்கணக்கான மக்கள் கஷ்டத்தைக் கஷ்டம் என்று உணராமல்தான் வாழ்ந்து கொண்டிருக்கிறார்கள். விவசாயிகள் தற்கொலை செஞ்சதைப் பத்தி இங்கு யாரும் கவலைப்படவில்லை. கவலைப்பட்டவன் குடிக்கிறான். ஜனங்க இதற்கு எல்லாத்திற்கும் மொத்தமா சேர்த்துக் கணக்குத் தீர்ப்பார்கள் என்பது வேறு.

ஜோதிடர் பி.வி. ராமன் ஜோதிடத்தைப்பற்றி நிறைய புத்தகம் எழுதியிருக்கிறார். அதில் கேள்வி- பதிலாகவும் ஒன்று இருக்கிறது. குடிக்கு யார் அடிமையாகிறான் என்று ஒரு கேள்வி அதில் வருகிறது. நம்முடைய ஜோதிட சாஸ்திரத்தில் சொன்னதெல்லாம் சரியான விஷயம். ஏனெனில், அதைச் சொன்னவர்கள் மகரிஷிகள். அந்த ஜோதிடக்கலை உயர்வானது. நல்ல நோக்கத்தோடு உண்டாக்கப்பட்டது. சனி நீச்சமாக இருந்தாலோ சுக்கிரன் நீச்சமாக இருந்தாலோ குடிகாரனாக இருப்பான் என்று இருக்கிறது. ஜல ராசியில் கிரகங்கள் அதிகமாக இருந்தால் குடிப்பழக்கம் இருக்கும் (ராசியை மூன்றாகப் பிரிக்கிறார்கள். அது நீர், நெருப்பு, நிலம்). ஜல ராசிங்கிறது விருச்சிகம், மீனம், கடகம் ஆகிய ராசிகள்; மகரத்தைப் பாதி ஜலராசின்னு சொல்வார்கள். ஜலகாரகன் என்பது குரு, சந்திரன். அப்படி எனக்கு இருக்கிறது. நான் பார்த்த நிறையக் குடிகார நண்பர்களுக்கும் இருக்கிறது.

மொழி உயர்வானது என்றாலும், அதேநேரம், அயர்வு தரக்கூடியதும்கூட. தொடர்ந்து இயங்க வேண்டுமானால் இரண்டு விதமாகத்தான் இளைப்பாறல் சாத்தியம். ஒன்று ஆல்கஹால், இன்னொன்று செக்ஸ். இந்தியா போன்ற செக்ஸ் வறட்சியான நாட்டில் கலைஞன், குடிகாரனாக ஆவதற்குத்தான் அதிக வாய்ப்பு இருக்கிறது. என்னுடைய ஐம்பது வயது வரைக்கும் பத்து பெண்களிடமாவது நெருக்கமாகப் பழகினது இல்லை. ஒரு இறுக்கமான, கட்டுப்பெட்டியான சமூகமாகத்தான் நம்முடைய சமூகம் இருக்கிறது. இதில் எது அதிக அளவில் கிடைக்கிறதோ அதைப் பாவிப்பதும் அதிக அளவில் இருக்கும்.

டாஸ்மாக் கடைகள் தேடுவதற்கு நீங்கள் மெனக்கெடவே வேண்டாம். ஒரு செருப்பு வாங்குவதற்குக்கூட மெனக்கெட வேண்டியிருக்கிறது. நான் சாமி கும்பிடுகிறவன். எனக்கு விபூதியோ குங்குமமோ வாங்கவேண்டும் என்றால் மெனக்கெட வேண்டியிருக்கிறது. Availability அதிகமாக இருக்கும்போது பாவிக்கிறவங்களும் அதிகமாக இருப்பார்கள். நான் குடிக்கிறதைத் தடுக்கவேண்டும் என்று சொல்லவில்லை, ஆனால் டாஸ்மாக்கின் விற்பனைநேரத்தைக் குறைக்கவேண்டும்.

ம.க.இ.க. காரர்கள் என்னையும் ஷங்கரையும் ஒரு விஷயத்திற்காக 'கார்னர்' செய்தார்கள். அவர்களிடம், "இங்கே சரிப்படுத்தப்பட வேண்டிய விஷயம் நிறைய இருக்கிறது. நீங்கள் மார்க்சியத்தையும் மாவோவையும் படித்துவிட்டு வாழ்க்கையைப் பார்க்காதீர்கள். காலையில் டாஸ்மாக் சென்று பாருங்கள்" என்று சொன்னேன்.

துப்புரவுத்தொழிலாளிகள், கொத்தனார் போன்றவர்கள் குறைந்த ஊதியம் வாங்குவதால், 'மானிட்டர்'தான் குடிக்கிறார்கள். எனக்கு எப்போதும் 'மானிட்டர்' ஒத்துக்காது. அப்படிக் குடித்தால் மறுநாள் காலையில் தலைவலி வந்துவிடும். அதுதான் உண்மையான கூருணர்வு. அதாவது, கூருணர்வு எனக்கு உண்மையாக இருக்கிறது என்றுதான் அர்த்தம். நான் வெவ்வேறு 'பார்'க்குச் செல்கிறேன். எனக்கு வேலை கிடையாது. வேலை இல்லாதவர்களுக்குப் பொறுப்பும் சுதந்திரமும் அதிகம். பொறுப்பைக் கடைப்பிடித்தால் உயர்ந்த இடத்துக்குப் போகலாம். சுதந்திரத்தை அதிகமாகப் பயன்படுத்தினால் டாஸ்மாக்குக்குத்தான் போகமுடியும்.

என்னுடைய நண்பர் ஸ்ரீதர், குமுளியில் இருக்கிறார். அவர், டாக்டர்; நல்ல குடிகாரர். அவருடைய உடம்பும் அதற்கு இடம் கொடுக்கும். ஆனால் மறுநாள் காலை O.P. பார்க்கணும், ரவுண்ட்ஸ் போகணும். அப்புறம் எப்படி இரண்டாவது நாள் அவரால் குடிக்க முடியும். எனக்கு இதெல்லாம் கிடையாது. குறைந்தபட்சம், நகரச் செயலாளராக இருந்தால்கூட நேரத்தையாவது கடைப்பிடிப்பேன்.

குடியினால் நல்ல கவிதைகள் எழுதியிருக்கிறேன். அதனால், குடியைக் குறைவாகவோ கேவலமாகவோ நான் பேசமுடியாது. ஆனால் மறுபக்கமாக, அதைப்பற்றி உயர்வாகப் பேசவும் முடியாது. ஏனெனில், அவ்வளவு துன்பங்களையும் என் அம்மாவும் மனைவியும் பிள்ளைகளும் தாங்கியிருக்கிறார்கள். It had happened; அது நேர்ந்தது. அது நல்லதா கெட்டதா. எனக்கு வாழ்க்கை நேர்ந்தது. நான் வாழ்க்கையில் எதற்கும் மெனக்கெடவில்லை. கவிஞனாகணும்னும் மெனக்கெடலை, குடிகாரனாகணும்னும் மெனக்கெடலை.

91-லிருந்து தொடர்ந்து குடிப்பது நோய்மாதிரி ஆகிவிட்டது; குடி வேண்டாமே என்று ஓர் எண்ணம் வந்தது. 'நக்கீரன்' கோபால் அண்ணனிடம் சொல்ல, வைத்தியத்திற்கு ஏற்பாடு செய்து பணமும் கொடுத்தார். அப்போது ஆஸ்பத்திரியில் ஒரு வாரம் அம்மாதான் என்கூட இருந்தாள். "சிகிச்சை எடுத்தபிறகு சும்மா இருக்காதீங்க,

ஏதாவது வேலைக்குப் போங்க"ன்னு டாக்டர் சொன்னார். அதன் பிறகு, 'நக்கீரன்' கோபால் அண்ணன்கிட்ட போய், "டாக்டர் என்னை வேலைக்குப்போகச் சொல்றார். நான் வேறு யாருகிட்டேயும் வேலை கேட்க முடியாது. நீங்கதான் வைத்தியம் பார்த்தீர்கள். நீங்களே வேலை கொடுங்க" என்று சொன்னேன். ஒரு சிங்கத்தை நாம் சீர்திருத்திட்டோம்னு கோபால் அண்ணனுக்கு ஒரே சந்தோஷம். அங்கே வருகிறவர்களிடம், ''அண்ணன் நிறுத்திட்டார்''ன்னு சொல்லிக்கிட்டே இருப்பார். அப்போது என் நண்பர்கள் யாரும் என்னை அவ்வளவு சுலபமாகப் பார்க்க முடியாது. எனக்குச் சாப்பிடற துக்கு தினமும் முப்பது ரூபாய் கொடுப்பாங்க. ஏன்னா மொத்தமா காசைக் கொடுத்தா இவன் குடிக்க ஆரம்பிச்சுருவான்னு நினைச்சாங்க. என்னைக் கண்காணிக்க அங்கங்க ஆள் வைத்திருப்பார்கள்.

இப்படியே ஒரு வருடம் கழிந்தது. அட்டைப்பட டிசைனர், கோயில்பட்டி மாரீஸ் திருமணத்திற்குப் போயிருந்தேன். அவர், "எல்லோருக்கும் ரூம் போட்டிருக்கிறேன். ஆனால் நீங்க வீட்டு மாடியிலே தங்கியிருங்க"ன்னு சொன்னார். அன்று பீர் சாப்பிடலாமே என்று சாப்பிட்டேன். அப்புறம், "இதெல்லாம் நமக்குச் சரியா வராது. ஹாட் எடுங்க"ன்னு சொல்லிவிட்டேன்; குடி தொடர ஆரம்பிச்சுருச்சு. நண்பர்கள் சிலர், "நல்லாத்தானே இருந்தீங்க. ஏன் இப்படி ஆயிட்டீங்க" என்றுகூட கேட்டார்கள். "ஒரு சுவாரசியமும் இல்லாமல் வாழ்ற துக்காவா நாம் இருக்கோம்" என்றுதான் என் பதில் இருந்தது. நார்மலா இருந்தால் கவிதை எழுத முடியவில்லை.

பிறகு ஐந்து-ஆறு வருடம் அப்படியே ஓடுச்சு. ஈரோட்டில், 'பசுமை இயக்கம்' டாக்டர் ஜீவானந்தம் எனக்கு மிகவும் வேண்டப்பட்டவர். அவர், டி.டி.கே. நிறுவனத்தின் ஆல்கஹாலிக் அனானிமஸ், சார்பாக De-addiction சிகிச்சை கொடுக்கிறார். அங்கே சிகிச்சைக்குப் போனேன். அப்போது என் மனைவிகூட இருந்தாள். அந்தச் சிகிச்சைக்குப் பிறகு குடிக்கவில்லை. ஒரு நாள் சி. மோகனைப் பார்க்கும்போது, "வாழ்க்கை, சப்புன்னு போய்க்கிட்டிருக்கு. திரும்பவும் ஆரம்பிச்சிரலாம் மோகன்" என்று சொல்லித் திரும்ப ஆரம்பித்தேன்.

அன்றைக்கு இலக்கிய வட்டாரத்தில் யோகி ராம் சூரத் குமாருக்குத் தனி மதிப்பு இருந்தது. அவருகிட்ட போய்க் குடியை விடணும்ன்னு கேட்டேன். வேற ஒண்ணுமே கேட்கலை. அவர் ஒரு வட இந்தியர்; ஆங்கிலம், ஹிந்தி இரண்டும் சரளமாகப் பேசுவார். ஆனால், தமிழை மழலையாகத்தான் பேசுவார். என்னை அவரிடம் கவிஞர் என்று

அறிமுகப்படுத்தினார்கள். உடனே அவர், அதற்கு, "கண்ணதாசன் கவிஞர்தானே" என்றார். அவர், அடுத்த வருஷம் விட்டு விடுவேன் என்று சொன்னார். "ஜெய் ராம்" என்றார். அடுத்த வருஷம், அந்த நாள் நெருங்கிவர ஒரே சந்தோஷமும் எதிர்பார்ப்புமாக இருந்தது. அந்த நாள் வந்தது. ஆனால் குடி என்னை விட்டுப் போகவில்லை.

பிரமிளோட நண்பர் அற்புதராஜ் பெங்களூரில் பாதிரியாருக்குப் படிச்சுட்டு இருந்தார். அவரைப் பார்க்கப்போன பிரமிள், வழியில் திருவண்ணாமலையில் ராம் சூரத் குமாரையும் பார்க்கச் சென் றார். என்னிடம், "யோகி ராம் சூரத் குமாரைப் பார்க்கப் போகிறேன், வரிங்களா''ன்னு கேட்டார். "அவர் சொன்னது பலிக்கவில்லை. அதனாலே நான் வரவில்லை" என்று சொன்னேன். என்னை வற்புறுத்தி அழைத்துக்கொண்டு போனார், பிரமிள்.

பாலகுமாரன், யோகி ராம் சூரத் குமாரை அடிக்கடி போய்ப் பார்ப்பார். அப்போது, அவர் பிரமிளை அடிக்கடி கேட்பார். பிரமிள், யோகி ராம் சூரத் குமாரின் தோழர். யோகி ராம் சுரத் குமாரை பிரமிளோடு திரும்பப் பார்க்கப் போனேன். மணியார்டரில் வந்த காசெல்லாம் பக்கத்திலே இருந்தது. போட்ட மாலையெல்லாம் பக்கத்திலே கிடந்தது. டீயைக் குடித்துக்கொண்டு, சார்மினார் சிகரெட்டை இழுத்தபடியே இருந்தார்.

என்னை அழைத்துக்கொண்டு போன பிரமிள், நான் சொன்ன விஷயங்களை அப்படியே யோகி ராம் சூரத் குமாரிடம் சொன்னார். அவர் வாய்விட்டு மிகப்பெரிய சிரிப்புச் சிரித்தார். அதற்கு இன்றைக்குவரைக்கும் எனக்கு அர்த்தம் தெரியவில்லை. 'நான் சொன்னதை அப்படியே நம்பிட்டியா' அல்லது, 'குடிப்பதும் குடிக்காததும் உன்னோட கையில்தானே இருக்கு' என்று சொன்னாரா தெரியவில்லை.

தமிழ்நாட்டில் உள்ள முக்கியமான ஜோதிடர்களில் ஒருவர், நெல்லை வசந்தன். அவருகிட்ட, "நான் குடியை நிறுத்த முடியலையே"ன்னு கேட்டேன். "தன்னை மறந்து இருக்கிற பாக்கியம் யாருக்குக் கிடைக்கும். உங்களுக்குக் கிடைச்சுருக்கு" என்றார். அவர் சொல்லித்தான் காசிக்குப் போயிட்டு வந்தேன். அவரே வண்டிச் செலவுக்குக் கொடுத்தார். காசியிலே கைச்செலவுக்கு திலகவதி அம்மா கணிசமான தொகை கொடுத்தார்கள்.

இந்து சாஸ்திரப்படி, உங்களுக்கு மிகவும் பிடித்த மூன்று பொருள்களைக் கயாவில் மனதால் நினைத்து விடவேண்டும் என்பது ஐதிகம். உதாரணத்திற்கு, ஒரு இலை. ஒரு பூ, ஒரு காய்மாதிரி சொல்வார்கள். குடியை நாம் ஒண்ணும் சங்கல்பம் செஞ்சு எல்லாம் விடவேண்டாம், அதுவா உதிரட்டும் என்று நினைத்துக்கொண்டேன். ஒரு நாள் தொந்தரவு அதிகமாகி என் மனைவி குடியை விடணும் என்றாள். சரி என்று சோட்டாணிக்கரை பகவதி அம்மன்மீதும், படைப்பிலக்கியத்தின் மீதும் சத்தியம் செய்தேன். ஆனாலும், தொடர்ந்து குடித்துக்கொண்டிருக்கிறேன். குடிக்கும்போது, சோட்டாணிக்கரை பகவதி அம்மனுக்குக் குடியை நிவேத்தியம் செய்துவிட்டுத்தான் குடிப்பேன்.

ஜோதிட சாஸ்திரம், “எது ஒன்றும் முழு நல்லதும் அல்ல; எது ஒன்றும் முழு கெட்டதும் அல்ல” என்று சொல்கிறது. சூரியன் உச்சமாக இருப்பவர்கள் என்றால் அதிகாரத்தில் மேலே இருப்பார்கள்; ஆனால், ‘பைல்ஸ்’ இருக்கும். சுக்கிரன் உச்சம் என்றால் அவர்களுக்கு எல்லாம் கிடைக்கும். ஆனால் ஒழுக்கம் இருக்காது. சுக்கிரன் நீச்சமாக இருந்தாலும் ஒழுக்கம் இராது. இரண்டுக்கும் வித்யாசம் என்னவென்றால், சுக்கிரன் உச்சமாக இருக்கிறவன் வசதியாக இருப்பதால் செய்கிற தப்பு வெளியே தெரியாது. நீச்சமாக இருக்கிறவன் வசதிக்குறைவாக இருப்பதால் செய்கிற தப்பு வெளியே தெரியும்.

என்னுடைய பெரும்பாலான நண்பர்கள், “உடம்பைப் பார்த்துக்குங்க, அண்ணாச்சி” என்றோ, “உடம்பு நல்லா இருக்கா அண்ணாச்சி” என்றோதான் கேட்பார்கள். அநேகமாக இந்தக் கேள்வியை என்னிடம்தான் அவர்கள் அதிகமாகக் கேட்டிருப்பார்கள்.

சமீபத்தில், சந்தியா பதிப்பகம், நடராஜனைப் பார்க்கப் போகணும்னு நினைச்சேன். அன்றைக்கு ஷங்கர்ராமசுப்ரமணியனும் என்னைப் பார்க்க வந்துவிட்டார். ‘இனிய உதயம்’ பத்திரிகைக்குப் பேட்டி என்று ஆர்.சி.ஜெயந்தனும் வந்துவிட்டார். ஐயருக்கு முகூர்த்தம் வந்தா ஒரேமாதிரி வரும், இல்லேன்னா சும்மா இருப்பார். அந்தமாதிரி என்னோட நிலையும் ஆயிடுச்சு. சரின்னு, சந்தியா பதிப்பகம் நடராஜனைப் பார்த்துவிட்டு, சரக்கு அடிச்சிட்டுப் பேசுவோம்ன்னு நினைச்சேன். அப்புறம் முழிச்சுப் பார்த்தா, ‘நக்கீரன்’ செக்யூரிட்டி ரூமில் கிடக்கிறேன். இது எப்படி.

கவிதைப்பட்டறையும்
மூன்றுநாள்
தீட்டும்
மூன்று நாள்
கவிஞன் குடிப்பதும்
மூன்று நாள்
கோயில்
கொடை போல.

குடித்தால், பொதுவாக, சாப்பிடுவதில்லை. நான். தொடர்ந்து குடித்தால் வீட்டில் கஞ்சிவைத்துத் தரச் சொல்லிச் சாப்பிடுவேன். உணவைக் 'குடிகெடுப்பான்' என்று சொல்வார் நண்பர் ட்.டி. கண்ணன். சில நேரங்களில், குடியிலிருந்து தப்பிப்பதற்குத் தூக்கமாத்திரைகளைப் பயன்படுத்துவேன்.

தமிழ்நாட்டில் எனக்குத் தெரிந்த நல்ல நண்பர்கள் நிறையப்பேர் குடிக்கிறவர்கள். சுகுமாரன், தேவதேவன், ஜெயமோகன் போன்ற வர்கள் குடிக்காமல் சிறுபான்மையாக இருக்கிறார்கள். இப்போது உள்ள தலைமுறையில், எழுதுகிறவர்களிடம், குடிக்கிறவர்களின் எண்ணிக்கைதான் அதிகமாக இருக்கிறது.

கநா.சு., சி.சு. செல்லப்பா போன்ற பெரியவங்க இருந்தபோது குடியே அறியாத ஓர் இலக்கிய உலகம் இருந்தது. இப்போது சர்வசாதாரணமாக எல்லோரும் குடிக்கிறார்கள். இதில் சில பேர் நேரம், இடம் வைத்துக் குடிப்பார்கள். சில பேர் இடத்தையும் நேரத்தையும் விட்டுவிடுவார்கள். நான் இரண்டாவது வகையைச் சேர்ந்தவன். முப்பது வருஷத்துக்கு முன்பு ஜி. நாகராஜன்தான் இப்படி இருந்தார். இப்போது நிறைய ஜி. நாகராஜன்கள் வந்து கொண்டிருக்கிறார்கள். இது என்னுடைய விமர்சனம் அல்ல. இந்தமாதிரி இருக்கிறது என்ற யதார்த்தம். இது சரி – தப்பு என்று சொல்லவில்லை.

இது காலத்தின் பிரச்னை; சூழலைப் பார்க்கவேண்டும். தமிழ்க்கவிஞர்களுக்குக் குடியைவிட மேலான வஸ்துவோ விஷயமோ கிடையாது. எந்த ஒரு எழுத்தாளர்க்கும் பெரிய அனுபவங்கள் எல்லாம் கிடையாது. எழுத்தாளர்களில் இப்போதுதான் மத்தியதர வர்க்கத்தினர் வந்திருக்கிறார்கள். அதேமாதிரிக் குடியும் அதிகமாயிருக்கிறது. பார்ப்பனர்கள், முன்னேறிய வகுப்பினர்கள்தாம் முன்பு

அதிகம் எழுதிக்கொண்டிருந்தார்கள். டி. செல்வராஜ் போன்ற ஒருசில சாதாரணமானவர்களும் எழுதிக்கொண்டிருந்தார்கள். என்னோட இலக்கிய வட்டத்தைச் சார்ந்து, குடிப்பவர்களை வைத்து, யார் முன்னேறிய வகுப்பினர்- யார் முன்னேறாத வகுப்பினர் என்றெல்லாம் கண்டுபிடிக்க முடியாது.

தமிழ்மரபில் குடி என்பது தொடர்ச்சியாக இருக்கிறது. கள்தான் சிறந்த பானம் என்பதில் கருத்து வேறுபாடு இருக்கமுடியாது. சங்ககாலத்தில் குடி கொண்டாடப்பட்டிருக்கிறது. உண்மையிலேயே, கள் கொண்டாடப்பட வேண்டியதுதான். நாம் உஷ்ணப் பிரதேசத்தில் வாழ்ந்துகொண்டிருக்கிறோம். நம்முடைய உடலுக்குக் கள்தான் சிறந்த பானம், நிச்சயமாக. கெமிக்கல் சரக்கு கிடையாது. கெமிக்கல் சரக்கைக் கொண்டாட வேண்டும் என்று நான் சொல்ல மாட்டேன். ஏனெனில், அதனுடைய குணநலன்கள் நமக்கு நன்றாகவே தெரிகிறது. நம்முடைய உடம்பு அதை ஏற்றுக்கொள்வதில்லை. ஆனால் அதுதானே கிடைக்கிறது. அதனாலே அதைத்தான் குடிக்க வேண்டியிருக்கிறது. இலங்கையைச் சேர்ந்த நண்பர் ஒருவர், ஒரு முறை ஃபாரின் ஸ்காட்ச் கொடுத்தார். அதை வெறும் வயிற்றில் குடித்தேன். ஒரு வில்லங்கமும் பண்ணவில்லை.

நம்முடைய சமூகச் சூழலுக்கு தனியார்மயம்தான் சரி, இதில். ஒரு டாஸ்மாக்கின் செயல்பாடுகளைப் பார்த்தாலே புரிந்துகொள்ள முடியும். கடையில் போய் 'சீசர்ஸ்' இருக்கா என்றால், இல்லை என்பார்கள். அடுத்து, 'பிரிஹான்ஸ் நெப்போலியன்' இருக்கா என்றால் இல்லை என்பார்கள். எனவே இருக்கிறதைக் கேட்டு வாங்கித்தான் சாப்பிட வேண்டியுள்ளது.

ஒரு தடவை மதுரை வந்தவன், ராத்திரி, பஸ் ஸ்டாண்டில் படுத்துவிட்டு, விடிந்தவுடன் முதல் பஸ்ஸைப் பிடித்து சிவகங்கை வந்தேன். கையில் இருபத்தி ஐந்து ரூபாய் இருந்தது. நான் எங்கே போனாலும் கொஞ்சம் விடிஞ்ச பிறகுதான் போவேன். ஏனெனில், தாடியோட இருக்கிறதனாலே நாய் ரொம்பக் குரைக்கும். சிவகங்கையில் ஒரு 'டீ' குடித்து சிகரெட் பத்தவைச்சேன். காலையிலே நாலரை மணிக்கெல்லாம் கடை திறந்திருந்தது. அந்த டீ, டாஸ்மாக் டீதான்.

ஷங்கரும் நானும் ஒரு தடவை நகுலனைப் பார்க்கப் போயிருந்தோம். அவரைப் பார்க்கப் போனபோதே குடித்தோம். எங்களிடமிருந்த காசு எல்லாம் செலவாயிடுச்சு. "இருநூறு ரூபாய் சுகுமாரன்கிட்ட

கடன் வாங்கித் தாங்க, போய் அனுப்பி வைக்கிறேன்'' என்று ஷங்கர் சொன்னான். "அதெல்லாம் கேட்க வேண்டாம்; எப்போது போனாலும், சுகுமாரன், ஐநூறு ரூபாய் கேட்காமலே தருவார்" என்று சொன்னேன். அவரைப் போய்ப் பார்த்தபோது கொடுத்தார். அவர் பணம் கொடுத்தவுடன் ஆட்டோ பிடித்து, நேராகக் குடிப்பதற்குத்தான் போனோம். ஆனால் கடை பூட்டியிருந்தது. ஏன் என்றால் அன்றைக்கு மாதத்தின் முதல் தேதி. கேரளாவில் சம்பள நாள் என்பதால் லீவு என்று சொன்னார்கள். அங்கே இருந்து களியக்காவிளைக்கு வந்து குடித்தோம்.

இந்தமாதிரி - 'குடிமக்களு'க்கு ஏற்றமாதிரி - ஏதாவது ஒரு நடைமுறையை இங்கு கொண்டு வரலாம். ஒரு அரசாங்கம் என்பது மக்களுக்கு எவ்வளவு நல்லது செய்யணுமோ அந்த அளவுக்குச் செய்ய வேண்டும். அதற்காகக் குடியையே தடுக்க வேண்டும் என்று நான் சொல்ல வரவில்லை.

கள்ளை அரசாங்கமே 'குடிமக்களு'க்குக் கொடுக்கலாம். 'பாட்டில்' இப்பதான் நமக்கு அறிமுகம். கள்ளை மூன்று கலயத்துக்கு மேலே நாம் குடிக்க முடியாது. அதோடு நாமும் தூங்கிவிடலாம். ஆனால், கெமிக்கல் சரக்கு உங்களைத் தூண்டிவிடும். கள் மெதுவாகத்தான் வேலை செய்யும். பிரச்னை ஒண்ணும் பெரிதாக வரவே வராது. செலவும் குறைச்சல். ஆனால், கள் விற்பதால் ஆளுங்கட்சிக்காரனுக்கும் எதிர்க்கட்சிக்காரனுக்கும் பணம் கிடைக்காது.

நான் 'இதயம் பேசுகிறது' பத்திரிகையில் ப்ரூஃப் - ரீடராக இருந்தபோது, ஜி. நாகராஜன் செத்துப்போகிறார். அப்போது எம்.ஜி.ஆர். ஆட்சி; மதுவிலக்கு அமலில் இருக்கிறது. மேல்சபையில் மதுரை முத்து உறுப்பினராக இருந்தார். அப்போது அவர், "ஜி. நாகராஜன் என்கிற எழுத்தாளர் இருந்தார். அவர் குடியினாலே இறந்துபோனார். அதனால் மதுவிலக்கு கட்டாயம் தேவை" என்கிறார்.

தென்மாவட்டங்களில் குறிப்பிட்ட ஒரு சமூகம்தான் சாராயம் காய்ச்சி விற்பனை செய்து வந்தது. அவர்களைக் காவல்துறை தொடர்ந்து வேட்டையாடி, அங்குள்ள பெண்களையும் ஆண்களையும் அந்தப் பானைகளைத் தலையில்வைத்து, 'நான் இனி சாராயம் காய்ச்சமாட்டேன்' என எழுதி, கூட்டிட்டுப் போய் அதை ஒழித்தார்கள். அந்தச் சாராயம் இந்த கெமிக்கலைவிட நல்லது. சாராயம் காய்ச்சுபவர்களிடம் ஒரு தொழில் தர்மம் இருந்தது. சில நேரங்களில், ரெய்டில் நம்மைப்

பிடித்துக்கொண்டு போனால், அவர்கள் போலீஸ் ஸ்டேஷனில் வந்து நிற்பார்கள். அந்தத் தொழிலுக்கான அறத்தையும் விழுமியங்களையும் பேணித்தான் இருந்தார்கள். அதேமாதிரி புதுச்சேரியும். இந்தக் கலாசாரத்தை முழுமையாக ஒழித்துவிட்டு, வேறு ஒன்றைக் கொண்டு வருகிறோம். எங்கள் மாவட்டத்தில் இன்று சுத்தமாக சாராயம் கிடையாது.

ஒரு தொந்தரவுபட்ட பையனாகத்தான் நான் வாழ்ந்து கொண்டிருந்தேன். எதையும் பொருட்படுத்தாமல் ஓடிக்கொண்டே இருந்தேன். வாழ்க்கை விரைந்து ஓடிவிட்டது. இப்போது பார்த்தால்- இந்த வாழ்க்கையில் நான் என்ன செய்தேன் என்று பார்த்தால் - சந்தோஷப்படுவதற்கு ஒரு முப்பது கவிதைகள், பத்து சிறுகதைகள், பத்து கட்டுரைகள் இருக்கின்றன. என்னைப் போன்றவர்களால் இதைத்தான் பண்ண முடியும். இந்தக் குடியைத் தாங்குவதற்கு என் அப்பாவிடமிருந்து வந்த 'ஜீன்'கள் இருக்கிறது. இதைத் தவிர, 'மிஸ்டீரியஸா'க நிறைய விஷயங்கள் இருக்கின்றன. அதை எனக்குச் சரியாகச் சொல்லத் தெரியவில்லை. பல முறை சாலையோரங்களில் படுத்துக் கிடந்திருக்கிறேன். அப்போதும் ஒரு சந்தோஷம் இருந்தது. பெருங்கொண்ட குடி என்பது என்ன என்று உளவியலாளர்களிடம் கேட்டால், தற்கொலைக்குச் சமமானது என்கின்றனர். அப்படிப் பார்க்கும்போது, ஒவ்வொரு தடவையும் இப்படிக் குடிக்கும்போது மரணத்தைத் தொட்டுவிட்டுத்தான் வருகிறோம். மரணத்தின் விளிம்புநிலையில் நடனமாடி ஓய்ந்து விழுகிறோம்.

அனுபவத்தில், குவார்ட்டர் போதவில்லை; முன்பு- De-addiction எடுத்த பிறகு - குடித்தால் கை, கால் விளங்காமல் போயிடும். இல்லை மெண்டல் ஆகி விடுவார்கள் என்றெல்லாம் சொன்னார்கள். இதைப்பற்றி உளவியலாளர் ருத்ரனிடம் கேட்டபோது, "இந்தச் சிகிச்சை எடுத்ததால், உங்கள் உடம்பில் உள்ள ஆல்கஹால் எல்லாம் போய்விடுகிறது. வழக்கமாக குவார்ட்டர் சாப்பிடும்போது கிடைக்கிற போதை, 'ஆஃப்' அடிக்கிறபோதுதான் கிடைக்கும். அதனால், பயன்பாடு அதிகமாகிறது; பயன்பாடு அதிகமாகும்போது, பக்கவாதம் வரலாம் அல்லது மூளையே செயல்படாமல் போகலாம். அது நீங்கள் குடிக்கிற அளவைப் பொருத்தது" என்றார். அதனால் குடியை நிறுத்துவதற்கு சகல முயற்சிகளும் செய்தேன்; முடியவில்லை.

மீண்டும் ருத்ரனிடம் போனேன். "உங்களுக்கு என்ன பிரச்னை"ன்னு அவர் கேட்டார். "குடித்தபிறகு யாரிடமாவது சண்டை போடுகிறேன்.

அல்லது அவர்களை மரியாதைக்குறைவாகப் பேசி விடுகிறேன்" என்றேன். அதற்கு அவர் ஒரு மாத்திரையைக் கொடுத்து, 'ஆஃப் சாப்பிட்ட பிறகு இதைப் போட்டுக் கொள்ளுங்கள். அதற்குப் பிறகு குடிக்கத் தோன்றாது' என்றார். பொதுவாக, குடிக்கிறவங்களைக் குடிக்காதீங்கன்னு சொல்ல முடியாது. அளவாகவும் குடிக்க முடிவதில்லை.

நாம் நிறைய 'சப்ரஸ்' பண்ணித்தான் குடிக்க வேண்டியிருக்கிறது. தினசரி ஒரு குவார்ட்டர் அளவுன்னு வைச்சுக்கிட்டு குடித்துவிட்டு நிம்மதியாக இருக்கலாம். சப்ரஸ் பண்ணப்பண்ண, அது பெருங்கொண்ட குடியாக மாறி, நம்மைக் கீழே சாய்க்கிறவரைக்கும் விடாது. ஆனால் என்ன செய்வது; அப்படித்தான் வாழ்க்கை ஓடிக்கொண்டு இருக்கிறது.

தமிழ்க்கவிதையில் முழுக்க முழுக்க வேகம் என்பது ஆல்கஹால் இல்லாமல் என்னால் முடியாது. தமிழ்மொழியோ துடியான து. அந்த மொழியில் கவிதையைத் தேர்ந்தெடுப்பது என்பது பெரும் போராட்டத்திற்கான விஷயமாக இருக்கிறது. கவிதையைத் தேர்ந்தெடுத்துவிட்டு எழுதிவிட்டால் தமிழ்மொழியும் இனமும் இருக்கிறவரை அந்தக் கவிதை சாஸ்வதமாக இருக்கும். ஆனால் அதற்கு அது கேட்கிற விலை மிகவும் அதிகமாக இருக்கிறது. ஒரு விஷயத்தைக் கட்டுரையாக எளிதில் எழுதிவிட முடியும். கொஞ்சம் முயற்சி செய்தால் சிறுகதைகூட எழுதிவிடலாம். ஆனால் கவிதை என்கிற ஊடகமே சில விஷயங்களைத்தான் ஏற்றுக்கொள்ளும். உங்கள் அனுபவம் முழுவதையும் கவிதையில் சொல்ல முடியாது. கவிதைமொழி வாய்ப்பது அரிது.

கவிதைமொழி என்பது லேசான காரியமாக இல்லை. ஷங்கருக்கு மூன்று கவிதைத் தொகுதிகள் வந்திருக்கின்றன. இன்னும் எனக்கு அந்தத் தொகுதிகள் திருப்தியாக இல்லை. அவருடைய கவிதையில் விஷயம் சரியாக இருக்கிற அளவுக்கு மொழி இல்லை; ஒரு 'மணிபாப்பா' கவிதை மாதிரியோ 'தங்கயோனி-வெள்ளியோனி' கவிதை மாதிரியோ இல்லை. கவிதைமொழியை அவ்வளவு சுலபமாக அடைந்துவிட முடியாது. இந்த வழியில் போனால் கவிதைமொழியை அடையமுடியும் என்றெ ல்லாம் உறுதியாகச் சொல்ல முடியாது. ஒரு ஊருக்கு வழி சொல்வது மாதிரி கவிதைமொழிக்குச் சொல்லமுடியாது. ஓஷோ, 'Krishna, The Man and His Philosphy' என்ற நூலில், "Poetry, itself, is a Miracle. There is no Miracle greater than Poetry" என்று சொல்வார்.

இந்த மொழியை நாம் உழைத்து அடைந்துவிடமுடியாது. இது லாட்டரி சீட்டில் விழுகிற பரிசு மாதிரிதான். அதுபாட்டுக்குக் கொடுத்துவிட்டுப் போய்விடும். நாம் எவ்வளவு வருந்திவருந்தி அழைத்துப்பார்த்தாலும் வரவே வராது. கவிதை என்பது, அப்படியொரு 'பெக்கூலியர் மீடியம்'.

ஐந்து வருடத்திற்கு முன் குற்றாலம் வந்திருந்த வாசகர் ஒருத்தர் (எஸ். எஸ்.கே.) எனக்கு அறிமுகமானார்; மதுரையில் கட்டில், பீரோவெல்லாம் விற்கிறார், அவர். எனக்குக் கட்டில், பீரோவெல்லாம் அனுப்பி வைச்சார். மதுரைக்குப் போனால் சரக்கு வாங்கிக் கொடுத்து, 'முருகன் இட்லி கடை'க்குக் கூட்டிட்டுப் போவார். அவருகிட்ட, "நான் ஒரு நாவல் எழுதலாம்னு இருக்கேன். இரண்டு வருசத்துக்குள்ளே முடிச்சுடுவேன். நீங்கள் மாசாமாசம் இரண்டாயிரம் கொடுத்தால் போதும்" என்றேன். அவரும், "அதுக்கு என்ன அண்ணாச்சி, கொடுத்திட்டா போகுது"ன்னு சொன்னார். இவருகிட்ட சொல்லிவிட்டோமே என்று ரொம்ப யோசிச்சு, முதல் வரியை எடுத்துக்கூட்டி எழுதிடுவேன். குவார்ட்டர் அடித்துவிட்டு திரும்ப ஒரு நாலு வரியைத் தேத்திவிடுவேன். அப்புறம், நான் சொல்லச்சொல்ல மீதி வரியை வீட்டில் மனைவி எழுதிவிடுவாள். அந்தக் கவிதைகளும் நன்றாக இருந்தன.

எப்படிப் பார்த்தாலும் தமிழ்க்கவிஞன் குடிக்காமல் இருக்கமுடியாது. குடிக்காமல் இருந்தாலும் தவறு இல்லை. கவிஞனைப் புரிந்துகொள்ளுங்கள். அது விக்ரமாதித்யனுக்கும் பொருந்தும். அவர் வேறு ஏதோ ஒரு சிக்கலில் அல்லது கஷ்டத்தில் இருக்கிறார் என்பதை மட்டும் தயவுசெய்து புரிந்து கொள்ளுங்கள். குடிப்பதில் உண்மையிலேயே விருப்பம் இருக்கலாம். குடிப்பது சந்தோஷத்திற்காகக்கூட இருக்கலாம் அல்லது மாய உலகத்திற்குச் செல்லக் குடி ஒரு கம்பளமாக இருக்கலாம். எந்த சமூக காரணமும் இல்லாமல் முழுக்கமுழுக்கத் தன்னைச் சார்ந்தே அவன் குடிக்கலாம்.

முத்தமிழ் அறிஞர், டாக்டர் கலைஞருக்கு என்னுடைய கவிதையோ என்னுடைய இருப்போ தெரியாது. தலித் போராளி தொல். திருமாவளவனுக்கும் தெரியாது. இனமானக் காவலர் கி. வீரமணிக்கும் தெரியாது. தமிழ்க்குடிதாங்கி, மருத்துவர் இராமதாசுக்கும் தெரியாது. புரட்சித்தலைவி ஜெயலலிதாவுக்குச் சுத்தமாகத் தெரியாது. ஆனால் இவர்கள்தாம் அரசியல் அதிகாரத்தில் இருப்பவர்கள். இன்னொரு பக்கம், சினிமாவில் இருக்கிற சூரியாவுக்கோ விக்ரமுக்கோ விஜய்க்கோ என்னைத் தெரியாது. (என்னோட பக்கத்து வீட்டுக்காரனுக்கும்

என்னைத் தெரியாது.) இவர்களைத்தாம் ஜனங்களுக்குத் தெரிந்திருக்கிறது. ஆனால் இப்படித் தெரிந்தவர்களுக்கே நம்மைத் தெரியவில்லை. நாமும் ஜனங்களுக்குத்தான் கவிதை எழுதுகிறோம். நாம் இப்படித் தெரியாமல் இருக்கிறோமே என்ற ஒரு காரணமே குடிப்பதற்குப் போதுமானது. ஒருவேளை, இவர்கள் என் கவிதையைப் படித்துவிட்டால், அதற்காக வேண்டுமானால், குடியைக் கொஞ்சம் குறைத்துவிடலாம்.

ஒரு மனிதன் குடிப்பதற்கு நிறைய காரணங்கள் இருக்கின்றன. ஒரு பதிப்பாளரிடம் போய், "கவிதைத்தொகுப்பு வெளியிடுகிறீர்களா" என்று கேட்டால், அவர், "கவிதையா" என்கிறார். நாற்பது வருஷம் கவிதை எழுதின பிறகும் இப்படிக் கேட்கும்போது என்ன செய்வது. இந்த ஒரே காரணத்துக்காகக் குடிக்கலாம். குடிப்பதற்கு இந்தமாதிரி சின்னச்சின்ன விஷயங்களே காரணமாகின்றன.

'தராசி'ல் வேலை பார்க்கிறபோது, அங்கு வேலை செய்கிற சிலர் கூட்டாகச் சேர்ந்து 'ஜானக்ஷா' குடிப்போம். அப்போது குவார்ட்டர் விலை பதினெட்டு ரூபாய்தான். நான் எங்கே போனாலும், எதற்கு வந்திருக்கிறேன் என்று என்னைத் தெரிஞ்சவங்களுக்குத் தெரியும். என்னுடைய வாழ்க்கையில் குடி ஒன்றுதான் அதிகச் செலவே தவிர, மற்ற தேவைகள் குறைவு. ஆரம்பத்தில் அப்பா-அம்மா தயவில் வாழ்க்கை ஓடிக்கொண்டிருந்தது; பிறகு, மனைவி பொறுப்பு. 1991-க்குப் பிறகுதான் குடும்பப் பொறுப்புகளை ஏற்க வேண்டி வந்தது. அதற்கான மனம் என்னிடம் இல்லை. குடும்பத்திற்கான சவாலைச் சந்திக்கும்போது குடிக்க வேண்டியதாகிறது.

பொதுவாக, வீட்டைவிட்டுக் கிளம்பும்போது எந்த ஊருக்குப் போகிறோம் என்று தெரியாது. வீட்டில் இருக்க முடியாமல்தான் வெளியிலேயே போகிறோம். இன்னைக்கு ஒரு கிங்ஸின் விலை ரூ.ஐந்து. இதற்கு மட்டுமே எனக்கு மாதம் 1500 ரூபாய் ஆகிறது. இதுக்கு மேலே குடிச் செலவு, கூரியர் செலவு, போன் செலவு எல்லாம் இருக்கிறது. ஆனால் எனக்கு மாத வருமானம் ரூ. 1500தான். இந்த 1500-ம் எப்படியென்றால், 'நக்கீரன்' கோபால், ஜேப்பியார் அறக்கட்டளை, சந்தியா பதிப்பகம் நடராஜன் இவர்கள் மூன்று பேரும் ஆளுக்கு ரூ.500 அனுப்புவதுதான். நான், பத்துநாள் வெளியூரில் இருந்தால் ரூ.500 மிச்சம். நான் ஊரில் மூணு மாதம் வரிந்து கட்டிக்கொண்டு ஏதாவது எழுதணும்னு உட்கார்ந்தால், ஐயாயிரம் ரூபாய் கண்டிப்பாகக் கடனாகிவிடும். ஊரில், ஒரு கடையில் வாங்கிக்கொண்டே இருப்பேன். அந்தக் கடையில் ஆயிரம் ரூபாய் கடன் வந்தவுடன் அந்தக்

கடைப்பக்கமே போகமாட்டேன். எப்ப கொடுக்க முடியுதோ அப்போதுதான் போவேன். தென் மாவட்டங்களில், ஐநாறு ரூபாய்க்குச் சிட்டையில் வட்டிக்கு வாங்கினால், ஒரு வாரத்திற்கு ரூபாய் அறுபத்தி இரண்டரை வீதம் பத்து வாரத்துக்குக் கட்டணும். அந்த ஆள்களில் இப்போது இரண்டு- மூன்று பேர் பழக்கமாயிருக்காங்க. இவர்களிடமெல்லாம் வாங்குவேன். பணம் வாங்கி, கொடுக்க முடியாதபோது, வருகிற நெருக்கடிக்கு எங்கேயாவது வெளியூருக்குப் போய்விடுவேன். இப்போது பாலா இயக்கும் படத்தில் நடிக்க வந்து ஒன்பது மாதங்கள் ஆகிவிட்டன. இந்த ஒன்பது மாதங்கள்தான் யாரிடமும் பணம் கேட்கவில்லை.

கோடிக்கணக்கான மக்கள் குடி என்ற ஒன்றே தெரியாமல்தான் வாழ்கிறார்கள். நாங்கள் இருக்கிற தெருவில் பிள்ளைமார்களும் இஸ்லாமியர்களும் இருக்கிறார்கள். அந்தத் தெருவிலே நான் ஒருத்தன்தான், குடிகாரன். குடிக்காமல் கோடிக்கணக்கான ஜனங்கள் இருக்கிறார்கள். அவர்களுக்கு வேறவேற ஈடுபாடுகள், வேறவேற நோக்கங்கள் இருக்கின்றன. அதற்கே அவர்களுக்கு நேரம் சரியாய் இருக்கிறபோது எப்படிக் குடிப்பார்கள்.

குடியைப் பத்தி பகிரங்கமாக முதலில் பேசியது 'திருக்குறள்' தான். அதற்குச் சமணச் சார்பும் ஒரு காரணம். ஒரு நீதிநூல் என்பது மதச்சார்பாக இருந்தாலும் இல்லையென்றாலும், குடியைக் கண்டித்துத்தான் எழுத வேண்டி வரும். நீதிநூல் என்பதே இதைச் செய், இதைச் செய்யாதே என்பதுதான். சமணத்தின் செல்வாக்கு அப்போது தமிழ் பேசும் பகுதிகளில் அதிகமாக இருந்தது.

நிறைய ஊர்களில், வெவ்வேறு நேரங்களில் டாஸ்மாக்கைப் பார்த்தால் வாழ்க்கையைப்பற்றிப் பெரிய பார்வை ஒன்று கிடைக்கிறது. சென்னையில் பகல் நேரத்தில் இருக்கிற டாஸ்மாக்கும் தென்காசியில் பகல் நேரத்தில் இருக்கிற டாஸ்மாக்கும் வேறு. பகல் நேரத்தில் வருகிற மனிதர்கள் ஏதோ ஒரு வகையைச் சேர்ந்தவர்களாக இருக்கிறார்கள். அதேமாதிரி, விடுமுறை நாள்களில் வருபவர்கள் வேறு ஒரு வகையாக இருக்கிறார்கள். தினசரி டாஸ்மாக்கிற்கு வருபவர்கள் ஒரு வகையாக இருக்கிறார்கள். இது ஒரு நாவல் எழுதுவதற்கான களமாக இருக்கிறது; அதேநேரம், சமூகவியல் சம்பந்தப்பட்டதாகவும் இருக்கிறது. இதை யாராவது ஒருத்தர் ஆய்வு செய்யவேண்டும்.

ஒரு தடவை ராத்திரியில் குடிச்சிட்டு, எங்கேயோ போய் விழுந்து கிடந்து, காலையில் எழுந்து சென்னை சென்டிரல் நிலையத்துக்கு வந்தேன். அப்போது பையில் அறுபது ரூபாய் இருந்தது. ஒரு 'நைண்டி' குடிக்கலாம்னு நினைச்சுக்கிட்டு இருக்கிறப்ப, மூன்று பேர் அவர்களுக்குள் பேசிக்கொண்டார்கள். நானும், அவர்களோடு சேர்ந்து வாங்கிக் குடிப்போம் என்று முடிவு பண்ணினேன். நானும் சரி என்று பணத்தைக் கொடுத்துவிட்டேன். வாங்கிட்டு வந்து, அவங்கபாட்டுக்குக் குடித்துவிட்டுப் போயிட்டார்கள். நான் கேக்கிறபோது, "நீ எங்கய்யா காசு கொடுத்தே" என்று கேட்டார்கள். 'நைண்டி'யில் இப்படியும் ஏமாத்த முடியும்ன்னு அன்னைக்குத்தான் தெரிஞ்சுகிட்டேன். சிலபேர் நைண்டி மட்டும்தான் குடிப்பார்கள். அதற்குத்தான் அவர்களிடம் காசு இருக்கும் அல்லது அவர்களுடைய அளவே அதுவாக இருக்கிறது. நான் வெளியூர் செல்லும்போது ஒரு குவார்ட்டர் சாப்பிட்ட பிறகு, நைண்டிதான் அடிப்பேன். அதனால் இந்தமாதிரி ஆள்களோட எனக்குச் சகவாசம் உண்டு. இந்த நைண்டி என்பது வேறு ஒரு உலகம்.

திடீர்ன்னு இன்றைக்கு மகாவீர் ஜெயந்தி, டாஸ்மாக் இருக்காது என்று சொல்வார்கள். நமக்கு மகாவீர் ஜெயந்தி ஞாபகமே இருக்காது. தமிழர்களுக்கு தீபாவளி, பொங்கல்தான் ஞாபகத்தில் இருக்கும். இதனால் மகாவீரர்மீது கோபமும் வருத்தமும் என்னை அறியாமலே வந்துவிடுகிறது.

பொதுவாக, நகரங்களில் உள்ள பார்களில் கசகசன்னு கூட்டமாக இருக்கிறது. சிறு நகரங்களில் கூட்டம் குறைவாக இருக்கிறது. கூட்டம் குறைவாக இருக்கும்போது, ஏகாந்தமாகக் குடிக்கலாம் என்ற மனநிலை வருகிறது. குடிப்பதற்கும் ஆனந்தமாக இருக்கிறது. கூட்டம் அதிகமாக இருந்தால் இயந்திரகதியில் குடிக்க வேண்டியிருக்கிறது. இல்லை என்றால், பழகின இடமாக இருக்கவேண்டும். முன்பு சென்னையில் மில்லிக் கடை இருக்கிறபோது, கேஷ் கவுண்டரில் மதுரைவீரன் படம் வைத்திருப்பார்கள். அப்போது, குடிக்கிறப்ப மதுரை வீரனைத்தான் கும்பிடுவேன். ஏனெனில், சாப்பிட்ட பிறகு ஒழுங்காக வீடுபோய்ச் சேரணும் என்பதற்குத்தான். இப்போது சோட்டாணிக்கரை பகவதி அம்மனைக் கும்பிடுகிறேன். குடி என்பது ஊர் ஊருக்கு மாறாது என்றாலும், ஆள் ஆளுக்கு மாறுகிறது. குடித்துவிட்டு, சில நேரங்களில் திட்டமிட்டு இதுதான் பேசவேண்டும் என்று அமைந்துவிடும். லக்ஷ்மி மணிவண்ணன், கோணங்கி, என்டிராஜ்குமார், சொக்கலிங்க அண்ணாச்சி ஆகியோருடன் குடிப்பது சந்தோஷமும்

நிறைவும் தரக்கூடியது. இளம் தலைமுறையினரில் ஷங்கர் போன்றவர்களைக் கூறலாம். எங்களைப் போன்றவர்கள், குடிப்பதால், மற்றவர்களுக்கும் சங்கடங்களை ஏற்படுத்தி விடுகிறோம்.

பொதுவாக, குடிக்கிற மனநிலை, அதற்கான நேரம் என்பது தினசரி வேலைக்குப் போகிறவர்களிடம் வேற மாதிரி இருக்கிறது. நகரசுத்தித் தொழிலாளர்கள், காலையிலேயே குடிக்கிறார்கள். கொத்தனார்கள் சில பேர் காலையிலே அளவா குடிச்சிட்டு வேலைக்குப் போகிறார்கள். இதில் வெவ்வேறு வகைகள் இருக்கிறது. பாங்க் ஆபிசர், வியாபாரிகள், அடிமட்டத்தில் வேலைசெய்பவர்கள் என்று இருப்பார்கள். பேங்கில் வேலை பார்ப்பவர்கள் சிலர், அபூர்வமாக காலை நேரத்தில் கடையில் வந்து குடித்துவிட்டுப் போவார்கள். அதை, ஒரு குடிகாரனுக்கு பேங்கில் வேலை கிடைத்திருக்கிறது என்றுதான் எடுத்துக்கொள்ள வேண்டியிருக்கிறது. அதுபோல ஒரு குடிகாரன், கவிஞனாகி இருக்கி றான் என்றுதான் எடுத்துக்கொள்ள வேண்டும். குடிக்க வருகிறவர்கள் சிலபேர் ரொம்ப பாவமாக இருப்பார்கள். கையில் ஐம்பது ரூபாய்தான் இருக்கும். அதில் 'மானிட்டர்' மட்டும்தான் வாங்க முடியும். அதை வாங்கிக்கொண்டு வந்து, பாரில் யாராவது வைத்திருக்கிற தண்ணி, ஊறுகாயை எடுத்துச் சாப்பிடுவார்கள். டாஸ்மாக்கில் உட்கார்ந்து கவனித்தால், வாழ்க்கையின் தரிசனம்கூடக் கிடைக்கலாம்.

ஒளவையே குடிப்பாள். கள் என்பது ஆணுக்கும் பெண்ணுக்கும் ஏற்றது. இந்த கெமிக்கல் சரக்கு ஆண்களுக்கே ஏற்றது அல்ல. அப்புறம் எப்படிப் பெண்களுக்குச் சரியா வரும். இது மேலைநாடுகளின் குளிருக்கான பானம். இது இந்தியனுக்கோ தமிழனுக்கோ ஏற்றது அல்ல. இது உதகமண்டலப் பகுதிக்காரர்களுக்குச் சரியாக இருக்கும். நிச்சயமாக, சமவெளிப் பகுதிக்காரர்களுக்கான சரக்கு இல்லை. நம்முடைய மரபில் கள் இருந்திருக்கிறது. வடமாவட்டங்களில் தென்னங்கள்; தென் மாவட்டங்களில் பனங்கள். ஈச்சங்கள்ளைப் பற்றிய அனுபவம் எனக்கு இல்லை.

வட ஆரியர்கள் சோமபானம் அருந்தியதாகக் கூறுகிறார்கள். 'சோமன்' என்பது சந்திரனைத்தான் குறிக்கும். சிவபெருமானின் இன்னொரு பெயர் சோமசுந்தரேஸ்வரர். சோமபானம், சந்திரனுக்குப் பிரியமானதா அல்லது மதி மயக்குவதால் அந்த பெயர் வந்ததா என்ற சின்ன ஐயப்பாடு உண்டு. இதை சமஸ்கிருதம் தெரிந்தவர்களிடம் கேட்க வேண்டும். ஏனெனில், ஒவ்வொன்றுக்கும் பின்னால் ஒரு தொன்மம்

இருக்கிறது. நம்முடைய இலக்கியத்தில் குடியைப் பற்றி எல்லாம் பெருசா ஒன்றும் கிடையாது. 'சிலப்பதிகார'த்தில் ஒரு இடத்தில் களிமகன் என்று வருவதால் குடியைப்பற்றி இருக்குமோ என்று யோசிக்க வைக்கிறது. பக்தி இலக்கியங்களிலும் இல்லை. சிற்றிலக்கியங்களிலும் இல்லை. நவீன கவிதையிலே இப்போதுதான் குடியைப் பற்றி வர ஆரம்பித்திருக்கிறது. குடியைப்பற்றி சாதகமான, பாதகமான அம்சங்கள் உண்டு. இந்த இரண்டையும் பற்றி அதிகமாகப் பேசப்படவில்லை. யூமா. வாசுகியின் 'ரத்த உறவு' நாவல் மாதிரி கூராகவும் காண்பிக்க வேண்டியதில்லை. இந்தமாதிரி யதார்த்த இலக்கியங்கள் பொதுவாக சோகத்தில்தான் முடிகின்றன. எவ்வளவு 'ஆத்தண்டிக்'காக எழுதுகிறீர்களோ அந்த அளவுக்கு குரூரம் இருக்கும். 'கழிசடை' நாவலில், அவர்கள் வாழ்க்கையில் குடி எந்த இடம் வகிக்கிறது என்பதையும் அதன் சாதக-பாதகங்களையும் எழுதியிருப்பார், அறிவழகன்.

சுதந்திரத்திற்கு முன்புகூட ஒடுக்கப்பட்ட சமூகத்தினர்தான் கள்ளை அதிகமாகப் பயன்படுத்தியிருக்கிறார்கள். நம்முடைய சமூகப் பார்வையில் ஒடுக்கப்பட்டும் விலக்கப்பட்டும்தான் கள் இருந்திருக்கிறது. ஒடுக்கப்பட்டவர்கள்தாம் அதிகமாக அதைப் பயன்படுத்தியிருக்கிறார்கள். முன்னேறிய வகுப்பினரில் யாராவது ஒருத்தர்தான் குடிப்பவராக இருப்பார். ஆனால் அந்த ஆள் எல்லோருக்கும் சேர்த்துக் குடிப்பவராக இருப்பார். ஒட்டுமொத்த இந்திய சமூகத்தில் வெவ்வேறு விஷயங்கள் நம்மை வழிநடத்துகின்றன. அதில் குடிப்பது என்பது ஒடுக்கப்பட்டவர்களுக்கானது. அதனாலே முன்னேறிய வகுப்பினர் யாரும் அதற்குப் போகவில்லை.

பத்து வருடத்துக்கு முன்னாடி குற்றாலத்தில் நடக்கும் கவிதைப்பட்டறை நிகழ்ச்சிக்கு வந்தவர்களுள் குடிப்பவர்களின் எண்ணிக்கையோடு பார்க்கும்போது, இன்றைக்கு அந்த நிகழ்ச்சிக்கு வருபவர்களில் குடிப்பவர்களின் எண்ணிக்கை அதிகமாகியிருக்கிறது. இருபது வயசுப் பையன்கள் ரொம்ப சாதாரணமாக பீர் சாப்பிடுவதை பாரில் பார்க்க முடியும். குற்றாலத்தில் சீசன் நேரத்தில் டாஸ்மாக் உள்ளே போக முடியாது. அவ்வளவு கூட்டமாக இருக்கும். அது அருவியிலேயே தெரியவரும். காசியில், கஞ்சா ரொம்ப சாதாரணமாகக் கிடைக்கும். அதேமாதிரி, தமிழ்நாட்டில் குடி கிடைக்கிறது. சிலவற்றை நல்லது- கெட்டது என்று சொல்ல முடியாது; அதுமாதிரிதான் குடியும்; அது இருக்கிறது, அவ்வளவுதான்.

இலக்கியம்கூட அப்படித்தான். வேண்டும் என்றால் வேண்டும்; வேண்டாம் என்றால் வேண்டாம். கோடிக்கணக்கான மக்கள் இலக்கியம் படித்துக்கொண்டா இருக்கிறார்கள். தேவையில்லை என்றால் குடியும் ஒரு நாள் உதிர்ந்துவிடும். சில பேர் தெரியாமல் விட்டு விடுவார்கள். இதுமாதிரி முன் ஜாக்கிரதை குடிகாரர்கள் பற்றி ஜோதிடத்தில் இருக்கிறது. நம் வாழ்வின் மர்மமான புதிர்களுக்கெல்லாம் ஜோதிடத்தில் பதில் இருக்கிறது. குடி ஆனந்தமானதுதான். தன்னைச் சார்ந்திருப்பவர்களை எந்த அளவுக்குப் பாதிக்காமல் இருக்கிறது என்பது மிக முக்கியம். அநேகமாக, எல்லா வீடுகளிலும் முதலில் பயப்படுவது தாய்தான். திருமணம் ஆன பிறகு மனைவி. அவர்கள் பணம் செலவாகிறது பற்றியெல்லாம் கவலைப்பட மாட்டார்கள்; ஆயுளுக்குப் பாதிப்பை ஏற்படுத்தும் என்று பயப்படுகிறார்கள். குடித்தால் குடித்துவிட்டுப் போகட்டும் என்று யாரும் விடுவதில்லை. கடுமையாக வேலை பார்ப்பவர்கள், உழைப்பு சார்ந்து, சில பேர் குடிக்கிறார்கள். அதனால் போகட்டும் என்று வீட்டுப் பெண்கள் மன்னித்து விடுகிறார்கள். இந்த சமூகம், சில பேருக்கு இந்த மாதிரி சலுகைகள் கொடுக்கிறது.

நான் குடியிருக்கும் வீட்டைக் காலி செய்வதற்கு ரொம்ப நேரம் ஆகாது. பத்து வருஷமாக ஒரு வீட்டில் குடியிருந்திருக்கிறேன். வீட்டுக்காரரிடம் எவ்வளவு சண்டை போட்டிருக்கிறேன். நண்பர்கள் வரும்போது அவர்களோடு வீட்டிலேயே குடிப்பேன். அது ஒண்ணும் தனி வீடு கிடையாது. ஒரு பத்துப் பன்னிரண்டு குடித்தனம் கொண்ட வளவு. எதற்காக இவ்வளவையும் சகிச்சிட்டு என்னை வைத்து இருக்கிறார்கள். கவிஞன் என்ற அந்தஸ்துதான். சமூகம் எந்த அளவுக்கு மன்னிக்குமோ அந்த அளவுக்கு வாய்ப்புக் கொடுக்கும். அதை துஷ்பிரயோகம் செய்தால் நாம் எழவே முடியாது.

என்னோட ஏரியாவில் ஆட்டோக்காரர்கள் அத்தனை பேரும் எனக்குப் பழக்கம். காசு இல்லை என்றாலும் ஆட்டோவில் ஏற்றிக்கொள்வார்கள். நம்முடைய முகம்தான் காரணம், அதற்கு. உண்மையில், நம்முடைய முகம்தான் உண்மையான காரணமா அல்லது நடிக்கிறோமா. நாம் பண்ணுகிற எல்லாத்தையும் - குடிக்கிற தையும் சேர்த்து - அவர்கள் மன்னித்தே ஆகணுமா என்றெல்லாம் எனக்குச் சொல்லத் தெரியவில்லை. பொதுவாக, சின்ன வயதில் அமைதியாகத்தான் இருந்தேன். அதில் மிச்ச சொச்சம் இருக்கிறது. எங்கள் தெருவில் என்னைக் கண்டுகொள்ள மாட்டார்கள். இந்தப் பாக்கியம் எல்லோருக்கும் கிடைக்காது.

பொதுவாக, நம்முடைய பெரும்பாலான தமிழ்ப்பெண்களின் உளவியல், குடியை இன்னும் ஏற்றுக்கொள்ளவில்லை. அப்படி ஏற்றுக்கொள்ளாதவரைக்கும் குடிக்கிறவனுக்குப் பிரச்னைதான். அவர்கள் ஏத்துக்கணும், அப்படி இல்லை என்றால், போனால் போகுதென்று, ஒரு 'அக்ஸப்டென்ஸ் மெண்டாலிட்டி' யாவது வரணும். இதெல்லாம் இல்லாதது சமூகத்தில் பிரச்னையாகத்தான் இருக்கிறது. இதில் அம்மாவின் பார்வையில் பரிவுதான் இருக்கும். மனைவியின் பார்வையில் பரிவா கோபமான்னு கண்டுபிடிக்கவே முடியாது. அவன் சாகிற வரைக்கும் அதைக் கண்டுபிடிக்கவே முடியாது.

என்னைமாதிரி பெருங்கொண்ட குடிகாரர்களுக்கு முதலில் வீட்டுக்குள் இருந்துதான் சவால் கிளம்புகிறது. வீட்டைச் சமாதான மே செய்ய முடியாது. எப்போது சமாதானம் ஆவார்கள் என்றால், கவிதையெல்லாம் எழுதுகிறான் என்று மற்றவர்கள் சொல்வதால்தான். இல்லை என்றால், குடித்துவிட்டுப் பேசாமல் இருக்கணும். அவர்கள் சமாதானமாகப் போகிற அளவுக்கு நம்முடைய நடவடிக்கை இருக்க வேண்டும். குடித்துவிட்டு எல்லோரும் கவிதை எழுதுவது இல்லை. வேலை சார்ந்து அல்லது வீட்டு அதிகாரத்தைக் கையில் வைத்திருப்பவர்கள் குடிக்கலாம். அதனால் பிரச்னை வரப்போவது இல்லை.

பிற்படுத்தப்பட்ட, ஒடுக்கப்பட்ட சமூகத்திலிருக்கிற பெண்கள் குடிப்பதைப்பற்றி பெரிதாகக் கண்டுகொள்வது இல்லை. குடி என்ற கலாசாரம் ஒன்று இருக்கிறது என்றால், அந்தக் கலாசாரத்திற்கு அவர்களின் மூளை பழக்கப்படுத்தப்பட்டிருக்கிறது என்று அர்த்தம்.

ஒரு குறிப்பிட்ட சமூகத்தினருக்கு, காலங்காலமாகக் குடி என்பது வாழ்க்கையில் ஒரு பகுதியாக இருக்கிறது. அந்தச் சமூகத்தில் குடிப்பதால் பிரச்னை வருவதில்லை. அங்கேயும் புது பிராமணர்கள் என்ற வாழ்க்கைமுறையைத் தேர்ந்தெடுத்த பிறகு பிரச்னை வருகிறது. அவன், தனது சமூகத்தின், பழக்க வழக்கத்தின் நடைமுறையில் இருந்தவரைக்கும் குடி பிரச்னை இல்லை. வேறு வேடம் தரிக்கும்போது பிரச்னை வருகிறது.

மேல்நிலையாக்கம் என்ற புதிய பண்பாட்டு அடிப்படையில், குடிக்குப் பழக்கமான சாதியே குடியைக் கெட்டதாகப் பார்க்கும் பார்வை வந்திருக்கிறது. இதற்கு என்ன செய்வது. வேற ஒரு

'எக்ஸ்போஸர்' - அதாவது, கல்வி, வேலைவாய்ப்பு கிடைத்திருக்கிறது; அதனால் வேறு ஒரு கலாசாரத்துக்குப் போகிறார்கள்.

எந்தச் சாதிச் சமூகத்தினர் குடியைக் கேவலமாகப் பார்க்காமல், இயல்பாகப் பார்த்தார்களோ அந்தச் சமூகத்தினரே இன்று கேவலமாகப் பார்ப்பது துரதிர்ஷ்டவசமானது. இவ்வளவு மாற்றங்கள் தமிழ்ச்சமூகத்தில் நடந்து கொண்டேயிருக்கின்றன.

('குடி' யின்றி அமையா உலகு' தொகைநூலுக்குச் சொல்லியவற்றிலிருந்து. பதிவு செய்தோர்: முத்தையா வெள்ளையன், ராமானுஜம், ஜீவமணி.
ஆகஸ்ட் 2009

நானும் என் கவிதைகளும் மற்றும் சூழலும்

எழுபதுகளின் தொடக்கத்திலிருந்து எண்பதுகளின் நடுவே வரையும் பெரிதும் எதார்த்தக்கவிதைகளே எழுதிவந்திருக்கிறேன். பதினைந்து ஆண்டுகளில் அதுபோல எழுதுவதில் அயர்வு மேலிடவே, வேறுவேறு விதங்களில் எழுதத் தோன்றி, எழுதியிருக்கிறேன். அக உணர்வு சார்ந்து கற்பனைநவிற்சியாகவும், வேறே சோதனை முயற்சியாகவும் எழுதிப் பார்த்திருக்கிறேன். அதுவும் சலிப்புத்தட்டவே, எதிர்கவிதையாக எழுதத் தலைப்பட்டது உள்ளம். இப்படி வெவ்வேறு முறை வெளியீட்டுப் பாங்குதான் என்னை எதார்த்தக்கவிஞன், 'ரொமாண்டிக்' கவிஞன், எதிர்கவிதையாளன் என்றெல்லாம் அவரவர் பார்வையில் காணவும் பகுக்கவும் வழிவகுத்திருக்க வேண்டும்.

படிமம் மிகுந்த செல்வாக்குச் செலுத்திவந்த காலங்களிலும்கூட, அதை அடியொற்றிக் கவிதைபுனைய மனம் சம்மதிக்காது, தன்னியல்பிலேயே இருந்துவந்ததைக் குறிப்பிட்டுச் சொல்லவேண்டும். என் கவிதைகளில் உள்ளவை, மரபிலுள்ள உருவகங்கள் போலான வைதாமே தவிர, படிமங்கள் அல்ல. பெரிதாகப் பிரயாசைப்பட்டுப் புதிய வெளியீட்டு முறை ஒன்றைக் கண்டுபிடித்து, முத்திரைக்கவிஞனாக ஒரு நாளும் முற்பட்டதில்லை. மாறாக, மரபின் சாரத்தை முற்றாக உள்வாங்கிக்கொண்டே கவிதை யாத்து வந்திருக்கிறேன். இதுவே எனக்குப் போதுமானதாகவும் இருக்கிறது.

இன்றையதினம் புனைவு அதீதமாய்ப் புழக்கத்துக்கு வந்திருக்கிறது. குறிப்பாகச் சொல்வதானால், நவீன தமிழ்க்கவிதையிலேயே லக்ஷ்மி மணிவண்ணன் கட்டும் புனைவுகளின் மாயம் மனசை வெகுவாக வசீகரிக்கிறது. அடுத்ததாக, ஜெ.பிரான்சிஸ் கிருபாவின் புனைவுகள் துடிகொண்டும் துலாம்பரமாகவும் வாய்க்கப்பெற்று உள்ளத்தைக் கவர்கின்றன. என்றபோதும், என் போக்கில்தான் கவிதை இயற்றிவர முடிகிறது. என் சுயம் நசிப்பிக்க மனம் வரமாட்டேன் என்கிறது. இயல்பாகவே ஏதாவது மாற்றம் வந்தால் ஏற்கலாம்; ஏற்படுத்திக்கொள்வதுதான் இயலாதது.

கவிதையைப் புதுப்பித்துக்கொள்ள வேண்டும் என்பதற்காகவே, பிரதானமாகக் கவிதைமொழியை மாற்றியமைக்க வேண்டியிருக்கிறது என்பதை உணர்ந்தே, வடிவம், சொல்முறை

களில் புதியன காணவேண்டிய கட்டாயம் தெரிந்துகொண்டுதான், உத்திமுறைகளிலும் உள்ளடக்கத்திலும் நவீனமாக இருக்கவேண்டும் என்பதைப் புரிந்துகொண்டுதான், 'சந்தியா பதிப்பக'த்தின் தயவில், கவிஞரும் இளையநண்பருமான ஷங்கர்ராமசுப்ரமணியனைத் துணைப்பிடித்துக்கொண்டு, 'புக்லேண்ட்ஸி'ல் ஐயாயிரம் ரூபாய்க்கும் மேலாகக் கவிதைநூற்களும் கவிதை விமர்சனநூற்களும் வாங்கி வந்தேன்- ஐந்தாறு ஆண்டுகளுக்கு முன்பு.

இதிலும் என் தெரிவு அநேகமும் மரபு சார்ந்தவைதாம், சங்கம் முதல் சிற்றிலக்கியம் ஈறாக; ஷங்கர் எடுத்துக் கொடுத்தவை நவீன கவிதை நூற்கள்தாம். இன்னும் நிறையவே வாங்க வேண்டியிருக்கிறது.

நான் 'குறுந்தொகை' க் கவிஞன் போல.
சித்தர்கள், திருநாவுக்கரசு சுவாமிகள்
வழிவந்தவனொப்ப.
தனிப்பாடல்திரட்டுப் புலவன் புரைய.
கண்ணதாசன் பரம்பரையன்ன.

எதார்த்தமும் எளிமையும் வேகமும் என் கவிதை இயல்புகள். நிறைய எழுத நேர்ந்ததிலும் நீண்டகாலமாக எழுதும்படியானதிலும் நீர்த்துப்போன கவிதைகள் பலப்பல உண்டுதாம். (ஆறுகூட சில இடங்களில் அப்படி இப்படி இருக்கிறதுதானே.) என்றாலும், கணிசமான அளவுக்குச் சீரிய கவிதைகளும் தந்திருக்கிறேன். இரண்டாயிரம் ஆண்டுத் தமிழ்க்கவிதையில் நானும் ஒரு கண்ணி. இதுதான் நிரம்பவும் முக்கியம். என்னைத் தவிர்க்கவோ தள்ளிவைக்கவோ இயலாது. என் கவித்துவம், காலம் கொண்டாடும் விசேஷம். நாற்பதாண்டுக் கவிவாழ்வில் பதினைந்து தொகுப்புகள் என்பது விளையாட்டில்லை. நவீனகவிதையில் என் பங்களிப்பை யாராலும் மறுக்க முடியாது.

கூடுதலாக எழுதுவது நம்முடைய மரபிலேயே உள்ளதுதான். புதுக்கவிதையிலேயேகூட ந. பிச்சமூர்த்தி, பிரமிள், நகுலன், ஞானக்கூத்தன், தேவதேவன், கலாப்ரியா, லக்ஷ்மி மணிவண்ணன், மனுஷ்யபுத்திரன் முதலானோர் நிரம்பவே எழுதியிருக்கிறார்கள்.

திரும்பத்திரும்பச் சொல்லிக் கொள்வதெல்லாம் இவைதாம்; அடிநாளிலிருந்தே ஆதர்ஸமாக இருந்துவரும் 'தனிப்பாடல்திரட்டு' உண்டுபண்ணி வைத்திருக்கும் தாக்கம் அழிக்க முடியாதது, எனக்கு. வெள்ளைக்கவிதை, எதிர்கவிதை என்றெல்லாம் சொல்கிற அளவுக்கு என் கவிதைகள் அநேகமும் இருப்பதற்கு இதுவே ஆதி காரணம்.

முழுநேரக் கவிஞன் ஒருவன் அவசியம் நிறைய எழுத வேண்டும் என்ற கருத்தும், மரபின் முன்னுதாரணங்களும் அப்படிச் செயல்பட ஊக்கமளித்திருக்கக் கூடும். அடுத்து, ஓராண்டுக் காலம் தமிழ் படிக்க வாய்த்தபோது பாடமாக இருந்த, 'கலிங்கத்துப்பரணி', 'ஸ்ரீ மீனாக்ஷியம்மை பிள்ளைத்தமிழ்,' 'அழகர் கிள்ளைவிடு தூது.' 'மணிமேகலை' (ஒரு பகுதி), 'திருக்குறள்' (அறத்துப்பால் ஒரு பகுதி), 'நன்னூல்,' 'யாப்பருங்கலக்காரிகை' முதலான நூற்களின் செல்வாக்கும் தவிர்க்கமுடியாதபடிக்கு இருந்துகொண்டுதான் இருக்கிறது.

சின்னஞ்சிறு வயதில் காதில் விழுந்துகொண்டேயிருந்து மனசிலான கம்பதாசன், பட்டுக்கோட்டை கல்யாணசுந்தரம், அ. மருதகாசி, கவி. கா.மு. ஷெரீப், தஞ்சை ராமையாதாஸ், கே.டி. சந்தானம், கே.பி. காமாட்சி, உடுமலை நாராயண கவி. எம்.கே. ஆத்மநாதன், மாயவநாதன், கண்ணதாசன், சுரதா முதலானோரின் திரைப்படப்பாடல்களின் எளிமையும் இனிமையும் இயல்பும் கூடிய வரிகளிலிருந்து இன்னும் மீண்டு வரவே முடியவில்லை.

ஐம்பதுகளின் கடைசியில் எங்கள் குடும்பம் சென்னைக்குக் குடிபெயர்ந்த சமயம், ஐந்தாண்டுகள் பள்ளிப்படிப்புத் துண்டிக்கப்பட்டுக் குழந்தை உழைப்பாளியாக இருந்த வேளையில், படிக்கக் கிடைத்த திராவிட முன்னேற்ற கழகத் தலைவர்களின் எழுத்தும் மேடைப்பேச்சும் இன்னொரு வகையில் ஆழ்ந்த பாதிப்புகளை ஏற்படுத்தியிருந்தன. எதுகை, மோனைகள் இல்லாது எழுத முடியாமலானதற்கு இவையே பிரதானக் காரணிகளாகத் தோற்றுகிறது; கூடவே, அந்நாளையத் தமிழறிஞர்களின் நூற்களைத் தேடிப் படித்ததும்.

'சாவி' ஆசிரியராக இருந்த 'தினமணி கதிர்'-ன் ஓர் இதழில், மறுபிரசுரம் செய்யப்பட்டிருந்த சி.சு. செல்லப்பாவின் 'மாற்று இருதயம்' புதுக்கவிதைதான் எனக்குப் பார்க்கக் கிடைத்தது, முதன்முதலில். அறுபத்தைந்து வாக்கில் (என்று ஞாபகம்). சென்னையில் வசித்து வந்தபோது, பலசரக்குக்கடையில் சீரகமோ வெந்தயமோ பொட்டலம் கட்டித் தந்த தாளில்தான், அதுவும். இப்படியும், யாப்பு இல்லாமல், சுதந்திரமாக எழுதலாமா என்ற சிந்தனையைத் தூண்டிவிட்டது, அந்தக் கவிதை. அதுதான் என் கவிதைப்பாதையையே மாற்றக் காரணமாக இருந்தது. அப்பொழுதும்கூட 'எழுத்து' இதழ்கள் தேடிப் படிக்க வாய்ப்புக் கிட்டியதில்லை. கோடை விடுமுறை முடிந்ததும், மறுபடியும் சீர்காழிப் பக்கம் படித்துவந்த - இலவச உணவுவிடுதியுடன்

கூடிய- பள்ளிக்குத் திரும்பி வந்துவிட்டேன். அடுத்து, திருநெல்வேலி - பாபவிநாசம் வள்ளுவர் செந்தமிழ்க் கல்லூரியில் பயில்கையில், பேராசிரியர் க.ப. அறவாணன் அவர்களுக்கு வந்துகொண்டிருந்த 'நடை' இதழ்களில் கண்ட ஞானக்கூத்தன் கவிதைகள்தாம் இன்னும் சரியான திசை வழியைக் காட்டின.

அவ்வளவாக ஆங்கில அறிவு பெறமுடியாத நிலைமையில், மறுபடியும் மறுபடியும் தமிழ்மரபிலிருந்தே கவிதைஞானத்தைப் பெற்றுவருகிறேன். இப்படிப்பட்ட பின்னணிகளிலிருந்து வருகிற தென்மாவட்டத்துக்காரன் ஒருவன், எப்படிப் பார்த்தாலும் எளிமையாகத்தான் எழுதுவான்; நேரடியாகத்தான் மொழிவான். இயல்பைத் தொலைக்கவே முடியாது அவனால். தன்பாட்டுக்குத்தான் இருப்பான். நீண்ட நெடிய மரபு தந்திருக்கும் கொடைகள் என ஒரு சாரார் கொண்டாடலாம் அவனை. நவீனமில்லாத மொழி என்று இன்னொரு பிரிவினர் குறைகூறவும் செய்யலாம். வளர்ப்பு, வார்ப்பு, வாய்ப்பு என்னவோ அன்னவே வரத்தும் என்பதுதான் உண்மை. எந்த வழியிலும் கவித்துவம் அமையலாம்தானே.

நான் கவிஞன் என்றானதும், நவீன இலக்கியத்துக்கு வர நேர்ந்ததும் ஊழ்வினை உறுத்து வந்தூட்டியவைதாம். இப்படியானதில் பெரிய வருத்தமில்லை என்றாலும், பெருமகிழ்ச்சியும் கிடையாது. வருவதை எதிர்கொள்வதுதான் வாழ்வே.

இப்பொழுதும் எங்கள் பெரியமகனுக்கு கலாப்ரியா முதல் பிரான்சிஸ் கிருபாவரை நேரடியாகவும் தெரியும், அவர்கள் கவிதைகளும் புரியும். அவன் கவிதை எழுதுகிறேன் என்றதும் நான்தான் முதலில் தடுத்ததே. சின்னவனும் இப்பொழுது சிறுகதைகள் படிக்கத் தொடங்கியிருக்கிறான். இருவருக்குமே தொழில்சார்ந்த கல்வி அமைந்ததுதான் சரியானதாக இருக்கிறது. கவிதைக்காக வாழ்க்கையைத் தொலைப்பதோ தன்னை வருத்திக்கொள்வதோ வேண்டாதவை என்பதைப் பிந்தியே தெரிந்துகொண்டேன். கெட்டபின் ஞானம், பிறருக்குத்தான் பிரயோஜனப்படும்.

தமிழ்ச்சமூகத்தில் கவிஞனாக நின்று பிடிப்பது சிரமமானது. காற்றைக் குடித்து வாழ முடிகிறவனே கவிஞனாக இருக்க முடியும். அல்லது இரந்துண்டு வாழ வேண்டியிருக்கும். கௌரவமாக வாழ்வதற்கான வழியே கிடையாது. வேறு ஏதாவது வேலையில் இருந்துகொண்டு எழுதலாம். அதுதான் சாத்யம்.

என் கவிதைகளின் சிறப்பியல்புகளாக, மரபிலிருந்து வரித்துக்கொண்ட தமிழ் - திராவிட (அரசியல் - எழுத்து, பேச்சு) மொழிப்பாங்கு, நேரடித்தன்மை, நேர்த்தியான கட்டமைப்பு, வடிவச் சிறப்பு, உள்ளமிழ்ந்த இசைநயம், அடுக்கிச்சொல்லுதல், சொடுக்கி முடித்தல், வேண்டிய அளவிலேயேயான உத்திமுறைகள், செம்மையான சொல்முறை, எடுப்பான த்வனி, துடிகொண்ட மொழி முதலான வற்றைச் சொல்லவேண்டும்.

கவிதையில் காணப்படும் உலகம், அம்மா, அப்பா, அக்கா, தம்பிகள், மனைவி, பிள்ளைகள், நட்புவட்டம், அருவி, ஆறு, கோயில், சொந்த ஊர், வாழ்விடம், பால்யகால நினைவுகள், உலகியல் வாழ்க்கைக்கான போராட்டங்கள், அயர்விலிருந்து மீட்டெடுத்துக் கொள்ளக் கிடைத்த குடி மற்றும் பெண்சுகம் இவ்வளவும் கொண்டதாகவே இருக்கிறது. இதே அதிகம் என்றும் படுகிறது. தமிழ்வாழ்வில் கவிஞன் ஒருவனுக்கு எந்த அளவு பரந்துபட்ட உலகம் வசப்படும் என்றும் புலப்படவில்லை.

பிள்ளைகளின் எதிர்காலம்பற்றிய சிந்தை, பாடல்பெற்ற ஸ்தலங்கள், சிற்றிதழ்கள், நவீனகவிஞர்களின் தொகுப்புகள், நல்ல சாப்பாடு, நல்ல தூக்கம், பச்சைக்காய்கறிகள், கீரைவகைகள், பொன்னி அரிசிச் சோறு, வத்தக்குழம்பு, ரசம், அவியல், புளிமிளகாய், ஊறுகாய், இட்லி, மிளகாய்ப்பொடி, கதிரிக்காய்கொத்ஸு, மோர்க்குழம்பு, பாகற்காய்ப்பொரியல், பிரண்டைத்துவையல், சொதி, அடை, இருட்டுக்கடை அல்வா, கதர்வேஷ்டி-சட்டை, மூட்டைப்பூச்சி-கொசு-பெருச்சாளி வராத வீடு, குற்றாலம் தண்ணீர், கிங்ஸ் சிகரெட், தேநீர், மார்கோ சோப், மைசூர் சாண்டல் பவுடர், டாபர் சிவப்புப் பல்பொடி, அம்லா ஹேர் ஆயில், சூரியன் எஃப்.எம்., பட்டுக்கோட்டை முதல் கண்ணதாசன் வரையிலான செவ்வியல் திரைப்படப்பாடல்கள் இவற்றாலானது என் வாழ்வியல்.

மேலும் ஸ்ரீசோட்டாணிக்கரை பகவதி, ஸ்ரீகொடுங்கல்லூர் பகவதி, கொல்லூர் ஸ்ரீமூகாம்பிகா, உடுப்பி ஸ்ரீகிருஷ்ணன், திருப்பதி ஸ்ரீவெங்கடாசலபதி, திருச்சானூர் ஸ்ரீ அலர்மேலுமங்கைத்தாயார், ஸ்ரீரங்கநாதர், ஸ்ரீரங்கநாயகித் தாயார், மாங்காடு ஸ்ரீகாமாக்ஷி, ஸ்ரீகாளிகாம்பாள், ஸ்ரீகாமகலாகாமேஸ்வரி, ஸ்ரீபார்த்தசாரதி, திருமோகூர் ஸ்ரீசக்கரத்தாழ்வார், ஸ்ரீபராசக்தி பீடம், தென்காசி ஸ்ரீஉலகம்மன், கோளறு பதிகம், ஆவடுதுறை பதிகம், ஸ்ரீநமச்சிவாய பதிகம், நாகைப் பதிகம், திருநாவுக்கரசு சுவாமிகளின் சிறப்பான பதிகங்கள், ஸ்ரீமிருத்யுஞ்ச மந்திரம், திருச்செந்தூர் முருகன், கல்கத்தா

ஸ்ரீகாளி, ஆசாத் நகர் சுடலை, இசக்கி இவ்வளவுதான் என் உலகமே; கவிதையிலும் இவைதாம் இடம் பெற்றிருக்கும். சாதாரணத் தமிழ்க்குடிமகனுக்கும் எனக்கும் பாரிய வேறுபாடு இராது - கவிதை எழுதுவது தவிர்த்து.

தமிழர் வாழ்வியலை, தமிழ் நிலப்பரப்பை, தமிழ்மரபை விரிவாகப் பதிவுசெய்து வைத்திருக்கிறேன் என்ற மனநிறைவே போதும். இந்த வாழ்க்கைக்கு உண்மையாக இருக்கிற அளவுக்குக் கவிதைக்கும் நேர்மையாக இருக்கிறேன் என்பதே சந்தோஷம்.

கடந்த பதினைந்து வருஷங்களுக்கும் மேலாக ஜோதிடத்தில் நம்பிக்கையும் ஈடுபாடும் உண்டான பிற்பாடு, நவக்ரக ஸ்தலங்களுக்குச் செல்லத் தொடங்கி, சிறப்புமிக்க கோயில்களுக்குப் போய் வருவதென வளர்ந்ததில் நிறையப் படிமங்கள் கவிதைக்குள் குடிகொண்டிருக்கும். குறிப்பாக, ஸ்ரீ சக்ரம், மஹாமேரு, ஸ்ரீ கால சம்ஹாரமூர்த்தி, குரு, நந்தி, சுக்ராச்சாரியார் இவை போலவும் இன்னமும்; இதேமாதிரி ஸ்தல புராணங்களில் மனம் கவர்ந்தவையும் வரும்.

ஸ்தலபுராணங்கள் எல்லாவற்றையும் தொகுத்து நூற்களாகக் கொண்டு வரவேண்டும் என்கிற ஆசையும் இருக்கிறது. நம்முடைய ஸ்தல புராணங்களை ஆக்கிய புலவர்பெருமக்கள் எல்லோருமே அருமையான மாந்திரிக எதார்த்தக் கதைசொல்லிகள்தாம். அவர்களின் புனைவுகளுக்கு முன் இன்றைய பின்நவீனத்துவவாதிகளின் புனைவுகள் எடுபடா(து). பக்தியை ஒதுக்கிவிட்டுக் கதையைப் பார்த்தால்கூடக் கற்பனைத்திறத்தை மெச்சாமல் இருக்க முடியாது. கவிதைவளம் வேண்டுவோர் கட்டாயம் படித்துப் பார்க்க வேண்டும்; நவீன கதை எழுத்தாளர்களும்தாம்.

உள்ளபடிக்கே, யார் யார் கவிதை படிக்கிறார்கள் என்று தெரியவில்லை. கவிஞர்களாவது மற்ற மற்ற கவிஞர்களின் படைப்புகளைக் கூர்ந்து கவனித்துப் பார்க்கிறார்களா எனவும் தெரிந்துகொள்ள முடியவில்லை. எல்லாமே ஒரு நம்பிக்கையில்தான் ஓடிக்கொண்டிருக்கிறது. கவிதைக்கு ஆயிரக்கணக்கான வாசகர்கள் இருக்கிறார்கள் என்பதும் ஒரு நம்பிக்கைதான். காலத்தாலும் அழிக்க முடியாதது கவிதை என்பது இன்னொரு நம்பிக்கை (எதார்த்தம் என்னவோ). இப்படியெல்லாம் நம்பிக்கைகொள்ளாமல் எப்படித்தான் வாழ்வான் கவிஞன்.

பதிப்பாளர்கள் முந்நூறு படிகள்தாம் முதலில் வெளியிடுகிறார்கள், இப்பொழுதெல்லாம். நூலக ஆணைக்குழு எடுத்துக்கொண்டால் பிறகு ஐநூறு. நான் அறிந்தவரை, அமரர் ந. பிச்சமூர்த்தி, பிரமிள், பசுவய்யா, நகுலன், சி. மணி, ஞானக்கூத்தன், தேவதேவன், கலாப்ரியா, சுகுமாரன் இவர்கள் கவிதைகள்தாம் மறுமதிப்புக் கண்டிருக்கின்றன. அதுவும், ஒட்டுமொத்தத் தொகுப்புகளாகத்தாம்,; அண்மைக்காலத்தில்தான்.

இவைபோலும் கீடகமான நிலைமையில் யாருக்காக எழுதுகிறோம் என்றே விளங்கிக்கொள்ள முடியவில்லை. ஆனாலும் எழுதிக்கொண்டுதான் இருக்கிறோம்.

'ஆகாசம் / நீலநிறம்' - முதல் கவிதைத் தொகுப்பு - வந்து கவிஞனென்று ஸ்திரப்பட்ட பிறகு, குடித்துவிட்டுத்தான் கவிதை எழுத முடிகிறது. அபூர்வமாக, தன்னிலையிலேயும் இயற்ற வாய்க்கிறதுதான். பெரும்பாலும், வாழ்வனுபவங்களும் மன உணர்வுகளும்தாம் கவிதையைத் தோற்றுவிக்கின்றன. நிகழ்ந்தனவற்றுக்கான எதிர்வினை யாகவும் கணிசமாகவே எழுதியிருக்கிறேன். உள்ள எழுச்சியில் உருவானவையே நிறையவும். மட்டுமல்லாமல், அத்தகைய கவிதைகளே சரியாகவும் வந்திருக்கும்.

ஒரு சொல்கூட கவிதை தோன்றக் காரணமாக இருந்திருக்கிறது. உதாரணத்துக்கு, திருநாவுக்கரசு சுவாமிகளின் 'திருநள்ளாறு பதிக'த்தில் ஒரு பாடலில், 'தனித்தழல்' என்ற சொல், மிகுந்த அளவுக்குப் படுத்திக் கொண்டேயிருந்தது. ஒரு கவிதை எழுதிய பிறகுதான் விட்டு விடுதலையாக முடிந்தது. ஒரு சொல்லிலிருந்து ஒரு கவிதையை வரவழைக்கப் போதை இல்லாமல் முடியாது.

தமிழ்மொழியின் துள்ளலையும் வேகத்தையும் ஓசைநயத்தையும் கம்பீரத்தையும் தோரணையையும் கவிதையில் கொண்டுவரக் குடிவேண்டியதாயிருக்கிறது, எனக்கு. குடிக்காமல் எழுதும் கவிதைகள் சோனிப்பிள்ளைகள் போலத் தெரிகின்றன.

ஒரே விஷயத்தையே குடிக்காமலும் குடித்துவிட்டும் எழுதிப் பார்க்கும் பழக்கமும் உண்டுதான். எடுத்துக்காட்டுக்கு, திருப்புன்கூர் நந்தி குறித்த மூன்று கவிதைகளில், இதே தலைப்பு, முதலாவது, குடிக்காமல் எழுதியது; 'மாறி அமர்ந்திருக்கும் நந்தி', 'விலகி அமர்ந்திருக்கும் நந்தி' என்கிற பிற இரண்டும் குடித்த பிறகு எழுதியவை. இரு வகைக்கும்

பெருவித்யாசம் அமைவதையும் அவதானிக்க முடிகிறது. குடிபோதை, ஒரு கிரியா ஊக்கியாக இருக்கிறது.

"முருங்கைக்கீரை விற்கிறான் நாட்டிலே" என்று ஆற்றாமையோடு மனைவி சொன்ன வாசகம், ஒரு கவிதை எழுதத் தூண்டுதலாக இருந்திருக்கிறது.

திருப்பாம்புரம் எனும் சிவஸ்தலத்தில் ராகு - கேதுக்கள் ஒரே வடிவில் இருக்கிறார்கள். 'ஏக சரீரம்' என்று சொல்கிறார்கள். இந்த பதச் சேர்க்கை பலத்த அதிர்வுகளை உண்டு பண்ணியது. என்றைக்கு, எப்படி கவிதையாகும் என்று தெரியாது.

கஞ்சா அடித்துவிட்டும் கவிதை செய்திருக்கிறேன். 'திருமந்திரம்'த்தில் உள்ளதொப்ப, சொற்கள் சுழன்றுசுழன்று வந்து புதிர்வழிப் பாதையில் போகிறாற்போல அமையும் அது. குறிப்பாக, "பெருமாள் / பெரிய பெருமாள்," "புரிஞ்சுகணும் / கவிதையைப் புரிஞ்சுகணும்" முதலான கவிதைகள் இவ்விதம் எழுதியவைதாம்.

கஞ்சா, எனக்குப் பிடித்தமான போதைப் பொருள். மெனக்கிட்டு, அதைத் தேடிப் போய் வாங்குவதும், சிகரெட் புகையிலைத் தூள்களை உதிர்த்துவிட்டு, அதில் இட்டுப் பொதிவதும் சள்ளையான காரியங்கள் என்பதோடு, அதை வைத்திருப்பதும் விற்பதும் தண்டனைக்குரிய குற்றங்கள் என்பதாலேயே பாவிப்பதில்லை (வழமையாக). அந்தப் பழக்கமுள்ள நண்பர்களைச் சந்திக்கிற தருணங்களில் அது அமையும்.

கண்ட கண்ட மொலாஸஸ் கெமிக்கல்களையும் குடிவகையென ஏகப்பட்ட விலைக்கு விற்றுவரும் நமது அரசு, இயற்கைமூலிகையும் மலிவான காசுக்குக் கிடைக்கிறதுமான கஞ்சாவை ஏன் தடை செய்யவேண்டும் என்று புரிந்துகொள்ள முடியவில்லை.

நண்பர்களே சீரிதழ்கள் நடத்தி வந்தபோதிலும் அவர்கள் கேட்காமல் நான் கவிதை கொடுத்து இக்கட்டுக்குள்ளாக்குவதில்லை. முப்பதாண்டு காலத்துக்கும் மேலாகவே நட்புதான் சி. மோகன் அவர்களுடன்; இன்னும் சரியாகச்சொன்னால், அவர் மதுரை காமராஜர் பல்கலைக்கழகத்தில் தமிழ் முதுகலை பயிலும் இளம் பருவத்திலிருந்தே தெரியும். இன்றுவரையிலும் மிக வேண்டப்பட்ட நண்பர்களுள் ஒருவர் சி. மோகன். அவர், 'புனைகளம்' நடத்திய சமயத்தில் கவிதைபற்றிய கட்டுரை கேட்டிருந்தார். கவிதை கேட்கவும் இல்லை, நான் கொடுக்கவும் இல்லை.

நண்பர் ட்டி. கண்ணன் அவர்கள், 'பிரும்மராக்ஷஸ்' தொடங்கியபோது, சிற்றிலக்கியத்தை அறிமுகப்படுத்தும் முகமாக, 'கலிங்கத்துப்பரணி' பற்றி எழுதித் தருமாறு கேட்டிருந்தார். கவிதை கேட்கவுமில்லை, கொடுக்கவுமில்லை.

நண்பர் லக்ஷ்மி மணிவண்ணன் அவர்கள், மறுபடியும் 'சிலேட்' இதழைக் கொண்டு வருகையிலும் இப்படியே ஆயிற்று; நண்பர் ஆர்.எம். ராஜகோபால் அவர்கள், ஆண்டாள் கவிதைகள் குறித்து எழுதுமாறு கேட்டுக்கொண்டேயிருந்தார். இப்பொழுதும் மணிவண்ணன் கட்டுரை கேட்கிறார்தான்.

பாலியல் கவிதைகள் வைத்திருப்பது தெரிந்து, நண்பர் ஷங்கர் ராமசுப்ரமணியன் அவர்கள், 'மணல்' ஏட்டுக்கு அனுப்பி வைக்கச் சொன்னார். பதினாறு கவிதைகளில், ஒன்றுகூட அவருக்கு உவப்பாக இல்லை. அந்தக் கவிதைகள், 'தேவதைகள் / பெருந்தேவி / மோகினிப் பிசாசு' தொகுப்பில் வந்தபோது அவற்றில் இரண்டொன்றை நல்ல கவிதைகள் என்றார்.

கட்டுரை எழுத ஒரு மனநிலை அமையவேண்டும், என்னளவில். நிறையக் காலம் பிடிக்கும். நிறைவாக வந்தால்தான் கொடுப்பதே. இதனால் இந்த நண்பர்களுக்குக் கட்டுரை தரமுடியாமல் போகிறது.

வெளிவட்டாரத்தில் அநேகம் பேர் நினைத்துக் கொண்டிருப்பதுபோல, நாங்கள் குழுவினர் அல்லர்; நண்பர்கள்தாம். எங்கள் எல்லோர்க்கும் தனித்தனியான இலக்கியச்சிந்தனைகளும் திட்டவட்டமான பார்வைகளும், எதற்காகவும் இலக்கியத்தை விட்டுக் கொடுக்கமுடியாத உண்மையுணர்வும் அவிக்க முடியாதபடிக்கு இருந்து கொண்டேயிருக்கின்றன. இலக்கியத்துக்காக வேண்டுமானால் எதையாவது விட்டுக் கொடுத்திருக்கலாம். எனில், எதற்காகவும், இலக்கியத்தில் சமரசம் செய்து கொண்டதில்லை. நட்பு வேறு, கவிதை வேறு என்பதை நன்றாகவே உணர்ந்து கொண்டவர்கள். இரண்டையும் போட்டுக் குழப்பிக்கொள்ளாத நல்ல உள்ளம் கொண்டவர்கள்.

இலக்கியம் சார்ந்தும் வாழ்வு சார்ந்தும் யார் எந்த உயரத்துக்குப் போனாலும் மற்றவர்கள் மகிழ்ச்சிகொள்வதும் பாராட்டுவதும்தாம் நாங்கள் அறிந்தவை. நாங்களே ஒருவருக்கொருவர் நல்ல விமர்சகர்களும்கூட; இந்தப் பண்புகளினாலேயே வாழ்க்கை, எழுத்து

இவ்விரண்டின் பொருட்டும் இதுவரை எங்களுக்குள் - அபிப்ராய பேதம் வந்தபோதிலும் - பெருஞ்சிக்கல்கள் நேர்ந்ததில்லை.

கவிஞரும் நண்பருமான ட்.டி.எம். நந்தலாலா அவர்கள் 'ஸ்வரம்' என்ற அருமையான கவிதைச் சீரிதழை எண்பதுகளில், மருந்தாளுநர் படிக்கையிலேயே, நடத்தி வந்திருக்கிறார். கள்ளக்குறிச்சியில் பெரிய சைக்கிள்கடை உரிமையாளர். அவருக்கு சைக்கிள் இடம்பெறும் புதுக்கவிதைகளையெல்லாம் தொகுத்துத் தனியே ஒரு நூலாக வெளியிட வேண்டும் என்று ஓர் ஆசை. நான் எழுதினவற்றில் அப்படி ஏதாவது கவிதை இருக்கிறதா என்று கேட்டார். குறிப்பாக அதுபோல எதுவும் இல்லை என்றதும் எழுதும்படி கேட்டுக்கொண்டார் - ஒரு வருஷத்துக்கு முன்பாக, நந்தலாலாவுக்குக் கொடுக்க என்னிடம் விசேஷமாக ஒன்றுமில்லை. இதையாவது செய்யலாமே என்று நினைத்துக்கொண்டிருந்தேன். ஊரில் இருக்கிற நாள் ஒன்றில், அப்பா வைத்திருந்த சைக்கிள் கடை பற்றி எழுதலாமே என்று பட்டது. அப்படி எழுதியதுதான், 'சேகர் சைக்கிள் ஷாப்' கவிதை.

எனக்கு எட்டு - ஒன்பது வயது இருக்கையில், பெரிய தம்பி பெயரில் எங்கள் அப்பா நடத்திக்கொண்டிருந்த (வாடகை) சைக்கிள் கடையின் பெயர்தான் இது. அப்பாவின் நினைவைப் போற்றும்விதமாகவும் தம்பிமீதுள்ள பாசத்தைக் காட்டும் முகமாகவும் அமைந்திருப்பதும் நல்லதுதான்.

தமிழ்நாட்டில் எத்தனை எத்தனையோ சிற்றிதழ்கள், பேரிதழ்கள், சீரிதழ்கள், இடைநிலை இதழ்கள், மாற்றிதழ்கள் என்றெல்லாம் வந்து கொண்டுதாம் இருக்கின்றன. எனினும், ஒரு பத்து-பன்னிரண்டு பத்திரிகைகள்தாம் என் படைப்புகளுக்குத் தளமாக அமைந்துள்ளன. இன்னும் சொல்லப்போனால், சீரிதழ்களிலும் இடைநிலை இதழ்களிலும் கவிஞர்கள் சிலரின் பத்து - பதினைந்து கவிதைகள்கூட வெளியாகின்றன. என்னவோ எனக்கு மட்டும் அந்தப் பேறு கிட்டவேயில்லை, இதுவரையிலும். இது உண்டுபண்ணிய மன உளைச்சலில், 'தளம் தேடும் கவிஞன்' என்றொரு கவிதையே எழுதி, அது 'தீம்தரிகிட'விலும் வெளியாயிற்று. கடந்த ஆண்டு புத்தகச் சந்தையில், 'புத்தகம் பேசுது' கடையில் இருந்த இளைஞர் ஒருவர் அதை மனம்குளிரப் பாராட்டிவிட்டு, "இப்படி இருப்பதால்தான் இந்தக் கவிதையே பிறந்தது. அதுவும் நல்லதுக்குத்தான்" எனவும் குறிப்பிட்டார்.

இந்த நாற்பது வருஷ கால இலக்கிய வாழ்வில், எந்தக் காலத்திலும், எந்தக் குழுவையும் சார்ந்திருக்கவில்லை நான். எனக்குச் சரியென்று பட்டதையே எழுதி வருகிறேன். சுய முன்னேற்றத்துக்கான முயற்சிகள், வளர்ச்சிக்கான திட்டங்கள், கொடுக்கல்- வாங்கல்கள் இப்படியான காரியங்களில் இறங்கியதுமில்லை; கவிஞனுக்கு ஆகாத / வேண்டாத வேலைகளில் எனக்கு ஒருபோதும் ஈடுபாடு ஏற்படுவதுமில்லை. உண்மையான கவிதை வாசகர்களுக்காகத்தாம் கவிதை எழுதிக் கொண்டிருக்கிறேன். அதிர்ஷ்டவசமாக, ஆயிரக்கணக்கான வாசகர்கள் அமைந்திருக்கிறார்கள், எனக்கு.

சங்கப்புலவர்களுக்கு இருந்த நெஞ்சுரம்கூட நவீன / பின்நவீனத்துவக் கலைஞர்களுக்கு இல்லையா, என்ன. இனக்குழு மக்கள் தலைவன் பாரிக்காக வேண்டி, சேர, சோழ, பாண்டியர்களையே பகடி பண்ணினார் கபிலர். அரசனுக்கே அறிவுரை கூறியிருக்கிறார் ஔவை. சோழமன்னனையே எதிர்த்துக்கொண்டார் கம்பர்.

பாரதி, மௌனி, புதுமைப்பித்தன், கு.ப.ரா., பிரமிள், ப. சிங்காரம், தி. ஜானகிராமன், சி.சு. செல்லப்பா, க.நா. சுப்ரமண்யம், ஆர். சண்முகசுந்தரம், எம்.வி. வெங்கட்ராம், கரிச்சான்குஞ்சு, லா.ச. ராமாமிர்தம், நகுலன், தஞ்சை ப்ரகாஷ் காலத்தைய இலக்கிய உலகமா இன்று இருப்பது. இது முழுக்க முழுக்க வேறே உலகம். இதில் இலக்கிய 'லும்பன்'கள் இல்லாமல் தீராது.

இலக்கிய வியாபாரிகள், இலக்கிய சந்தர்ப்பவாதிகள், இலக்கிய சகுனிகள், இலக்கிய தந்திரிகள், இலக்கியச் சூதாடிகள், இலக்கியத் தரகர்கள், இலக்கியப் பொது உறவுத் தொடர்பாளிகள், இலக்கிய 'லயஸன் ஆபிஸர்'கள், இலக்கியச் சுரண்டல்வாதிகள் இவ்வளவு பேர் நிறைந்திருக்கும் நவீன தமிழிலக்கியச் சூழலில் இலக்கிய 'லும்பன்'கள் இருந்தால் என்ன கெட்டுவிடப்போகிறது.

விதிவசமாக, பதிப்பாளர்கள் யாரும் படைப்பிலக்கியவாதிகளாக இல்லாமல் இருப்பது தமிழின் பெரும் பேறு. இல்லையென்றால், இங்கேயும் 'இலக்கிய அரசியல்' புகுந்து நாஸ்தியாயிருக்கும். லக்ஷ்மி மணிவண்ணனின் 'வீரலெட்சுமி', 'எதிர்ப்புகள் மறைந்து தோன்றும் இடம்' மாதிரி கவிதைத்தொகுப்புகள் வந்திருக்கா(து). என்னுடைய 'விக்ரமாதித்யன் கவிதைகள்,' 'நூறு எண்ணுவதற்குள்', 'சுடலைமாடன்வரை' மற்றும் 'கவிமூலம்', 'கவிதைரசனை', 'கல்தூங்கும்நேரம்,' 'வீடுதிரும்புதல்', 'தமிழ்க்கவிதை/மரபும் நவீனமும்,' 'தன்மை / முன்னிலை / படர்க்கை' எல்லாம் நூல் வடிவம் பெற்றிரா(து).

ஆனால், ஒன்று.
யாரும் யாரையும் அழித்தொழிப்புச் செய்துவிட முடியாது.
எவரும் எவரையும் தூக்கி வைத்துவிடவும் ஆகாது.
அவரவர் கோட்டையும் கொடியும் அவரவர்க்குத்தாம்.
அவரவர் வேட்டையும் வெடியும் அவரவர்க்கேதாம்.
ஜோதிஷ கிரந்தங்கள் சொல்லும் உண்மையும் இதுதான்.
அனுபவத்தில் தெரியவரும் எதார்த்தமும் இதுதான்.
பாவம், இளமறிகள் துள்ளுகின்றன;
துள்ளட்டும்.
எங்கேயாவது அடிபட்டுக்கொள்ளாமல் இருந்தால் சரிதான்.
ராஜாவாக இருந்தாலும் படுக்கையில் விழுந்துவிட்டால்
நோயாளிதான்.
சண்டிராணி கதையும் இதேதான்.
பார்த்துக் கொள்ளுங்கள்.
ஒரு விஷயம்.

  இவர்கள் எல்லோரும் எந்தக் கவிஞனை இல்லாமல் செய்துவிட வேண்டும் என்று எண்ணுகிறார்களோ அந்தக் கவிஞனை வாசகன் ஏந்திவைத்துக் கொள்கிறான். அவன் தெளிவாக இருக்கிறான். இவர்கள் பத்திரிகைகளையும் வாங்கிப் படிப்பான்; வெளியிடும் புஸ்தகங்களையும் விரும்பி வாங்குவான். பூமியில் எல்லாவற்றிற்கும் இடமுண்டு என்பது போலவே, வாசகன் மனத்திலும் எல்லோருக்கும் தனித்தனி இடமுண்டு.

  என்னுடைய உயர்கவிதைகளுக்கு உரிய இடமளிக்கும் இதழாசிரியர்கள் எல்லோருமே என்றென்றைக்கும் என் அன்புக்கும் நன்றிக்கும் பாத்திரமானவர்கள். தொய்வில்லாமலும் தொடர்ந்தும் எழுதிவருவதற்கான மனநிலைக்கே இவர்கள்தாம் காரணகர்த்தாக்கள். என் இலக்கிய வாழ்வின் அடிப்படையில் இவர்களுக்கு இன்றியமையாத பங்கு இருக்கிறது என்பதை எப்போதும் நினைவுகூர்கிறேன்.

'சேகர் சைக்கிள் ஷாப்' கவிதைத்தொகுப்பு என்னுரை 2007

கற்றனைத்தூறும் கவிதை

கவிதையாக்கம் குறித்து எவ்வளவோ எழுதலாம்; எவ்வளவு எழுதியும் தீராதது அது. கவிஞனின் கவிதை, காலியாகி விடலாம். கவிதையாக்கம் பற்றிய விஷயம் முடிந்து போகாது. கவிஞன் கண்டதும் கேட்டதும், உணர்ந்ததும் அனுபவம்கொண்டதும், படித்ததும் சிந்தித்ததும், உள்வாங்கியதும் யோசித்ததும் எப்படியோ கவிதையில் வருகிறது; கவிதையாகிறது. கவிஞனே மலைத்துப் போகிறமாதிரி அவன் படைப்புக்குள் இடம் பெற்று விடுகிறது. மாயமாய்த்தான் நிகழ்கிறது. எப்படி நடந்தது என்று எவ்விதமாக விவரித்தாலும் நேர்ந்ததை முழுமையாகச் சொல்லிவிட முடியவில்லை. இதுதான் மாயம். கவிதையாக்கமும் ஒரு மாயம்தான்.

பொறிபுலன்கள் நுணுக்கமாக இருந்தால் கவிதைப்பொறி சுடர்விடுகிறது. புலன்கள் உக்கிரமாக அமைந்திருக்கையில், அவற்றின் பாதிப்பில், எதிர்வினையே போலக் கவிதை வரிகள் தெறிக்கின்றன. ஒரு கவிஞனின் படிப்பும் அவன் கவிதை எழுத உதவியாக இருக்கிறது. படித்ததிலிருந்து கிளைவிடலாம், தோன்றலாம், முளைவிடலாம். படிப்பு என்றால் அவன் மனசுக்கேற்ற படிப்பு. சும்மா, எல்லாம் படிப்பது வீண்தான். உள்ளம் விரும்புவதைத்தான் வெளியிலும் தேடுகிறோம். புற வுலகத்தில் எத்தனைதான் இருந்தாலும் அகமனம் தெரிவுசெய்வதையே எடுத்துக்கொள்கிறோம்.

உதாரணத்துக்கு, என்னைப் பொருத்தவரையில், உலகக் கவிதைகள் வாசிப்பதைவிடத் 'தனிப்பாடல்திரட்டோ' திருநாவுக்கரசரின் தேவாரமோ திருமூலரின் திருமந்திரமோ ஜெயங்கொண்டானின் 'கலிங்கத்துப் பரணி'யோ படிப்பதுதான் பிரயோஜனமாக இருக்கும். கிரேக்கத் தொன்மங்களைக் காட்டிலும் மஹாபாரத, ராமாயணத் தொன்மங்களே உதவியாக இருக்கும். ஸ்தலபுராணங்கள் தூண்டல் ஏற்படுத்துகிற அளவுக்கு மேற்கத்தியப் புனைவுகள் துலங்கச் செய்துவிட முடியாது. இவையெல்லாம் என் இயல்புகள். வேறொருவர் தன்மை வேறொருவிதமாக இருக்கலாம். 'பெங்குவின்' பதிப்புகளைப் படிக்காமல் இருக்க முடியாது போகலாம் ஒருவருக்கு. இலத்தீன்-அமெரிக்க இலக்கியம் இல்லாமல் உணவுகொள்ள முடியாமலோ தூக்கம் பிடிக்காமலோ ஆகலாம் இன்னொருவருக்கு. அந்தந்த ஆளுமையைப் பொருத்தது இதெல்லாம்.

என்னுடைய ஆங்கிலஞானம், வங்கியில் காசோலையைச் செலுத்தவும் பணம் எடுக்கவுமான அளவுக்கானதுதான். அதிர்ஷ்டவசமாக, ஓராண்டு பயின்ற தமிழிலக்கியமும், சுபாவத்திலேயே இருந்து கொண்டிருக்கும் மொழிப்பற்றும்தாம் ஏதோ இந்தமட்டுக்காவது ஆளாக்கி விட்டிருக்கின்றன. இவற்றைக் கைமுதலாக வைத்துக்கொண்டுதான் என்னவோ காலத்தை ஓட்டிக் கொண்டிருக்கிறேன். இதற்கேற்றாற் போலத்தான் ஏதாவது படிக்க முடியும், படிக்கிறேன். இது என்னை பாதித்து நல்ல வரிகளும் வருகின்றன என்பது என் கொடுப்பினை. இது போதும் என்று சமாதானப்பட்டுக் கொள்கிறேன். ஒருவேளை, என்னைத் தேடிவரும் இளங்கவிஞர்களுக்கு நெருதாவையும் பொதலேரையும் படித்துப் பார்க்கச் சொல்லலாம். இவ்வளவுதான் ஆகக்கூடிய காரியம். விருதாவாக ஆசைப்பட்டு என்ன புண்ணியம்.

சங்கம்தொட்டு சிற்றிலக்கியம்வரை எல்லாவற்றையும் முழுசாகப் படிக்கவில்லையே, அவகாசமும் வசதியும் கிடைக்கவில்லையே என்பவைதாம் என் கவலைகளே. இந்த ஆயுசு முடிவதற்குள் மரபின் செழுமையை உள்வாங்கிக்கொண்டு உருப்பட வேண்டும் என்பதுதான் என் ஆசையே. உண்மையிலேயே, வேறு எந்த வேட்கையும் இல்லை.

பரந்துபட்ட என் படிப்பு, கவிதையாக்கத்துக்கு வெகுவாக உதவி வருகிறது. ஒரு பொருளைச் சிறப்பித்துச் சொல்ல உரிச்சொல் சேர்த்து எழுதுவது சரியாக இருக்கும் என்று சங்கப்பாடல்களிலிருந்து தெரிந்துகொண்டேன். எடுத்துக்காட்டாக, முயல் என்பதைவிடக் குழிமுயல் என்றால் ஓர் அழகு கிடைக்கும்; சமயங்களில், அழுத்தம். சொற்செட்டையும் சங்கக்கவிதையின் வழியேதான் படித்துக் கொண்டேன். என் பிற்காலக் கவிதைகளின் வரிகள் குறைவாகத்தாம் இருக்கும். வேண்டாத வார்த்தைகள் தன்னைப் போலவே உதிர்ந்து போயின. கவிதைகூறலைச் சிலம்பிலிருந்து கற்றுக்கொள்ள முடிந்தது. திராவிட மொழி வேகத்தை அப்பர் சுவாமிகளிடமிருந்து எடுத்துக் கொள்ளலாம். எனில், நான் கடந்த ஆண்டுதான் திருநாவுக்கரசு சுவாமிகளின் தேவாரப்பாடல்களை முறையாகப் படிக்கத் தொடங்கினேன். ஏற்கெனவே, பாரதிதாசனிடமிருந்தும் கண்ணதாசனிடமிருந்தும் இந்த விசையை வரித்துக்கொண்டதனால் பழுதில்லை. என்றாலும், என் இயல்புக்கு நாவுக்கரசரின் திராவிட மொழிக்கூறுதான் சரியாகப் பொருந்தியிருக்கும் என்று தோன்றுகிறது. முப்பது வருஷங்களுக்கு முன்பே திருநாவுக்கரசு சுவாமிகளின் பாடல்களைப் படித்திருந்தால், என் கவிதைக் கட்டமைப்பும்

மொழிநடையும் இன்னும் சரியான வீச்சுக் கொண்டிருந்திருக்கும். தமிழ்மொழியின் மிக மேலான ஒரு கவிதைசொல்லலைக் கைக்கொண்டிருந்திருப்பேன். நாவுக்கரசரின் 'தேவாரம்'தான் நான் தேடிக் கொண்டிருந்த கவிதைமொழி. இந்த ஐம்பத்தேழு வயதில் கண்டறிந்து என்ன செய்வது.

இதேபோல, என் மனசுக்கு உவப்பான ஒரு கவிதைமொழி, காரைக்காலம்மையார் கவிதைமொழி. ஓர் அருமையான, துடி கொண்ட, கவிதைசொல்லலுக்கு ஏற்ற திராவிட மொழி. இதையும் நாலைந்து வருஷங்களுக்கு முன்புதான் அறிந்துகொள்ள வாய்த்தது. எழுபதுகளிலேயே அம்மையின் மூத்த திருப்பதிகங்களைத் தெரிந்துகொள்ள முடிந்திருந்தால், நிச்சயம், என் கவிதைமொழிக்கு நிரம்பவும் உதவியாக இருந்திருக்கும். வெடிப்புறப் பேச விழையும் என் மன இயல்புக்குப் பொருந்தி வரக்கூடிய கவிதைகூறலும் மொழியமைப்பும் கொண்டவை காரைக்காலம்மையாரின் இரண்டு பதிகங்களுமே. தமிழ்க்கவிதை மரபில் அம்மையின் பதிகப்பாடல்கள், பரணி பாடிய கவிஞர்களுக்குக் 'காடு பாடியது' எழுத முன் னோடியாக அமைந்திருக்கின்றன. குறிப்பாக, 'கலிங்கத்துப்பரணி' எழுதிய ஜெயங்கொண்டான் நிறையவே அடியொற்றி எழுதியிருக்கிறார்.

திருமந்திரப் பாடல்களை அங்கொன்றும் இங்கொன்றுமாகப் படித்ததிலேயே அவை என் கவிதையாக்கத்தில் கூடுதல் செல்வாக்குச் செலுத்தியிருக்கின்றன. குறிப்பிட்ட ஒரு சொல் மறுபடி மறுபடி வந்து வேறுவேறு பொருள் தருவதுபோலக் கவிதை கட்டமைக்கத் திருமூலர்தான் எனக்கு வழிகாட்டி, "சும்மா சும்மா", "பெருமாள் / பெரிய பெருமாள்" மாதிரி கவிதைகள், திருமந்திரம் தெரியாமல் எழுதியிருக்கவே முடியாது.

நகுலனுக்கும் விக்ரமாதித்யனுக்குமான ஓர் ஒற்றுமை இவை போல மரபு இலக்கியத்தில் மனம் பறிகொடுத்திருப்பது. கடந்த ஜூலையில் நகுலன் பற்றிய ஓர் ஆவணப்படம் எடுப்பதற்காக நண்பர்கள் செல்வி கார்ப்பரேஷன் எஸ். செந்தில்குமார், ஒளிப்பதிவாளர் ட்டி பாண்டியராஜ், பாண்டித்துரை ஆகியோருடன் போயிருந்தபோது, நகுலன் அவர்கள் கவலைப்பட்டதே திருமந்திரம் புஸ்தகத்தைச் செல்லரித்து விட்டதற்காகத்தான். அவருடைய வழமைபோலத் திரும்பத்திரும்பச் சொல்லிக்கொண்டிருந்தார் வருத்தத்துடன். வாங்கி அனுப்பி வைக்கிறோம் என்று சமாதானப்படுத்தி விட்டு வந்தோம். நண்பர்

எஸ்.செந்தில்குமாரிடம் நினைவுபடுத்திக் கழக வெளியீடு வாங்கி அனுப்பினார் அவர்.

நகுலன் ஆசையுடன் கேட்ட இன்னொரு நூல், 'தனிப்பாடல் திரட்டு'. அது இப்பொழுது பதிப்புக் கிடைக்காது. எங்கேயாவது பல்கலைக்கழக நூலகம் சென்று தேடியெடுத்து, ஒளிநகல் செய்தால்தான் உண்டு; முடியும். ஆச்சரியமாக இருந்தது, இந்த வயதில், இந்தத் தள்ளாமையில், இவர் வேண்டிக் கேட்பது இவையாக இருக்கிறதே என்று. பிஜாய்ஸ் பிராந்திக் குப்பி திருவனந்தபுரத்திலேயே கிடைக்கிறது; 'திருமந்திரம்', கழகத்தில்தான் வாங்க வேண்டும்.

நகுலனிடமே விசாரித்தேன், "சங்கப்பாடல்கள், சிலப்பதிகாரம், தேவார, திருவாசகம், திவ்யப் பிரபந்தம், சிற்றிலக்கிய வகைகள் முதலானவற்றில் உங்களுக்குப் பெரிய ஈடுபாடு இல்லையா" என; "இவையெல்லாம் கூட கவிஞன் என்ற முறையில் முக்கியம் இல்லையா" என்று. நேர்மையாகப் பதில் சொன்னார். அவருடைய கவி ஆளுமைக்குத் திருமந்திரமும் தனிப்பாடல் திரட்டும்தான் ஏற்கும், சரிதான். தாயுமான சுவாமி பாடல்கள் பற்றி நகுலன் ஒரு நல்ல கட்டுரையே எழுதியிருக்கிறார். (முன்பு). எண்பத்துமூன்று வயதிலும் ஈர்த்துவைத்துக் கொண்டிருக்கிறது என்றால், திருமூலரும் தனிப்பாடல்திரட்டுக் கவிஞர்களும் எவ்வளவு பெரிய கவி ஆளுமைகளாக இருக்க வேண்டும்.

'சிலப்பதிகாரம்' காடு காண் காதையில் வருகிற "முல்லையும் குறிஞ்சியும் முறைமையில் திரிந்து நல்லியல்பிழந்து நடுங்கு துயருறுத்து பாலை என்பதோர் படிவங் கொள்ளும்" என்னும் சீரிய வரிகளின் தாக்கம் என் மூன்று கவிதைகளில் வேறுவேறு வகைகளில் இடம் பெற்றிருக்கும்.

'அபிராமி அந்தாதி'யில், "நின்றும் இருந்தும் கிடந்தும் நடந்தும் நினைப்பது உன்னை" எனத் தொடங்கும் ஒரு பாடல் வரி; என் வாழ்வனுபவத்துக்கு ஏற்றாற்போல, "நின்றும் / இருந்தும் / கிடந்தும் / கழியும் வாழ்க்கை" என்ற குறுங்கவிதையாகியிருக்கும்.

"எல்லாச் சொல்லும் பொருள் குறித்தனவே" எனும் 'தொல்காப்பிய' நூற்பாவின் பொருளாழத்தில் மயங்கிய மனம், ஒரு கவிதையின் முத்தாய்ப்பு வரிகளாக மேற்கோளில் கொண்டு வரும்.

"நதிகளால் சமுத்திரம் திருப்தியடைவதில்லை" என்ற 'மஹாபாரத'

வசனம் ஒன்று, "சமுத்திரம் / நதிகளால் ஆயாசமடைவதில்லை" என்று சற்றே உருமாறி, என் கவிதை வரிகளாயிருக்கும்.

புதுமைப்பித்தன் கவிதை ஒன்றில் வரும் வரிகள்:

"சோகக் கதையென்றால்
ஜோடி இரண்டு ரூபாய்
காதல் கதையென்றால்
கைநிறையக் காசு வேணும்."

என்னுடைய 'கனவுக்கடைகள்' கவிதை தோன்ற இவ்வரிகளே அடிப்படை.

"நல்லார் ஒருவர் உளரேல் அவர்பொருட்டு
எல்லோர்க்கும் பெய்யும் மழை."

இவை பிற்கால ஔவையின் வரிகள்.

"எல்லோருக்குமாக
பெய்கிறது மழை
எல்லோருக்குமாக
விளையவில்லை ஏழிலைக்கிழங்கு".

இது என் குறுங்கவிதை.

"ஆற்றுப்பெருக்கற்று அடிசுடும் அந்நாளும்
ஊற்றுப்பெருக்கால் உலகூட்டும்."
பிற்கால ஔவையின் பாடல் வரிகள்.

"வற்றி
உலர்ந்த நதியுள்ளும்
ஊற்றுகள்".

இது என் குறுங்கவிதை.

"ஓடக் காண்பது பூம்புனல்வெள்ளம்
ஒடுங்கக் காண்பது யோகியர்உள்ளம்"
என்ற குற்றலாக் குறவஞ்சிப் பாடல் வரிகள்,

"விரும்புவது

நதிக்கரை நாகரிகம்
விதிக்கப்பட்டது
நெரிசல்மிக்க நகரம்"

என்ற என் கவிதை வரிகளின் அமைப்புக்குப் பயன்பட்டிருக்கின்றன என்பதைப் பின் நாள்களில் உணர்ந்திருக்கிறேன்- வியப்போடு.

தமிழறிஞர் மறைமலையடிகளாரின் புஸ்தகத் தலைப்பு ஒன்று, 'மக்கள் நூறாண்டு உயிர் வாழ்க்கை'. இது என் கவிதைக்குள் ஒரு குறிப்பிட்ட இடத்தில் இருக்கும்.

அந்நாளில் நிகழ்ந்த ஒரு விவாதப் பொருள் தலைப்பு, 'தமிழர் பண்பாட்டில் தாலி'. இது என் கவிதையில் உரிய இடத்தில் இடம் பெற்றிருக்கும்.

"பேசுவது ஞானம்
இடைபேணுவது காமம்." - கம்பன் வரிகள்.

"பேசுவது தத்துவம்
பேணுவது லௌகிகம்." - என் குறுங்கவிதை.

நான் 'மாயமாய் நீளும் பாதை' கவிதை எழுதக் காரணம், ஞானக்கூத்தனின் 'அழிவுப்பாதை' கவிதை.

எதை எழுதினாலும் என் உணர்வுகள், வாழ்வனுபவங்களுக்கு இசையவே எடுத்தாளுகிறேன். அதுவும் திட்டமிட்டு, ஓர்மையாகவெல்லாம் செய்வதில்லை. மனத்தின் அடியாழத்திலிருந்தும் நினைவின் கிடங்கிலிருந்தும் தன்னைப்போல வந்து சேர்பவைதாம். நிரம்பப் பிந்தித்தான், "அடடே, வள்ளுவர் வாசகம், சங்கப் பாதிப்பு, கண்ணதாசன் தாக்கம்" என்று பட்டிருக்கிறது. யோசித்துக் கவிதை எழுதும் பழக்கம் எந்த நாளிலுமே இருந்ததில்லை. தெறித்து வந்தவைதாம் எல்லா நல்ல கவிதைகளுமே. இதில் கலந்திருக்கிறது அது. அவ்வளவுதான்.

-1995

என் கவிதை ஊற்று

"நெஞ்சு படபடக்கிறது
நீர்வீழ்ச்சியென்று
அருவியை
யாராவது
சொல்லிவிட்டால்."

நெல்லை மாவட்டமே அழகின் ஊற்றுகள் இருக்கும் பூமிதான். திருநெல்வேலி ரொம்ப அழகான ஊர். நெல்லையப்பரும் காந்திமதி அம்மனும் உயர்ந்து நிற்கிறார்கள், ஊரின் நடுவே. வற்றாத ஜீவநதி தாமிரபரணி, அது உருவாகும் இயற்கை அழகு தவழும் பொதிகைமலை, சாரல்களை அள்ளிவீசும் குற்றாலம்; பாறைகளின் ஊடே இசையாகத் தவழ்ந்துவரும் தாமிரபரணியின் ஓசையைக் கேட்டபடியே பாடம் படித்த பாபவிநாசர்கோயில் படித்துறை, அருகிலுள்ள அகஸ்தியர் அருவி, காரையார், சொரிமுத்து அய்யனார்கோயில், பாணதீர்த்தம் அருவி என அதிசயத்திற்கும் அழகிற்கும் இங்கே பஞ்சமில்லை.

மொழி என்றாலே கவிதைதான் எனக்கு. அந்த கவிதைகளை வடிக்க இந்த இடங்கள் ஏராளமான வார்த்தைகளை வழங்கியிருக்கின்றன எனக்கு. இன்னமும் வழங்கக் காத்திருக்கின்றன. சாதாரண நம்பிராஜனை கவிஞர் விக்ரமாதித்யனாக உருவாக்கிய இடங்கள் இவைதாம்.

கோயில்களும் அருவிகளும் மலைகளும் நிறைந்த இந்த இடங்களுக்குத் தனியே செல்லும் பழக்கமில்லாதவன் நான். பேச்சுத்துணைக்காவது யாராவது இருக்க வேண்டும். எந்தப் பயணத்தையும் நான் திட்டமிட்டுச் செய்வதில்லை. அதுவாகவே அமைந்து விடுகிறது. கடந்த வாரம் சில நண்பர்களுடன் இப்படியொரு பயணம் அமைந்தது.

சீஸன் காலங்களில் மட்டுமே கூட்டம் அலைமோதும் குற்றாலத்தில், எனக்கு ரொம்பப் பிடித்தமானது செண்பகாடவி அருவிதான். எல்லாக் காலத்திலும் அங்கே தண்ணீர் விழுந்துகொண்டே இருக்கும். மெயின் அருவியிலிருந்து இரண்டு கிலோமீட்டர் தூரம் மலைமேலே. அ ருவியின் அருகிலேயே வீற்றிருக்கிறாள் சக்திவாய்ந்த வனதேவதை செண்பகாதேவி அம்மன். இதனால், இப்பகுதியிலுள்ள பெண்களுக்குச் செண்பகம் என்ற பெயர் அதிகம் வைத்திருப்பார்கள்.

மெயின் அருவியிலும் ஐந்தருவியிலும் கூட்டமில்லாத நடுநிசியில் குளிக்கும்போது பேரானந்தம். ஆனால், கடந்த சில வருஷங்களுக்கு முன்பு ஆண் - பெண் எனத் தனித்தனியே அருவியின் நடுவே சுவர் எழுப்பிப் பிரித்துவிட்டார்கள். சிலரின் சில்மிஷம், இடைவெளியை ஏற்படுத்திவிட்டது. இது கனமான விஷயமாக என்னுள் பதிந்துள்ளது. இதைப் போகிறபோக்கில் சொல்லாமல், மனத்தில் நிற்பதுபோல எழுதவேண்டும் என நினைத்திருக்கிறேன். அடுத்து, குற்றாலநாதர் கோயில், இறைவன் ஓவிய வடிவில் காட்சிதரும் சித்ரசபை எனப் பல இடங்கள் மன எழுச்சியைத் தூண்டிவிடுகின்றன.

பாபவிநாசம், எப்போதும் எனது பழைய ஞாபகங்களை கிளறிவிட்டுக்கொண்டேயிருக்கும் அழகுவாய்ந்த ஊர். அங்கே வள்ளுவர் செந்தமிழ்க் கல்லூரியில் பி.யூ.சி. படித்தேன். இதனால் ஆற்றில் எங்கே பாறை இருக்கும், எது சமவெளிப்பகுதி என்பதெல்லாம் எனக்கு அத்துபடி. அகஸ்தியர் அருவி இருக்கும் ரம்மியமான சூழலைத் தாண்டி காரையார் போகும் வழியில் சொரிமுத்து அய்யனாரைத் தரிசிக்கலாம். சிறிது தூரத்தில் அடுக்குப்பாறை அணையின் அழகுத்தோற்றம். படகு சவாரி இன்னும் மனதை இதமாக்குகிறது. படகிலிருந்தே பாணதீர்த்தம் அருவியின் எழிலைப் பார்க்கலாம். அருவியின் சூழலே பல கவிதைகளை என்னுள் ஊன்றியிருக்கிறது.

மூன்று வருடங்களுக்கு முன்பு இலக்கியநண்பர்கள் சிலருடன் பாணதீர்த்தத்துக்கு மேலே என்ன இருக்கிறது எனப் பார்க்க, அருவியின் அருகிலுள்ள சிறு படிகளின் வழியே ஏறி அந்த அதிசயத்தைக் கண்டோம். நீண்ட நதி. எங்களுக்கு அற்புதமான இடத்திற்கு வந்துவிட்ட உணர்வு. உண்மையில், அதுதான் தாமிரபரணி நதி. ஒரு கிலோமீட்டர் தூரம்வரை சென்றுவிட்டுத் திரும்பினோம். அது கவிதையில் வடிக்கவியலா ரம்மியம்.

என் சிறுவயது நினைவுகளும் அனுபவங்களும் சேர்ந்துதாம் மீண்டும்மீண்டும் கோயில்சார்ந்த விஷயங்களாகக் கவிதைகளில் வெளிப்பாடு கொள்கின்றன என்று நினைக்கிறேன். திருநெல்வேலி அல்லாமல் வேறு ஏதாவது ஊரில் வளர்ந்திருந்தால் கோயில்கள் இந்த அளவுக்கு இடம் பிடித்திருக்குமா என்று தெரியவில்லை. பழங்கோயில்கள் எனக்குப் புத்துணர்ச்சி அளிக்கும் இடங்களாக இருக்கின்றன. தல புராணங்கள் என்னை வசீகரிக்கின்றன. இது, கவிதையாக்கத்திற்கு அதிகம் உபயோகமாக உள்ளது. கோயில்கள்தாம் ஆத்மபலத்தையும் தெம்பையும் தருகின்றன. அந்தந்த ஊரிலிருக்கும்

இலக்கிய நண்பர்கள் உதவிகளைச் செய்து தருவார்கள். என் பிறந்த நாளையொட்டி, செப்டம்பர் மாதம், 'நக்கீரன்' கோபால் அண்ணன் சிறிது தொகை அனுப்பி வைப்பார். பணம் கிடைக்கும்போது, மேலும் பல கோயில்களுக்குச் சென்று வருவேன். இதில் மனதைப் பாதித்த விஷயங்கள் கவிதையாக மலர்கின்றன.

- பேராச்சி கண்ணனிடம் கூறியனவற்றிலிருந்து
('த சண்டே இந்தியன்' விடுமுறைச் சிறப்பிதழ் 5.11. மே 2008)

அண்ணாச்சி 60

எனக்கு என் தெய்வத்துக்குமிடையேயான வழக்கு

முதல் முதலில்
கோழிதான் கேட்டது
கஷ்டப்படுத்தவில்லை
வேறே
பிறகுபிறகு
கடாய்வெட்டச் சொல்லியது
குறைவைக்கவில்லை
அதையும்
இப்பொழுது
என்னையே பலியிட வேண்டும் என்கிறது
எங்கே
ஒளிந்துகொள்ள.

●

பெரிய
வித்யாசமொன்றுமில்லை
அடிப்படையில்
தீப்பெட்டிப் படம்
சேகரித்துக்கொண்டிருக்கிறான்
என் மகன்
கவிதை
எழுதிக் கொண்டிருக்கிறேன்
நான்.
●
தூரத்திலிருந்து
பார்க்கும்போது

அழகாகத்தான்
இருக்கிறது ஊர்.

●

வானத்தில்
நிறைய நட்சத்திரங்கள்
பூமி எதிர்பார்த்திருப்பது
மழை.

●

இருநூறு
வார்த்தைகளில்
வாழ்க்கை
நடத்திவிடலாம்
இவனோ
வார்த்தைகளின் ஊர்வலத்தில்
வழிதவறிய
குழந்தை.

●

மொழியென்றாலே கவிதைதான் விக்ரமாதித்யனுக்கு. மொழியைப் போல வசீகரமானது வேறெதுவும் இல்லை அவருக்கு. இயற்கை, கலைகள், ஞானம், கோயில், ஜோசியம், அன்பு, போதை. இப்படிப் பல விஷயங்கள் அவரை வசீகரித்து வந்தாலும், எல்லாவற்றையும் மீறிய காதல் அவருக்கு மொழியின்மீதே இருக்கிறது. அதனால், மொழிதான் எனக்குத் தெய்வம் என்கிறார் தமிழ் இலக்கிய உலகில் அண்ணாச்சி, விக்கி, நம்பி என்றெல்லாம் அன்போடு அழைக்கப்படும் கவிஞர் விக்ரமாதித்யன்.

நம்பிராஜன் என்ற அவரது இயற்பெயரைச் சொன்னால் தெரியுமோ, தெரியாதோ, அத்தனை பேருக்கும் அண்ணாச்சி என்றால் சாமியார்தாடியும் தீர்க்கமான பார்வையும் அவரது கவிமொழியும் நினைவில் தோன்றும். முப்பது ஆண்டுகளுக்கு மேல் இலக்கியவாதிகளின்

முரட்டு அண்ணனைப் போல இயங்கிக்கொண்டிருந்த நம்பிக்கு இப்போது வயது அறுபது. அவரது மணிவிழா, திருக்கடவூரில்; திருமாங்கல்யம் கட்டிய கையோடு, இலக்கியவிழாவாக மாறி இனிதே நடந்தது. அவரது மொழியின் வசீகரத்துக்கு ஆட்பட்ட நிறைய நண்பர் கூட்டம். சி.மோகன், கோணங்கி, அ. மார்க்ஸ், பிரஸன்னா ராமஸ்வாமி, தி. பாண்டியராஜு, கீரனூர் ஜாகிர்ராஜா, 'மருதா' பாலகுருசாமி, கவிஞர்கள் வித்யாஷங்கர், ஸ்ரீரங்கம் ட்டி.கண்ணன், ஷங்கர்ராமசுப்ரமணியன், பிரான்சிஸ் கிருபா, லக்ஷ்மி மணிவண்ணன் (நாகர்கோயில்), பாலைநிலவன் (கோவை), எஸ். எஸ். குமார் (மதுரை), கனகு (திருபுவனம்), சண்முகசுந்தரம் (பெங்களூரு), மதிகண்ணன் (அருப்புக்கோட்டை) இப்படி கோயில் முழுக்க இலக்கியவாதிகளின் கோலாகலம்.

திருநெல்வேலியின் ஆதிக்கம் அவருக்குள் அதிகம். "ஊரிலேயே வளர்ந்து, அங்கேயே வாழ்கிறமாதிரி இருந்திருந்தால், வண்ணநிலவன், வண்ணதாசன் போல ஸ்திரமான சிறுகதை எழுத்தாளனாகவோ, கலாப்ரியா போல ஸ்திரமான கவிஞனாகவோ வந்திருப்பேன். இப்போது இருப்பதுபோல, 'சிதறும் மனம்' கொண்ட கவிஞனாகி இருக்க மாட்டேன்" என்று அவருக்கு அடிக்கடி தோன்றுவது உண்மைதான்.

அண்ணாச்சியின் கவிதைகளில் நதி நிறைய வரும். அவரது வாழ்க்கையும் நதி போன்றதே. யாருக்கும், எதற்கும் அடங்காது; மேடு பள்ளம் தாண்டி, பல ஊர் சுற்றித் திரிந்து, கடலலையாக உருப்பெற விரும்பும் கவிமனது அவருடையது. நாடாறு மாதம்- காடாறு மாதம் என்று வாழ்ந்தவன் பெயரைக்கொண்டதால், நம்பிராஜனின் வாழ்க்கையும் விக்ரமாதித்யன் கதைபோலவே ஆயிற்று.

பால்யகாலத்தில் படிந்த தாமிரபரணியின் பாதிப்பு அவரது எழுத்தில் நிறையவே உண்டு. தாமிரபரணி ஓர் அருமையான ஆறு. அது ஒவ்வோர் ஊரிலும் ஒவ்வோர் அழகோடு விளங்கும். திருநெல்வேலி டவுனில் அது ஊரைவிட்டுத் தள்ளித்தான் ஓடுகிறது. படித்துறையையொட்டி முருகன்கோயில். அண்ணாச்சிக்கும் கோயிலுக்கும் ரொம்பவே நெருக்கம் அதிகம். 'திருஉத்தரகோசமங்கை' என கவிதைத்தொகுப்பையே கடவுளுக்கு அளிப்பதாக இருக்கட்டும் 'எனக்கும் என் தெய்வத்துக்குமிடையேயான வழக்கு' என்ற நீண்ட தலைப்பில் கவிதையும், பிறகு அதே தலைப்பில் கட்டுரைத்தொகுப்பு படைப்பதாகட்டும் எல்லாவற்றிலுமே.

ஒவ்வொருவர்
கையிலும்
தராசு
தன்னை
எடைபோட
அல்ல.

●

"கேவலங்கள், அவமானங்கள், வறுமை, கொடுமைதான் நான் அதிகமும் பார்த்தது. ஆனா வாழ்க்கைமேலயும், வாழறதுமேலயும் தினமும் காதல் கூடிக்கிட்டே இருக்கு" என்கிற விக்ரமாதித்யனின் கவிதையும் வாழ்க்கையும் தம் போக்கில் அமைபவை. அறுபதாம் கல்யாணம் முடிந்த மாலையே, மணமகள், குடும்பத்தோடு ஊர் திரும்பிவிட, மணமகன் மட்டும் நண்பர்களோடு தண்ணியடித்துவிட்டு, பெரியகுளத்துக்கு பஸ் ஏறினார், பாலாவின் 'நான் கடவுளு'க்காக. ஆம், அண்ணாச்சி இப்போது நடிகராகவும் அவதாரம் எடுத்திருக்கிறார்.

- பரணி

'குங்குமம்' 10-04-2008

அம்மாதான் என் ஆதர்ஸம்

அடையாளம்

"கே. கே. நகர் மேற்கு
லட்சுமணன் சாலை
சிவா டீ ஸ்டாலுக்குத் தெரியாது
பவ்யமாய்
பொறுமையாய்
ஓரமாய் நின்று
டீ வாங்கிக் குடிப்பவர்
கவிஞர்
விக்ரமாதித்யன் என்று."

– அ. யாழினி பர்வதம்

'அண்ணாச்சி' என்று அனைவராலும் அன்போடு அழைக்கப்படும் கவிஞர் விக்ரமாதித்யனுக்கு வழங்கப்பட்ட ஆகப்பெரிய மரியாதை இந்தக் கவிதைதான் என்கிறார்கள் இலக்கியவாதிகள்.

ஆனால், கவிஞரின் வருத்தங்களுக்கப்பால் இப்போது டீக்கடைக்காரருக்கும் அண்ணாச்சியைத் தெரிகிறது. "நீங்க 'நான் கடவுள்' படத்துல நடிச்சவரா?" என்று கேட்கிறார். தாடியைத் தடவியபடி எப்போதும்போலச் சிரிக்கிறார் அண்ணாச்சி. இலக்கியம், சினிமா, பாதி சந்நியாசம் என்று அலைந்து திரியும் இந்தக் கவிஞரின் வாழ்க்கை, ஒருவகையில், சிறுபத்திரிகையின் சரித்திரம்.

"சினிமாவுக்கு நான் பொருந்துகிறேனா இல்லையா என்று தெரியாது. ஆனால், இந்த வயதில், சினிமாவில் என்னை மதிக்கிறார்கள். இயக்குநர் பாலா எப்போதும் என்னைக் 'கவிஞர்' என்றே அழைக்கிறார். 'அங்காடித்தெரு' வசந்தபாலனும் சரி, புதிதாக என்னைத் தேடிவந்து ஒப்பந்தம் செய்யும் இயக்குநர்களும் சரி, எனக்கு மரியாதை கொடுக்கிறார்கள். ஒரு எளிமையான இலக்கியவாதிக்கு என்ன இடம் இருக்கிறதோ அந்த இடத்தில்தான் நானும் இருக்கிறேன்.

“அப்பா ஒரு ஜூனியர் ஆர்ட்டிஸ்ட். தி.மு.க.வில் இருந்த இராம. அரங்கண்ணல் கதை-வசனம் எழுதிய ‘பொன்னு விளையும் பூமி’, சிவாஜிகணேசன் நடித்த ‘கப்பலோட்டிய தமிழன்’ உள்பட பல படங்களில் போலீஸ், வக்கீல், ட்டி. ட்டி. ஆர். என சின்னச்சின்னதாகத் தலைகாட்டியிருக்கிறார்.

“அப்பாவை நேசிப்பதற்கும் கோபப்படுவதற்குமான காரணங்களுடனே யே வளர்ந்தேன். அவருக்கு இன்னொரு குடும்பம் இருந்தது. 1958-ல் அம்மாவையும் எங்களையும் அப்படியே ஊரில் விட்டுவிட்டு ஒரு நாள் சென்னை வந்துவிட்டார். என் வாழ்க்கையில் விழுந்த முதல் விரிசல் அதுதான். அம்மா, அக்கா, நான், தம்பிகள் எல்லோரும் தனியாக விடப்பட்டோம். அப்பாவிடம் இருந்து வந்த மணியார்டரில் தென்பட்ட முகவரியை வைத்துச் சென்னைக்கு வந்தேன். அன்பான ஒரு மனிதரைத் தேடிப் பரிதவிப்போடு நான் செய்த முதல் பயணம் அதுவாகத்தான் இருக்கும். கொஞ்சம் சுடுசோறும் மோர்க்குழம்புமாக வறுமையோடு வாழ்ந்தோம், இல்லை, அலைந்தோம். இந்த நிலையற்ற வாழ்வு அன்றிலிருந்தே தொடங்கிவிட்டது. படிப்பு பாழானது. என் கனவுகள் சிதைந்து போன பருவமது.

“இன்னொரு பெண்ணைத் தேடிக்கொண்ட அப்பாவைச் சென்னையில் சந்தித்தபோது கோபம் வந்தது. எல்லா மனிதர்களுமே இப்படியான தொலைந்துபோன எவரையோ இந்நகரத்தில் தேடிக் கொண்டிருக்கிறார்கள் என்பதை உணர்ந்தபோது எழுத்தாளர்களும் இலக்கியமும் அறிமுகமானார்கள். அந்தக் கணத்தில் அப்பா மீதிருந்த கோபமும் மறைந்து போனது, அவர் என்னைப்போல ஒரு மனிதர். வேறென்ன சொல்ல. ஆனால், அப்போதும் இப்போதும் அம்மாதான் என் ஆதர்ஸம்”- சிலிர்க்கும் விக்ரமாதித்யன், இந்திய புராண மரபு தொடர்பான நூல் ஒன்றை பதிப்பாக்கம் செய்து வருகிறார்.

“எப்போதும் வாழ்க்கையில் பெரிய கனவுகள் எதையும் வைத்துக் கொண்டதில்லை. அம்மா, அக்கா, தாமிரபரணி - இதைத் தாண்டினால் இலக்கியம். இதுதான் என் உலகம். ஒரு தமிழாசிரியராக வரவேண்டும் என்பதே பெரிய ஆசை. ஆனால், அப்பாவின் நிராகரிப்பும் அதைத் தொடர்ந்த வறுமையும் என் வாழ்க்கையை அதன் போக்கில் கொண்டு சென்றுவிட்டது. ஆனாலும், பத்து வயதில் வாழ்க்கைமீது எவ்வளவு பிரியங்களோடு இருந்தேனோ அதே பிரியங்களோடுதான் இன்றும் வாழ்கிறேன். இது எனக்குக் கிடைத்த வரம்.

"கல்லிடைக்குறிச்சியில், கனடியன் கால்வாயில் குடத்தைக் கவிழ்த்துப்போட்டு நீச்சல் கற்றுக்கொண்டாள் எங்கள் அக்கா. பின்னர் தன் கைகளில் என்னை ஏந்தினாள். நானும் மீனானேன். இப்போது அக்காவின் குடும்பம் சென்னையில், நான் தென்காசியில். இதுதான் வாழ்க்கை என்றான பிறகு அதை வாழ்வதில் எனக்கு சிரமங்கள் எதுவும் இல்லை" என்கிற அண்ணாச்சி, 'கிடுக்பம் பாபாஜி' என்ற துறவியின் பக்தர். இந்த சாமியார் இருப்பது, மும்பை வனத்துறைக் காட்டில், சாமியாரும் அண்ணாச்சியும் சேர்ந்து சமீபத்தில் ஹரித்வார் கும்பமேளாவுக்குச் சென்று வந்திருக்கிறார்கள்.

டி. அருள் எழிலன்
'குங்குமம்' 31-5-2010

ஒரு கதை

ஒரு பெரிய காடு. சின்னதும் பெரிதுமாக அதில் நிறைய மரங்கள். காட்டின் தொடக்கத்திலே இருந்த மரங்களுக்கு நடுவே ஒரு மரம் கோணலாக வளர்ந்து வந்தது.

சூரிய ஒளி தேடி வளைந்ததா, நிலத்தடி நீர் வேண்டி வேர்களைப் பூமியின் அடியாழத்துக்கு அனுப்பிவைத்ததில் அப்படியானதா, மண்சாரம் விரும்பிக் கோணிப்போயிற்றா. அதன் இயல்பே அதுபோலத்தானா; தெரியாது. ஆனால், அது கோணல்மரம். தனது கோணலாலேயே அது, மற்ற மரங்களிலிருந்து தனித்து அடையாளம் காணப்பட்டது.

காட்டில் வேட்டையாட, ராஜா பரிவாரங்களுடன் வருவார். அந்தக் கோணல்மரத்தைப் பார்த்துப் பரிகாசம் செய்வார். பரிவாரங்களெல்லாம் சிரிக்கும்.

அந்தப்பக்கமாக வரும் வேடர்கள் கோணல்மரத்தைக் காட்டிக் கேலியாகப் பேசி, நகைத்துவிட்டுப் போவார்கள்.

கதவு, கட்டில், மேஜை, நாற்காலி செய்வதற்கு மரம் தேடி வரும் தச்சர்கள் பக்கத்திலுள்ள மரங்களை ஒவ்வொன்றாக வெட்டியெடுத்துக் கொண்டு போய்விட்டார்கள். இதை மட்டும் விட்டுவிட்டார்கள். நேராக இருக்கும் மரங்கள்தாம் அவர்களுக்குத் தோது. கோணல்மரம் வேலைக்காகாது.

கோணல்மரம் வளர்ந்தது, கிளை பரப்பியது, வனவிருக்ஷம் என்ற வார்த்தையை மெய்ப்பித்தது. நிழல் தந்தது, வெயில் மறைத்து; வீடு போலாயிற்று, தன் இருப்பால்.

வேட்டைக்கு வரும் ராஜா, பரிவாரங்களுடன் அந்தக் கோணல் மரத்தின்கீழ்தான் கூடாரமிடச் செய்து தங்குவார்.

வேடர்கள், இரவில் அதன்மீது ஏறியிருந்து கொண்டுதான் மிருகங்களிடமிருந்து தங்களைப் பாதுகாத்துக் கொள்வார்கள்.

தச்சர்கள், மரம் தேடி வரும்போது, அந்தக் கோணல்மரத்தின் அடியிலிருந்துதான் புளிசாதப் பொதியைப் பிரித்துச் சாப்பிட்டுவிட்டுத் தூங்குவார்கள்.

கோணல்மரம், காட்டின் ஓர் அடையாளமாகி விட்டிருந்தது. வன தேவதையே அதில் வந்து குடிபுகுந்து கொண்டாள்.

'விளக்கு' விருது பெற்று நிகழ்த்திய ஏற்புரை
(நன்றி: ஓஷோவுக்கு)
'அம்ருதா' மார்ச் 2010

நினைவுகள்

ராஜமார்த்தாண்டன் கவிதையின் காதலன்

நண்பர் ராஜமார்த்தாண்டன், தனது வாழ்காலத்தின் பெரும் பகுதியைக் கழித்த நாகராஜ் மேன்ஷன் அறை, இரண்டு கட்டில் கொண்டது. அங்கே அவரை நான் பத்துப் பன்னிரண்டு ஆண்டுகளுக்கு முன்பாகப் பார்க்கும்போது, ஒரு கட்டில் நிறைய இரண்டு அடுக்குகளான புத்தகங்களை நிரப்பி வைத்திருந்தார். அவற்றில் பெரும்பாலும் கவிதைநூற்கள்; ந. பிச்சமூர்த்தி தொடங்கி நா. முத்துக்குமார் வரையில் அதில் இருக்கும். நான் அவரிடம் கேலியாகக் கேட்பதுண்டு, “இவற்றில் பாதியை, தூக்கிப்போட்டு விடலாமே” என. அவர் பதற்றத்துடன், ‘‘இல்லை நம்பி, தமிழ்க்கவிதையைக் கால அடிப்படையில் வைத்திருக்கிறேன்” என்பார். முன்பு வாழ்ந்துவந்த நகுலன், சுந்தர ராமசாமிக்கு, இன்றைக்கு இருக்கிற லக்ஷ்மி மணிவண்ணன், ஷங்கர்ராமசுப்ரமணியனுக்கு இப்படி ஒரு பார்வை இருக்க முடியாது. கபிலர்தொட்டு தமிழ்நதி வரையிலும் கவிதையைக் கால வரிசைப்படி பார்க்கிற - கவிமனம் கொண்டு, தமிழ் படித்துத் தேர்ந்து, ஆய்வுமனம் அமையப்பெற்ற - ஒருவனுக்கு மட்டுமே இது சாத்தியம்.

கவிதைப்புத்தகங்களை நான் பழைய புத்தகக்கடையில் போட்டிருப்பேன். கண்டதும் கடியதையும், படிக்கிறவர்களுக்கு எடுத்துக் கொடுத்திருக்கிறேன். இப்போழுது உங்களால் புரிந்துகொள்ள முடியும். ராஜமார்த்தாண்டனை; அவரது மனநிலையை.

என்னுடைய வாழ்க்கையை எப்படியாவது சீரமைத்து விடவேண்டுமென்ற நல்லெண்ணத்தில், அவ்வப்போது, சிறந்த நண்பர்கள் பலரும் முயன்று பார்த்ததுண்டு; அப்படிப்பட்ட ஒருவர்தான் ‘ஹை-டெக்’ எஸ். ராஜேந்திரன். இலக்கியவாசகரான அவர், என்னை ஒரு வேலையில் சேர்த்துவிட வேண்டுமென்று முயற்சி செய்தார். அவருடைய ஒன்றுவிட்ட தாய்மாமன், அக்காலகட்டத்தில் அறநிலையத்துறை அமைச்சர் ஆர்.எம்.வீ. அவர்களிடம் ஜூனியர் பி.ஏ. வாக இருந்தார். அவரிடம் சொல்லி, நாகர்கோயில் பக்கத்தில், ஏதாவது கோயிலில் எழுத்தராகச் சேர்த்துவிட வேண்டுமென்று ஏற்பாடு செய்தார். அதன்படி, சென்னை பிராட்வேக்கு வந்து, நாகர்கோயிலுக்கு டிக்கெட் எடுத்துக் கொடுத்து, கையில் இருநூறு ரூபாய் கொடுத்து, சிபாரிசுக் கடிதத்துடன் அனுப்பி வைத்தார்.

அன்றையதினம் டாக்டர் நாகராஜன், தேவஸ்வம் போர்டு சேர்மன். காலையில் இறங்கி, லாட்ஜில் குளித்துவிட்டு, நேராக அவருடைய ஆஸ்பத்திரிக்குப் போனேன். அவர் மெட்ராசுக்கு முதலமைச்சரைப் பார்ப்பதற்காகப் போய்விட்டார். என்ன செய்வதென்று புரியவில்லை. முதல்நாள் இரவே சுந்தர ராமசாமி ஊரில் இல்லை என்பது தெரிந்து போயிற்று. அந்த நேரத்தில்தான் ராஜமார்த்தாண்டன் ஞாபகம் வந்தது. 'கொல்லிப்பாவை'யில் பொற்றையடி என்று போட்டிருந்த அவருடைய ஊரும் நினைவில் இருந்தது. குளத்து பஸ் ஸ்டாண்ட் போய், அந்த ஊர்ப் பெயரைச் சொல்லி, டவுண் பஸ்ஸில் ஏறி, போய்ச் சேர்ந்தேன். வீடு விசாரித்துப் போனதும், ரொம்ப சந்தோஷத்தோடு எதிர்வந்து கூட்டிக்கொண்டு போனார்.

கொஞ்ச நேரம் பேசிக் கொண்டிருந்துவிட்டு, நேரே ஒரு தோப்புபோல இருந்த இடத்துக்கு அழைத்துச் சென்றார். அங்கே இரண்டு பேரும் சாராயம் குடித்தோம். வீடுதிரும்பி சம்பா அரிசிச் சோறு சாப்பிட்டோம். அதுதான் ராஜமார்த்தாண்டனுடனான முதல் சந்திப்பு. அவர் தமிழ் எம்.ஏ. முடித்துவிட்டு, பி.எச்.டி.யை 'சப்மிட்' செய்யாமல், சும்மா இருந்த காலம். சென்னையில் 'தினமணி' நாளிதழில் - 'கணையாழி' ஆசிரியர் - கஸ்தூரிரங்கன் பொறுப்பேற்றிருந்தார். 'தினமணி'யை நவீனமாகக் கொண்டுவருவதில் சில பிரயத்தனங்களும் செய்துகொண்டிருந்தார். அதில் ஒன்றுதான், ஆசிரியர்குழுவில் தமிழ் எம்.ஏ.க்களைச் சேர்ப்பது. அன்புக்குரிய நண்பர் பிரபஞ்சன்கூட அப்போது முயன்று பார்த்தார். புலவர் பட்டம் போதாதென்று அவரை அனுப்பிவிட்டார்கள். மார்த்தாண்டனிடம் இவை எல்லாவற்றையும் எடுத்துச் சொல்லிவிட்டு, "உங்களுக்குத் தகுதி இருக்கிறது, மார்த்தாண்டன். நீங்கள் வண்ணநிலவனைத் தொடர்புகொள்ளுங்கள். அவர் சொன்னால் கஸ்தூரிரங்கன் கேட்பார்" என்று சொல்லிவிட்டு வந்துவிட்டேன். அது அப்படியே நடந்தது.

மதுரை 'தினமணி' பதிப்பில் ப்ரூஃப்-ரீடர். காலேஜ் ஹவுஸ் பக்கத்தில், ஒரு லாட்ஜில் தங்கல். மதுரைக்குப் போகும்போதெல்லாம் நண்பரும் எழுத்தாளருமான சுரேஷ்குமார இந்திரஜித்தை நான் சந்திப்பது வழக்கம். அப்படி ஒரு முறை சுரேஷ்குமாருக்கு மார்த்தாண்டனை அறிமுகம் செய்துவைத்தேன். இரண்டொரு மாதத்திலேயே, சுரேஷ்குமாரின் வீட்டுக்குப் பக்கத்திலேயே ராஜமார்த்தாண்டன் குடிவந்து விட்டார். ஊரிலிருந்து அரிசி, புளி, மிளகாய்வற்றல், தேங்காய் எல்லாம் வந்துவிடும்.

கஸ்தூரிரங்கன், 'தினமணி' நாளிதழின் இணைப்பாகத் 'தமிழ்மணி'யைக் கொண்டுவர எண்ணியிருந்தார். அப்போது தமிழ் எம்.ஏ. படித்த ராஜமார்த்தாண்டனைச் சென்னைக்கு அழைத்தார். இப்படித்தான் ராஜமார்த்தாண்டனுடைய சென்னை வருகை நிகழ்ந்தேறியது.

திருவான்மியூர் கடற்கரைப் பக்கத்தில் மிக அழகான வீடு. மார்த்தாண்டனுடைய மனைவி நல்ல மனுஷி. பிள்ளைகள் இருவரும் ஏழு, ஒன்பது வயதில் இருந்தார்கள் என்று ஞாபகம். அவருடைய வீட்டுக்கு இரண்டு முறை கூட்டிக்கொண்டு போனார். ஒரு முறை, 'இலக்கியச்சிந்தனை'க்குத் தன் செல்லமகளை அழைத்துக்கொண்டு வந்திருந்தார். அவர் வீட்டில் அன்றிரவு தங்கி ஒரு கதைகூட எழுதியிருக்கிறேன். 'இலக்கியச்சிந்தனை'க் கூட்டத்திலிருந்து திரும்புகிற வழியில், ஆட்டோவை நிறுத்தி, குழந்தையை உட்காரச் சொல்லி விட்டு, நாங்கள் இருவரும் அளவாகக் குடித்துவிட்டு, எனக்கு மட்டும் இன்னொரு குவார்ட்டர் வாங்கிக்கொண்டு வந்தோம். திருவான்மியூர் வீட்டில் அவர் படிப்பறையில் என்னைக் கொண்டுபோய் விட்டுவிட்டு, செம்பில் தண்ணீரும் வைத்துவிட்டுப் போய் விட்டார். நான் எழுதினேன்.

சென்னையில் தமிழ் மாநிலக் கட்டடத் தொழிலாளர் சங்கத்தில் நான் தங்கியிருந்த காலம். ஒரு நாள், அண்ணாசாலையில் உள்ள தேவநேயப்பாவாணர் நூலகக் கட்டடத்தில் ஏதோ ஒரு இலக்கியக்கூட்டத்துக்குப் போயிருந்த நேரம். கூட்டம் முடிந்து வெளியே வந்தபோது, மார்த்தாண்டன் அன்போடு வந்து நின்றார். "எங்கே இருக்கிறீர்கள்; தங்குவதற்கு என் அறைக்கே வந்து விடலாமே" என்றார். அப்படித்தான் நாகராஜ் மேன்ஷன் போனது. காலியாகக் கிடந்த ஒற்றைக் கட்டில் எனக்கு.

ஒரு நாள், முன்னாள் அமைச்சர், டாக்டர் கா. காளிமுத்து அவர்களின் 'குறுந்தொகை' ஆய்வேட்டை என் கையில் தந்து, 'பெரிய ஆள், நம்பி, இவர். அரசியல எல்லாம் விடுங்க. என்ன அருமையா எழுதியிருக்கார். நீங்க படிக்கணும்" என்றார்.

நான், 'குறுந்தொகை'யின் ரசிகன். நான் சொல்லிச்சொல்லியே கவிஞர் லக்ஷ்மி மணிவண்ணன்கூட அதைப் படித்தார். அதற்கு முன்பாக, அவருக்குக் கிடைத்த கம்ப ராமாயண சுந்தர காண்டத்தின் இரண்டு பிரதிகளில் ஒன்றை எனக்கு அன்பளிப்பாகத் தந்தார். நிரம்பக் கவனமாகச் சொன்னார், "ஊருக்கு போகும்போது தர்றேன்."

(குடித்துவிட்டு எங்காவது தொலைத்து விடக்கூடாது என்பதற்காக.) ‘சுந்தரகாண்டம்’ படித்தால் வாழ்வின் எல்லா கஷ்டங்களும் தீர்ந்துவிடும் என்ற ஐதிகத்தில் நானும் படித்துவிட்டு, என் மனைவியையும் படிக்கச் சொல்லிக் கொடுத்துவிட்டு, பீரோவிலேயே பத்திரமாக வைத்திருந்த அதை, என் வீட்டுக்கு அபூர்வமாக வந்த இளைய கவிநண்பன் பாலைநிலவனுக்குக் கொடுக்க வேண்டுமெனத் தோன்றிக் கொடுத்துவிட்டேன். உள்ளபடியேயும், மார்த்தாண்டனுக்குப் பிடித்தது யுத்தகாண்டம்தான். சங்கத்திலும் கம்பனிலும் கரைகண்டவன் அவன்.

நான் மட்டும் அல்ல, எங்கள் பெரியமகன் படித்துவிட்டு சும்மா இருந்த நாள்களில், அவன் அம்மா, இவனும் என்னைப் போல வந்துவிடக்கூடாது என்று பயந்து, உடனே ஏதாவது ஒரு வேலையில் சேர்த்துவிடச் சொன்னாள். அன்றைக்கு இரவே தென்காசியிலிருந்து புறப்பட்டு, சென்னையில் பாலகுருவிடம் சொல்லி ஒரு வேலையில் சேர்த்துவிட்டேன். மார்த்தாண்டன் அறையில் அவனைத் தங்கவைத்தேன். மார்த்தாண்டன் ராசியோ பாலகுரு ராசியோ தெரியவில்லை, அவன் நன்றாகவே இருக்கிறான். எங்கள் சின்ன மகன் சந்தோஷுக்குத் திரைப்படக்கல்லூரியில் இடம் வாங்கித் தந்து ஷங்கரோடு தங்க வைத்திருந்தேன். ஷங்கருக்கு நெருக்கடி ஏற்பட்டு இடத்தைக் காலிபண்ண நேர்ந்தபோது - ஷங்கர், சந்தோஷ்கூட நானும் - எல்லோருமாக அங்கு தங்கியிருந்தோம்.

ஷங்கர், அவருடைய ஒன்றுவிட்ட அண்ணன் வீட்டுக்குப் புறப்பட்ட ஒரு நாளில், அவரிடம் விடைபெறும் விதமாகச் சொல்லலாம் என்றான். வேண்டாம் என்றேன் நான். “சொல்லாமல் எப்படிப் போகமுடியும்” என்ற ஷங்கர், சொன்னான். “போகுதே, கப்பல் போகுதே, போகுதே” என்று பாட ஆரம்பித்துவிட்டார், மார்த்தாண்டன். கல்லுளிமங்கனான எனக்கே கண்ணீர் கசிந்துவிட்டது. அவர் தோளில் தட்டி, “எங்கேய்யா போறான்; வேளச்சேரிதானே, நினைச்சா வந்திடலாம்” என்றேன். அவர் சமாதானமாகவில்லை.

சத்யமங்கலத்திலிருந்து கால. சுப்பிரமணியம் வருவார்; பொன்னமராவதியிலிருந்து ந. முருகேசபாண்டியன் வருவார்; வடசென்னையிலிருந்து தமிழ்மணவாளன் வந்து பார்ப்பார். என்னைப் பார்க்க விரும்பும் இலக்கியவாதிகளையும் அங்கேதான் வரச்சொல்வேன்.

நீங்கள் நம்புவீர்களா இதை. அவருக்குக் கடவுள்நம்பிக்கை கிடையாது; கோயிலுக்குப் போனதேயில்லை. பகுத்தறிவுவாதியா அவர். அப்படியும் சொல்ல முடியாது. ஜோதிட நம்பிக்கையும் கிடையாது.

மார்த்தாண்டன், புதுமைப்பித்தன் ரசிகர்; நான் மௌனி ரசிகன். "என்னய்யா எழுதியிருக்கான் புதுமைப்பித்தன். 'அன்றிரவு', 'சிற்பியின் நரகம்', 'மனக்குகை ஓவியங்கள்', 'பிரம்மராக்ஷஸ், 'கயிற்றரவு' இந்தக் கதைகளைத் தவிர மற்ற கதைகளை எவன் வேண்டுமானாலும் எழுத முடியும். மௌனிதான் பெரிய ஆள்" என்று அவரைச் சீண்டிவிடுவதற்காகவே கேலியாகச் சொல்வேன், போதையில். மௌனியை ஏற்றுக்கொண்டே, புதுமைப்பித்தன்பற்றி வகுப்பெடுப்பார். புதுமைப்பித்தனுக்கு இதுபோலப் பேரன்பர்கள் நிறைய. இதற்காகவே அ. மார்க்ஸ்க்கு மறுப்பு எழுதுவார்; சாரு நிவேதிதாவை நக்கலடிப்பார்.

ஒரு சமயம், சென்னையைக் காலி செய்ய வேண்டிய நிர்பந்தத்தில் கவிஞர் பிரமிள் இருந்தபோது, தன்னுடைய பொற்றையடி வீட்டுக்குக் கூட்டிக் கொண்டுபோய் வைத்திருந்தார் மார்த்தாண்டன். பிரமிள் அங்கிருந்த காலகட்டத்தில் கன்யாகுமரியில் தரிசித்த மாயியை வைத்து, 'ஆயி' என்றொரு கதை எழுதினார். சென்னை திருவான்மியூர் வீட்டுக்கும் பிரமிள் அடிக்கடி வந்து பார்த்திருக்கிறார்.

வணக்கத்துக்குரிய சுந்தர ராமசாமியின் மிக நீளமான சோதனைக்கதைகள் எல்லாமே 'கொல்லிப்பாவை'யில்தான் வந்தன. அவை போன்ற கதைகளை இன்றையதினம் 'காலச்சுவடி'லோ 'உயிர்மை'யிலோ போடுவார்கள் எனச் சொல்ல முடியாது. சுந்தர ராமசாமியின் தொடக்ககாலக் கதைகள் வேறு; 'பல்லக்குத்தூக்கிகள்' தொகுப்புக் கதைகள் வேறு; 'கொல்லிப்பாவை'யில் வெளிவந்த நீண்ட கதைகள் வேறு. இதுபோன்ற நீண்ட கதைகளை சுந்தர ராமசாமி பின்னாள்களில் எழுதியதில்லை. புதுமைப்பித்தனின் வீரவழிபாட்டாளரான ராஜ மார்த்தாண்டன், பிரமிளிடம் பிரியம் வைத்திருந்த ராஜமார்த்தாண்டன், சுந்தர ராமசாமிக்கு அப்படி எழுத சுதந்திரம் தந்ததை நீங்கள் எப்படிப் புரிந்து கொள்வீர்கள்.

அடிப்படையில் அவன், 'கவிதையின் காதலன்'.

(சொல்லச்சொல்ல எழுதியவர்; கவிஞர் ஷங்கர்ராமசுப்ரமணியன்.)

- 'அம்ருதா' ஜூலை 2009

கடைசிவரை நாகர்கோயில் மனிதர்தான்

"நாகர்கோயில் பொற்றையடி கிராமத்தில் பிறந்தவர் ராஜமார்த்தாண்டன். தமிழ் எம்.ஏ., முடித்தவர். ராஜகோபால் என்ற நண்பரோடு சேர்ந்து, 'கொல்லிப்பாவை' என்கிற காலாண்டு இதழ் நடத்தினார். தமிழின் மிக முக்கியமான படைப்புகளைத் தாங்கி வந்த இதழ் அது. அந்த இதழில் அதிகம் எழுதியவர்கள் சுந்தர ராமசாமியும் தருமு சிவராம் என்ற பிரமிளும்தாம். இலங்கையைப் பிறப்பிடமாகக்கொண்ட பிரமிளை தன் வீட்டில் தங்கவைத்தவர் ராஜமார்த்தாண்டன்.

"சென்னைக்கு வந்த குடும்பத்தைக் கொஞ்ச காலத்திலேயே ஊருக்கு அனுப்பிவிட்டு, ராயப்பேட்டை மேன்ஷனிலேயே தங்கிவிட்டார். ராஜமார்த்தாண்டன் அறை ஒரு சங்கப்பலகையைப் போல. இலக்கியவாதிகள் குடித்தது, சண்டையிட்டது, நட்புப் பாராட்டியது என்று அன்பும் கவிதையும் அறைக்குள் ததும்பி வழிந்தன.

"நான் சென்னையில் என் சொந்த வீட்டைப் போலத் தங்கியது அந்த அறையில்தான். சென்னையில் வாழ்ந்தாலும் கடைசிவரை நாகர்கோயில் மனிதராகவேதான் வாழ்ந்து வந்தார். நடந்துபோகிற தூரமென்றால் இலக்கியக் கூட்டங்களுக்குப் போவார். எட்டு கிலோமீட்டர் தூரம் பயணித்தோ, இரண்டு பேருந்துகளில் மாறிமாறிப் பயணித்தோ அவர் எங்கும் போனதாக ஞாபகம் இல்லை. இடம்பெயர்த்து நடப்பட்ட செடியைப் போலத்தான் அவர் சென்னையில் வாழ்ந்தார். என்னிடம் இல்லாத ஒரு நல்ல குணம் அவரிடம் இருந்தது. அவர் குடித்துவிட்டு இலக்கியக்கூட்டங்களுக்குப் போனது இல்லை. காலத்தால் அருகிப்போன இலக்கியவாதிகளில் அவரும் ஒருவர்.

"சிவாஜி, கண்ணதாசன் இருவருக்கும் அவர் தீவிர ரசிகர். நவீன இலக்கியவாதிகள், கண்ணதாசன் மாதிரியான ஆளுமைகளைப்

புறக்கணிக்கிறார்கள் என்ற மனத்தாங்கல் அவருக்கு இருந்தது" என்று சொல்லும் விக்ரமாதித்யனின் குரலில் ஒரு நல்ல நண்பரை இழந்த பதற்றம்.

- ரீ. சிவக்குமார்

('ஆனந்தவிகடன்' 17.6.2009)

பத்திரிகையாளனாக நடிகனாக நான்

நான் பத்திரிகையாளன் ஆனது அவ்வளவு எளிதில் நடந்தேறிவிடவில்லை; காரணம், இப்பொழுதுபோல, அந்த நாள்களில் நிறையவும் ஊடகங்கள் கிடையா(து) என்பதுதான். செய்தித்தாள்களென்றால், 'தினமணி', 'தினத்தந்தி', 'நவசக்தி'; வாரப் பத்திரிகைகள், 'ஆனந்தவிகடன்', 'கல்கி', 'குமுதம்'; மாத சஞ்சிகைகள், 'கலைமகள்', 'அமுதசுரபி'; குழந்தைகளுக்காக 'அம்புலிமாமா', 'கண்ணன்'; எழுபதுகளில் - ஆட்சிக்கு வந்த பிறகு- திராவிட இயக்க இதழ்கள் முன்னைப்போல எழுச்சியோ வேகமோ கொண்டிருக்கவில்லை. இந்தச் சூழலில், பெரிய கல்வித்தகுதியோ பின்புலமோ இல்லாத ஒருவன் பத்திரிகைக்குள் நுழைவது கோட்டைக்குள் நுழைவதுமாதிரிதான்.

கல்லூரிப்படிப்பைத் தொடரமுடியாத நிலையில்தான் -தமிழாசிரியர் ஆகவேண்டுமென்ற கனவு பொய்த்துப்போன மன முறிவில்தான் - சென்னைக்கு வந்ததே; பத்திரிகையாளன் ஆவது என்ற எண்ணத்தோடுதான் புறப்பட்டதே.

தங்குவதற்கு (தாற்காலிமாகத்தான்), ஒன்றுவிட்ட அண்ணன் ரூம் இருந்தது; சாப்பாட்டுக்கு, சர்வர் வேலை; ஓய்வு நேரங்களில் மாவட்ட மைய நூலகம், மக்கள் எழுத்தாளர் சங்கக் கூட்டம், 'தீபம்,' 'கணையாழி', 'கசடதபற', 'ஞானரதம்', 'தாமரை', 'கார்க்கி' என்று இலக்கிய இதழ்கள்; இப்படிப் போய்க்கொண்டிருந்தது.

திரும்பவும் ஊருக்கே வந்து இருந்த சமயத்தில்தான் எழுத்தாளர் வல்லிக்கண்ணன், வண்ணதாசன், வண்ணநிலவன் ஆகியோர் அறிமுகமானார்கள். அப்போது எங்கள் குடும்பம் வாசுதேவநல்லூரில் இருந்தது; வேலையில்லாத இளைஞனாக அந்த ஊரில் இருப்பது கஷ்டம் (எந்த ஊரிலும்தான்). சாப்பிடுவது, தூங்குவது, கிளை நூலகத்தில் உள்ள புஸ்தகங்கள்- பத்திரிகைகள் படிப்பது, ஊரில் இருக்கும் ஒரே திரையரங்கான 'ராமகிருஷ்ணா'வில் இரண்டாவது/ மூன்றாவது சுற்றுப் படங்கள் பார்ப்பது, பம்பு ஷெட் தேடிப் போய்க் குளிப்பது என்று எவ்வளவு காலம் கடத்தமுடியும். தன் முயற்சியில் சற்றும் மனம் தளராத விக்ரமாதித்யன் மீண்டும் பட்டணம் வந்தான்.

வண்ணதாசன் அப்பா தி.க.சி., ‘சோவியத்நாடு’ செய்தி நிறுவனத்தில் பணிபுரிந்து வந்தார்கள்; அவர்களைப் போய்ப் பார்த்தேன், அந்த முறை. அப்பொழுது, ‘தாமரை’ இதழாக்கப் பொறுப்பு தி.க.சி.யிடம் இருந்தது. அவர்கள்தான் மெய்ப்புப் பார்க்கச் சொல்லிக்கொடுத்தார்கள். படிக்கும் ஆர்வம் இருந்ததைப் பார்த்து, தெரிவு செய்துவைத்திருக்கும் கதை-கவிதை- கட்டுரைகளைக் கொடுத்து அபிப்ராயம் கேட்பார்கள். அச்சகம் போய் ‘மேட்டர்’களை, ‘ப்ரூஃப்’பைக் கொண்டுபோய்ச் சேர்த்துவிட்டு வருவேன்; மெய்ப்புப் பார்ப்பேன்; செலவுக்குப் பணம் தருவார்கள். தி.க.சி.தான் முதல் குரு, என்னுடைய, பத்திரிகைபற்றிய கல்விக்கு; ‘தாமரை’தான் முதல் பத்திரிகை அனுபவம்.

அதேசமயத்தில்தான், இளவேனில், ‘கார்க்கி’ பத்திரிகை கொண்டு வந்ததும்; அவரை அடிக்கடி சென்று பார்த்து வருவேன்; இளவேனிலின் பைபிள் சாயலுள்ள உரைநடை எனக்கு நிரம்பப் பிடிக்கும்; அவர் துடியாக எழுதுவார். இளவேனிலுடனான பழக்கம், பத்திரிகை குறித்த அறிவு விசாலமாக உதவியாக இருந்தது. தங்க இடமில்லாமல் தவித்துக்கொண்டிருந்த ஒரு கட்டத்தில், அவர் ‘SFI’ தோழர்களிடம் சொல்லி, விக்டோரியா ஹாஸ்டலில் தங்கவைத்தார்.

நா. காமராசன் அண்ணன் நடத்திய ‘சோதனை’ இலக்கிய இதழ்தான் நான் வேலைபார்த்த முதல் பத்திரிகை. அவருடைய வீட்டிலேயே தங்கவைத்திருந்தார்; சாப்பாடும்கூட வீட்டில்தான்.

‘கனிமொழி’ என்று ஒரு பத்திரிகை கொண்டு வருவதாக, வஹாப் பாய் பின்னாலேயே மூன்றுமாதம் போல அலைந்தது, இளவேனில் சொல்லி அனுப்பி, ‘ஜெயபேரிகை’ மீண்டும் வரும் ஏன்ற நம்பிக்கையில் ஈ.வெ.கி. சம்பத் வீட்டுக்குப் போய்க்கொண்டிருந்தது, சின்னக்குத்தூசியைக் கொஞ்ச காலம் தேடிச் சென்று பார்த்துக்கொண்டிருந்தது இன்னும் நிறைய பிரயாசைகளுக்குப் பிறகு மனசுவெறுத்துப்போய் பழையபடி ஊருக்கே வந்துசேர்ந்துவிட்டேன்.

எண்பதுகளையொட்டி, ‘விசிட்டர்’ பத்திரிகை தொடங்கப்பெற்றது. ஆசிரியர்: அனந்த்; உரிமையாளர்: ஆர்டிஸ்ட் ராணா. வண்ணநிலவன் சொல்லி அனுப்பியதில், ‘ப்ரூஃப்-ரீடர்’ வேலை. ப்ரூஃப்-ரீடர், ‘மேட்டர்’ செய்துகொடுத்தால் தனியே சன்மானம் தருவார்கள்; நானும் ஈடுபாட்டோடு இருப்பேன். அப்படித்தான் மதுவிலக்கு பற்றிய ‘கவர்ஸ்டோரி’க்காக எழுத்தாளர் அகிலனையும் கவிஞர் கண்ணதாசனையும் பேட்டி கண்டுவந்தேன்; திரைப்படத் தணிக்கை

குறித்து எழுத்தாளர்கள் நா. பார்த்தசாரதி, புஷ்பா தங்கதுரை; மாநிலக்கட்சிகள்பற்றிப் பெரியவர் எம். பக்தவத்சலம். 'விசிட்டரி'லேயே இருந்திருக்கலாம்தான்; விஷயம் என்னவென்றால், நான், கவிஞர் நாரா. நாச்சியப்பனிடம் - நாவல் ஆர்ட் பிரிண்டர்ஸில்- முறையாக மெய்ப்புப் பார்க்கக் கற்றுக்கொண்டவன்; ஒருவர் படிக்க இன்னொருவர் பார்த்துக்கொண்டே வரவேண்டும்; இரண்டாவது மெய்ப்பு, படித்தவர்தான் பார்ப்பார்; மூன்றாவதாகத்தான் முதலில் பார்த்தவர் மீண்டும் பார்ப்பார். இதுதான், புஸ்தகங்கள், பிழையின்றி வருவதற்கான சரியான முறை; ஒற்றுப்பிழைகள் வரலாகாது. பத்திரிகைகளுக்கு, உரிய நேரத்தில் வரும்படி முடிப்பதுதான் முக்கியம். புஸ்தகங்களுக்குப் பார்ப்பதுபோலவே பத்திரிகைக்குப் பார்த்ததில் நேர்ந்த காலத்தாழ்ச்சியே பிரச்னையாகிவிட்டது. நான் விலகிக்கொண்டேன். எவ்வளவு வெள்ளந்தியாக இருந்திருக்கிறோம். 'Perfectionist' ஆக இருப்பது எப்போதுமே பிரச்னைகளையும் கொண்டுவருவதுதான்.

எழுத்தாளர் இந்துமதி ஆசிரியராக இருக்க, 'அஸ்வினி' என்றொரு பத்திரிகை ஆரம்பித்தார்கள்; ஞாநி, துணையாசிரியர். நல்ல ப்ரூஃப்- ரீடர் தேடிக் கொண்டிருந்தார்கள். அனந்த்தான் கூப்பிட்டு அனுப்பினார். 'எங்கும் சுதந்திரம் என்பதே பேச்சு', 'விளையாட்டு வீராங்கனைகள்' என்றெல்லாம்- ஞாநியின் யோசனையில்- உருப்படியான 'மேட்டர்'கள் செய்ய முடிந்தது. துரதிர்ஷ்டவசமாக, சிறிது காலத்திலேயே பத்திரிகையை நிறுத்தும்படி நேர்ந்தது.

வேலையில்லாது இருந்த காலத்தில், எழுத்தாளர் சுப்ரமண்ய ராஜுவைச் சந்தித்து வருவேன். அவர்தான் பத்திரிகையாளர் பாரிவள்ளலிடம் அனுப்பிவைத்தார். 'சுஜாதா' பத்திரிகையைப் பார்த்து வந்தார் அவர். ஃப்ரீலேன்ஸராக, நானும் கவிஞர் சமயவேலும் சேர்ந்து நிறைய 'மேட்டர்' செய்தோம்.

நாங்கள் எங்கள் தமிழில் எழுதிக் கொடுப்போம்; அதே விஷயம், சுருக்கமாக, எளிய தமிழில் வெளியாகியிருக்கும். அதைப் பார்த்துத்தான் பிரபல பத்திரிகைகளுக்கு எழுதவே படித்துக் கொண்டோம். என்னுடைய பத்திரிகைத் தமிழ்க்கு ஆசான், பாரிவள்ளல்தான்.

'குங்குமம்' இதழ், பாவை சந்திரன் பொறுப்பில் வந்தபோது நானும் துரையுமாக அநேகம் 'மேட்டர்' பண்ணிக் கொடுத்தோம். சம கால விஷயங்கள் (Current -Matters) அடுத்த பத்திரிகையில் வந்துவிட்டால்,

நாம் எழுதியது வரா(து); ஒப்புதல்பெற்றுச் செய்துவைதந்த விஷயம்கூட சுவாரஸ்யமாக இல்லையென்றால் போடமாட்டார்கள்.

சென்னை நகரப் பேருந்தில் போய்ப் பார்த்துத்தான் பேட்டி கண்டதே; 'நக்கீரனி'ல் துணையாசிரியரான பிற்பாடுதான் ஆட்டோ. பெருநகர மூலைமுடுக்கெல்லாம் நடந்த கால்கள்.

'மயன்', 'இதயம் பேசுகிறது', 'தாய்' எல்லாவற்றிலும் பிழைதிருத்துபவன்தான்; அன்றைய நாளில் சம்பளம் ரூ. 250/- தான். அதைவைத்து வாழ்க்கை நடத்த முடியாது; இதற்காகவும் செய்தியாளனாக 'மேட்டர்' செய்வது.

எண்பத்தைந்தில், 'தராசு' வந்தபிறகுதான் துணையாசிரியர்; ரூ.500/- சம்பளம். 'ரீ-ரைட்' செய்துகொடுத்தால், பத்து ரூபாய்- ஒரு கட்டுரைக்கு.

டீயும் சிகரெட்டுமாகக் கழிந்த பொழுதுகள்; கனவுகளும் நம்பிக்கைகளுமாக இருந்த நாள்கள்; வாழ்க்கையை வசப்படுத்திவிடச் சுழன்ற காலம்; இப்படி இப்படித்தான் கடந்து வந்திருக்கிறோம்.

பத்திரிகையாளன் என்றான பிறகுதான் தமிழ்ச் சமூகம்பற்றியே முழுமையாகப் புரிந்துகொள்ள முடிந்தது; தமிழ்நாட்டு அரசியல், திரைப்படம் குறித்தெல்லாம் ஆழமாக அறிந்துகொள்ள வாய்த்தது; எவ்வளவோ படித்துக்கொண்டோம், தெரிந்துகொண்டோம்; இவ்வளவு விசாலமான பார்வையே வந்தது. சமூகத்தின் குறுக்குவெட்டுத் தோற்றம் பத்திரிகையாளனுக்கு நன்றாகவே தெரிந்திருக்கும்.

உள்ளபடியே, பத்திரிகை என்பது அருமையான மக்கள் தொடர்பு சாதனம்; பத்திரிகையாளன் என்பவன் சமூகத்துக்கு பெருங்கொடை தர வாய்ப்புள்ளவன். நான், சமயவேல், துரை எல்லோருமே சமூக ஓர்மையும் இலக்கிய ஞானமும் உள்ளவர்களாக இருந்ததனாலேயே எங்களுடைய பத்திரிகை எழுத்திலும் இந்தப் பண்பியல்புகளைப் பார்க்கமுடியும்.

'இளையராஜா இசைச் சிறப்பிதழ்' என்று 'திரைச்சுவை'க்காக நாங்கள் செய்து தந்ததை இன்றைக்கு எடுத்துப் பார்த்தாலும் பெறுமதி உள்ளதாகவே இருக்கிறது; இதேபோல, இயக்குநர் மகேந்திரனின் நேர்காணலும்.

'தராசு' பத்திரிகைக்கு நாங்கள்தாம் ஃபார்மேட் போட்டுக்கொடுத்ததே

நான், பக்தவத்சலம், பி.ராமமூர்த்தி, நாஞ்சில் கி.மனோகரன், எம். கல்யாணசுந்தரம் ஆகியோரின் தொடர்கள் பிரளயன் மற்றும் வந்தியத்தேவனால் ஆவணப்படுத்தப்பட்டவை; அவை அனைத்துமே தமிழ்வாழ்வியலைக் காண்பிப்பவை.

'திரைச்சுவை'யில் வந்த ஜேசுதாஸ், மனோரமா, புலமைப்பித்தன் மற்றும் ஏ.எல். நாராயணன், வி.கே. ராமசாமி முதலானோரின் நேர்காணல்கள் 'நக்கீரனி'ல் வந்த 'இரு வேறு உலகம்', 'மின்மினி'யில் வந்த 'அன்றும் இன்றும்' எல்லாமே தமிழ்ச் சமூக ஆளுமைகள் பற்றிய ஆவணங்கள்தாம். இதற்காகப் பெருமைப்பட்டுக்கொள்ள முடியும் ஒருவன். பத்திரிகையாளனாக இதைவிட அதிகம் ஒன்றும் யாரும் சாதித்துவிட முடியாது, இங்கே.

நான் நடிகனானது, நானே எதிர்பாராதது; அதிர்ஷ்டவசமானது. எங்கள் அப்பாவே துணைநடிகரும்தான்; போலீஸாக, ட்டி.ட்டி.ஆராக, வக்கீலாகப் பல படங்களில் நடித்திருக்கிறார்கள்; இயக்குநர் ருத்ரய்யாவின் இரண்டாவது படமான 'கிராமத்து அத்யாயம்'த்தில் அப்பா வேஷம். ருத்ரய்யா, 'அவள் அப்படித்தான்' படம் எடுப்பதற்கும் முன்பிருந்தே நட்புதான், எனக்கு. இயக்குநர் கே. ராஜேஷ்வர், இன்னொரு நல்ல நண்பர். என்றாலும் ஏனோ பாட்டெழுத வேண்டும் என்றுகூட ஆசை வந்ததில்லை. நவீன இலக்கியத்தில் ஒரு ஆள் என்பதற்கு மேல் வேறெந்த நோக்கமும் இருந்ததில்லை.

இயக்குநர் பாலுமகேந்திரா அவர்கள், 'கதை நேரம்' பண்ணுகிற போது கூப்பிட்டுவிட்டு போட்டோ செஷனெல்லாம் எடுத்தார்; கூடி வரவில்லை. இயக்குநர் அருண்மொழி, அவர் எடுத்த சமஸ்கிருதப் படத்தில், ஒரு காட்சியில், நடிக்கச் சொன்னார்; நடித்திருக்கிறேன். பத்திரிகை அலுவலகங்களில் ஏறி இறங்கியிருக்கிறேன்; சினிமா கம்பெனி ஆபிஸுக்கு அப்படிப் போகத் தோன்றியதில்லை, அவ்வளவுதான். நம்முடைய தமிழ்சினிமா கம்பெனி ஆபிஸ்கள், நவீன இலக்கியவாதிகள் போய் வருகிற இடமாக மாறுமெனில் நல்லதுதான்.

மூன்று வருஷங்களுக்கு முன் ஒரு நாள், எங்கள் சின்னமகன் தொலைபேசியில் அழைத்துக் கேட்டான், "உங்க அப்பா நடிப்பாரா என்று செழியன் கேட்கச் சொன்னார்" என. "நடிக்கலாமே, என்ன" என்று சொன்னேன்.

"பாலாவின் 'நான் கடவுள்'க்காகத்தான் கேட்கிறார்" என்றான்.

அதற்கு முந்தைய புஸ்தகச்சந்தையில்தான் எழுத்தாளர் ஜெயமோகன் அறிமுகம் செய்துவைத்தார், இயக்குநர் பாலாவை. திரைப்படத்துறையில், நவீன இலக்கியம் தெரிந்தவர்களுள் ஒருவர், பாலா.

அப்போது ஊரில் இருந்தேன்; வரச் சொல்லிவிட்டார்கள்; போயிருந்தேன்.

முதல் ஷெட்யூல் முடித்து, 'எடிட்டிங்' போய்க்கொண்டிருந்தது; பாலா, எடிட்டிங் போய்விட்டு வந்தார். அவருடைய அறையில் இருந்த புஸ்தகங்களைப் பார்த்துக்கொண்டிருந்தேன்.

"இதில் ஒரு கேரக்டர்; உங்க பேருக்கு பங்கம் வராது" என்றார்.

சரி சொல்லிவிட்டு வந்துவிட்டேன்.

பெரியகுளத்தில் ஷூட்டிங்; தயாரிப்பு நிர்வாகி குமார் தொடர்புகொண்டு தெரியப்படுத்தினார். முதல் நாள். ஒரு பழைய வீடு. பாலா வந்ததும் கூப்பிட்டுவிட்டார்; கேட்டார்.

" 'ஏழாவது உலகம்' படிச்சிருக்கீங்களா? அதில வர்ற ஆசான் கேரக்டர்தான் உங்களுக்கு" என்றவர், காஸ்டியூம் கொண்டு வரச் சொல்லிப் பார்த்தார்; திருத்தங்கள் சொன்னார். தலையில் எண்ணெய் தேய்த்திருந்தேன்; அது வேண்டாம் என்றார். அன்றைய காட்சியை விவரித்தார்.

'நான் கடவுள்' படத்தில் நடித்தது, உள்ளபடியே, பேரனுபவம்தான். Really, he is great. பாலா சொன்னதைத்தான் செய்தேன்; எப்படி நடிக்கவேண்டும் என்று அவரே சொல்லிக்கொடுப்பார்; சரியாக வரும்வரையில் விடமாட்டார். 'டப்பிங்', அவர் இல்லாமல் நடக்காது; வசன உச்சரிப்பு, அவர்தான் திருத்துவார்.

'ஷூட்டிங் ஸ்பாட்'டில் கவிஞரே என்றுதான் விளிப்பார்; அலுவலக மேலாளர் சிவாவிலிருந்து புரொடக்ஷன் மேன்- இளையராஜா வரையிலும் சொல்லிவைத்திருக்கிறார், என்னைப்பற்றி. ஆங்கிலத்தில், 'Silent love' என்றொரு பதச்சேர்க்கை சொல்வார்கள்- அதற்கு உதாரணபுருஷன், பாலாதான்.

என் வாழ்க்கையிலேயே இவ்வளவு பணச்செழிப்பை நான் அனுபவித்ததில்லை; இந்த முக்கியத்துவம் முன் அறியப்படாதது; பாலாமாதிரி இன்னொருவரைப் பார்க்க முடியாது.

அவருடைய இடம் இன்னும் மகத்தானது; அதை அடையவேண்டும். தமிழ்சினிமாவுக்குப் பாலா வழங்கவேண்டிய பங்களிப்பும் கொடுபட வேண்டிய கொடையும் இன்னும் கணிசமாக இருக்கின்றன; அவற்றையும் செலுத்தவேண்டும் அவர்.

சிறிது காலத்திலேயே, இயக்குநர் வசந்தபாலனின் 'அங்காடித்தெரு'. முதலிலேயே சொல்லிவிட்டார், அவர், "ஒரு சீன்தான்; ஆனா மனசில நிற்கிறமாதிரி இருக்கும்" என. அப்படித்தான் நடந்தது.

வசந்தபாலன், நல்ல வாசகர்; எஸ். ராமகிருஷ்ணன், 'உயிர்மை'யில் என்னைப் பற்றி எழுதியிருந்த கட்டுரைக்காக சந்தோஷப்பட்டார்; நேரம் கிடைத்தால், சமகால இலக்கியம் பற்றிப் பேசுவார்.

இயக்குநர் என்ற முறையில் அவரிடம் நான் கண்ட நல்ல அம்சம்:

காட்சியில் நுணுக்கமான 'Details' வருவதற்காக சிரத்தை எடுத்துக்கொள்வார்.

சமீபத்தில், இயக்குநர் லிங்குசாமியைச் சந்தித்தது இனிய சம்பவம். அவருடைய படத்தில் நடிப்பதற்கு மே மாதம் சென்னை செல்லவேண்டும். கைவிதைவரிகளள்ள அவர் சொல்லி சிலாகித்தது மகிழ்ச்சியாயிருந்தது. இயக்குநர் பாலாஜி சக்திவேலையும் அழைத்துக் கூறியது, கூடுதல் சந்தோஷம். தமிழ்சினிமாவில், இலக்கியவாதிகள் அறியப்பட்டவர்களாக விளங்குவது, மாற்றத்துக்கான அறிகுறியாகவே தோன்றுகிறது. அரசியல்வாதிகள் மத்தியிலும் இப்படியாகுமெனில் தமிழ்ச்சமூகம் மேலும் மேலும் விளங்கித் துலங்க வழி பிறக்கலாம்.

உண்மையிலேயே, நடிப்பு என்பது அபூர்வமான கலைதான். அது அப்படி ஒன்றும் லகுவானது அல்ல. நடிப்பு, இயல்பே போலக் கைவரப்பெற்றவன் பெருங்கலைஞன்தான். அவன் கொண்டாடப் பெற வேண்டியவன்தான்.

'பத்திரிகை - சினிமா / என் பயணம் / பிரபலங்களின் அனுபவம்' என்ற தலைப்பில் தமிழ் ஊடக மற்றும் பத்திரிகையாளர்கள் நலச்சங்கம் வெளியிட்டுள்ள மலர் உலக புத்தக தினம், ஏப்ரல் 23, 2011

தமிழர்கள், இந்த விஷயத்தில், அதிர்ஷ்டசாலிகள்தாம். கலைவாணர் என்.எஸ். கிருஷ்ணன், எஸ்.வி. சஹஸ்ரநாமம், டி.எஸ். பாலையா, எஸ்.வி.சுப்பையா, நடிகவேள் எம்.ஆர். ராதா, நடிகர்திலகம் சிவாஜிகணேசன் மற்றும் பத்மினி, சாவித்ரி, தேவிகா, மனோரமா இன்னும் எவ்வளவோ கலைஞர்கள், நம்முடைய சினிமாவில்.

நாற்பதாண்டுக் காலமாக கவிதை எழுதிவருகிறேன்; இன்றும் அறியப்படாத கவிஞன்தான். இரண்டு படங்களில் நடித்ததே அறியப்படும்படியாக்கி இருக்கிறது. சிறுபத்திரிகை உலகமும் சினிமா உலகமும் வேறுவேறுதாமே- இங்கு, இன்று, இப்பொழுது. இது மாறாது என்பது இல்லையே.

இலக்கியவாதிகளின் தீபாவளி அனுபவங்கள்

யாதுமாகி நின்றாய் காளி

வேளாண்மையை அடிப்படைத் தொழிலாகக்கொண்ட இந்தியாவில் பண்டிகைகள், திருவிழாக்கள், கோயில் கொடைகள் முதலான கொண்டாட்டங்கள், "வேலை, வேலை, வேலையே வாழ்க்கை" என்றாகியிருக்கிற வெகுமக்களுக்கு இன்றியமையாதவையே ஆகும்.

அப்படியொரு நாடு தழுவிய கொண்டாட்டம்தான் தீபாவளிப் பண்டிகை.

நினைவுதெரிந்த நாளிலிருந்து 55-க்கும் மேற்பட்ட தீபாவளிகளைக் கடந்து வந்துவிட்டேன். எத்தனையோ ஆனந்தமயமான தீபாவளிகள் வந்து போயுள்ளன. சங்கடத்தைத் தந்துவிட்டுச் சென்ற தீபாவளிகளும் உண்டு. சின்ன வயதில், திருநெல்வேலி கல்லத்தி முடுக்குத் தெரு வீட்டில் தாத்தா, ஆச்சி, அம்மா, அப்பா, அக்கா ஆகியோரோடு கொண்டாடிய தீபாவளிதான் எனது முதல் தீபாவளி ஞாபகம். திருநெல்வேலியில் இருந்த பத்து ஆண்டுகளும் இனிய தீபாவளிகளாகவே இருந்தன. சுவாமி சன்னதியில் பெருமாள் ரெட்டியார் என்கிற டைலர் கடையில்தான் எனக்கும் அக்காவுக்கும் தைக்கக் கொடுப்பது, அதென்னவோ தெரியவில்லை, அந்தக் காலத்தில் திருநெல்வேலி பக்கமுள்ள தையல் நிலையங்களில் லெனினும் ஸ்டாலினும் கம்பீரமாக உட்கார்ந்திருக்கிற புகைப்படம் தொங்கும். தீபாவளி துணி தைத்து வாங்கப்போகும்போதெல்லாம் அல்லது ஞாபகப்படுத்தப் போகும்போதெல்லாம் அந்த போட்டோக்களிலுள்ள கம்பீரம் மிகுந்த சந்தோஷத்தைத் தந்துள்ளது.

சுமாரான நடுத்தர வர்க்கத்தைச் சார்ந்த எங்கள் குடும்பத்துக்குக் கொஞ்சம் நிலமும் இருந்தது. அப்பா, சொந்தத்தில் வாடகை சைக்கிள் கடை வைத்திருந்தார்கள். அதனால் எல்லாத் தீபாவளிகளுமே செழிப்பான தீபாவளிகளாகவே இருந்தன.

திருநெல்வேலிப் பக்கத்தில் வளவுசேர்ந்த வீடு என்று சொல்வார்கள். அதாவது, ஏழெட்டு வீடுகள் கொண்ட காம்பவுண்ட். ஒரு வீட்டிலி

ருந்து இன்னொரு வீட்டுக்கு பண்டங்கள், பலகாரங்கள் கொடுத்தும் விடுவதுண்டு. அண்டைவீட்டார், சொந்தக்காரர்களாக இருந்த காலங்கள் அவை. இந்த ஒரு அம்சமே தீபாவளியை இன்னும் அதிகமாக மெருகேற்றி விட்டிருக்கும்.

கொஞ்ச காலத்தில் நாங்கள் கல்லிடைக்குறிச்சிக்குக் குடிபெயர்ந்து வந்தோம். அப்பா, சிங்கம்பட்டி ஜமீனில் செக்ரட்டரியாக இருந்தார்கள். அங்கே வந்துபோன இரண்டொரு தீபாவளிகளும் அருமையாகத்தான் இருந்தன. இதற்கிடையே அப்பா இன்னொரு குடும்பத்தை ஏற்படுத்திக் கொண்டார்கள். இதன் தொடர்ச்சியாக சென்னைக்கு சினிமாவில் நடிப்பதற்காகச் சென்றுவிட்டார்கள். அப்பாவைத் தேடி நாங்கள் சென்னைக்கு வந்தோம். அங்கே வந்த தீபாவளிகள் கொடுமை யானவை. மேற்கு மாம்பலத்தில் கார்ப்பரேஷன் ஸ்கூலில்தான் படித்தேன். நடுவில் கொஞ்ச காலம் கங்கைகொண்டான் இஸ்லாமியர் ஒருவரின் பழைய இரும்புக் கடையில் வேலை பார்த்தேன். அந்த வருஷத்து தீபாவளிக்கு டிரவுசர்- சட்டை எடுத்துக் கொடுத்தார் முதலாளி. (ரம்ஜானுக்கும் பக்ரீத்துக்கும் தனி)

சீர்காழிப் பக்கத்தில் மாதிரவேளூர் என்னும் கிராமத்தில் தொடங்கப்பட்ட இலவச உணவுவிடுதியுடன் கூடிய நடுநிலைப்பள்ளியில் படித்த மூன்று வருடங்களும் ஹாஸ்டலிலேயேதான் தீபாவளி. 60-களில் குடும்பம் மீண்டும் ஒன்றாயிற்று. ஜூனியர் ஆர்ட்டிஸ்டாக தாக்குப்பிடிக்க முடியாத அப்பா திரும்பவும் ஊர்ப்பக்கமே வந்து தலைவன்கோட்டை ஜமீன்தார் அவர்களிடம் செக்ரட்டரியாகச் சேர்ந்தார்கள்.

வாசுதேவநல்லூரில் எங்கள் குடும்பம் வசித்து வந்தது. அங்கிருந்த பத்து ஆண்டுகளும் அருமையான தீபாவளிகள்தாம். அப்பா தீபாவளியைக் கொண்டாடுவதே மிக அழகாக இருக்கும். சரஸ்வதி பூஜையை நடத்துவதும் அப்படித்தான். பண்டிகைகளைக் கொண்டாடுவதில் தனி உற்சாகம். இப்போது நினைத்தால் ஆச்சரியமாகயிருக்கிறது. அரண்மனை வேலையாக திருநெல்வேலிக்கோ ராஜபாளையத்துக்கோ மதுரைக்கோ போயிருப்பார்கள். இரவு பன்னிரண்டு மணிக்கு ஜவுளிப்பொட்டலத்தோடு வந்து சேர்வார்கள். அப்பாவோடு இருந்தவரையிலும் அவர்கள்தான் எனக்குத் துணிமணிகள் எடுத்துத் தருவார்கள்.

திருமணத்துக்குப்பிறகு மனைவிதான் எனக்குத் தீபாவளி துணிமணிகளை எடுத்து தருவால். குற்றாலம் ஸ்ரீபராசக்தி கல்லூரி கோஆப்ரேட்டிவ் ஸ்டோரில் அவள் வேலை பார்த்து வந்தாள். அதனால் அவளுக்கு கோஆப்டெக்சோ, கதர்க்கடையோ, என்டைஸோ தவணையில் வாங்கிக் கொள்கிற வசதி இருந்தது.

அவளுடைய அண்ணன் பிள்ளைகளும்கூடவே இருந்தார்கள். பெரிய குடும்பம் அது. மாமியார், மாமனார், மருமகப்பிள்ளைகள் என்று தீபாவளியே ஜெஜெ என்றிருக்கும்.

பத்திரிகையாளனாக வேண்டும் என்கிற லட்சியத்தில் எண்பதுகளில் மீண்டும் சென்னைக்கு வந்தேன். ஏற்கெனவே அப்பா, அம்மா அங்கேதான் இருந்தார்கள். ஒன்று, குடும்பம் தீபாவளிக்குச் சென்னைக்கு வரும் அல்லது நான் ஊருக்குப்போவேன். சில வருஷங்களில் பஸ் கூட்டத்தில் தீபாவளிக்கு ஊருக்குப் போகமுடியாமல் போனதும் உண்டு. அந்தமாதிரி நாள்களில் இயக்குனர் ருத்ரய்யாவின் சினிமா கம்பெனிக்கோ எழுத்தாளர் வண்ணநிலவன் வீட்டுக்கோ சென்றுவிடுவேன்.

தொண்ணூறுகளின் தொடக்கத்தில் எனக்குப் போதை நீக்க சிகிச்சை அளித்து, வேலையும் தந்து, தங்க இடவசதியும் செய்து வைத்திருந்த நக்கீரன் கோபால் அண்ணன் வீட்டில் ஒரு தீபாவளித் திருநாள். இதேபோல தமிழ் மாநில கட்டடத் தொழிலாளர் சங்கத்தில் தங்கியிருந்த அதே காலகட்டத்தில் ஒரு தீபாவளிக்கு முதல்நாள் பத்திரிகையாளர் துரை ஆட்டோவில் வந்து, 'ஏறுங்கள் அண்ணாச்சி, புரசைவாக்கம் போய் உங்களுக்குத் தீபாவளிக்கு வேஷ்டி சட்டை எடுக்கணும்" என்று கூப்பிட்டுக் கொண்டு போய், அம்பாசமுத்ரம் காதிவஸ்திராலயத்தில் கதர் வேட்டியும் சட்டையும் எடுத்துத்தந்தது இன்னும் நினைவில் இருக்கிறது.

பிள்ளைகள், கல்லூரியில் படிக்கிற காலகட்டத்தில் எப்போது வருவார்கள் என்று எதிர்பார்த்திருந்து, அவர்களோடு தீபாவளி சந்தோஷத்தை அனுபவித்ததும் மறக்கமுடியாததாகத்தான் இருக்கிறது.

அவர்கள் வேலைக்குப்போய் எனக்கு வேஷ்டிசட்டையும் மனைவிக்குப் புடைவையும் வாங்கி வந்து கொண்டாடிய தீபாவளிகளும் நினைவின் அடியாழத்தில் இருக்கத்தான் செய்கின்றன.

போன வருஷம் எங்கள் பேரன் பிறந்த நாளுக்காகச் சென்னைக்குப் போயிருந்தோம். அந்த வருஷத் தீபாவளி பக்கத்திலேயே இருக்கிற அக்கா வீட்டில். அக்கா மகள், தீபாவளிக்குப் புத்தாடை எடுத்துத் தந்தாள்.

என்ன ஒரு விஷயம் என்றால், இத்தனை தீபாவளியிலும் ஒரு தீபாவளிக்குக்கூட நான் எனக்கென்று எதுவும் எடுத்ததில்லை.

என் வாழ்க்கையிலேயே மறக்கமுடியாத தீபாவளி, எழுபதில் கல்கத்தாவில் அக்கா வீட்டிலிருந்த தீபாவளிதான்.

தலைப்பிரசவத்துக்காக வந்திருந்த அக்காவையும் கைக்குழந்தையையும் கொண்டு விட்டுவிட்டு வருவதற்காகச் சென்றிருந்தேன். அங்கே அத்தான் எனக்கு வேலைக்கு முயற்சி செய்து கொண்டிருந்தார்கள். நான் போயிருந்த கொஞ்ச நாள்களிலேயே காளி பூஜா (அங்கே அதுதான் தீபாவளி) வந்தது. பத்து நாளைக்கு முன்பாகவே, விமர்சையாய் ஒரு மேடை அமைத்து, காளி சிலை நிறுவி பந்தல் போட்டுக் கொண்டாடுவார்கள்.

கருநீலமேனி. ரௌத்ர முகம். துருத்திய நாக்கு. கழுத்தில் சூடிய தலைமாலை. பயங்கரமான அழகுடன் இருப்பாள் காளிமாதா.

வங்காளிகள், அந்த பத்து நாளும் கோலாகலமாகக் காளிபூஜை நடத்துவார்கள். விழா என்றால் அதுதான் விழா, பண்டிகை என்றால் அதுதான் பண்டிகை, கொண்டாட்டம் என்றால் அதுதான் கொண்டாட்டம்.

அந்த மக்களின் ஆழ்ந்த நம்பிக்கை, அதையும் கொண்டாடுவது என்பனவெல்லாம், வேறெங்கேயும் பார்க்கமுடியுமென்று தோன்றவில்லை. அநேகமாக ஊர் பூராவும்- தெருவுக்குத் தெரு பெரிய வீதி என்றால் இரண்டு- மூன்று- இதுபோல காளிக்குக் கோயில் மாதிரி அமைத்துக்கொண்டாடுகிற அந்த அழகு வேறெங்கும் காணமுடியாதது.

அந்த தீபாவளிக்கு, அத்தான், வேஷ்டி- சட்டை எடுத்து தந்தார்கள். அதுவல்ல விஷயம், காளி பூஜாதான் விசேஷம். மகாகவி பாரதி பாடிய, "யாதுமாகி நின்றாய் காளி" என்பதை கல்கத்தாவில் தீபாவளித் திருநாளில் காணலாம்.

அந்த நாள்களில் நண்பர் வண்ணதாசனுக்கு காளிபூஜா பற்றி கடிதங்களில் எழுதியிருக்கிறேன். ஏற்ற- இறக்கம் நிறைந்த என்னுடைய கவி வாழ்வில், கடந்த ஐந்தாண்டுகளாக நான் எந்த சந்தர்ப்பத்திலும்

புத்தாடை உடுத்துவதில்லை. காரணம், எங்கள் சின்ன மகன் ஒளிப்பதிவு படித்து முடித்து, ஏழாண்டுகளுக்கும் மேலாக உதவியாளராக இருந்து, இன்றைய தினம் தனியே படம் பண்ண முயன்றுகொண்டிருக்கிறான்; அதற்காகத்தான். திருப்பதிக்கு வேண்டி தாடி வளர்த்து, புத்தாடை அணிவதைத் தவிர்த்து விரதமிருந்து வருகிறேன்.

- கார்முகில்
'புதிய பார்வை' அக்டோபர் 16-31, 2011

என் ஊர்
திருநெல்வேலி

உணவு விஷயத்தில் அதிக அக்கறை எடுத்துக்கொள்ளாதபோதிலும் அவியல், சொதி, உடுப்பி ரசம் விக்ரமாதித்யனுக்கு மிகவும் பிடித்த உணவுகள்.

இவரது நட்பு வட்டாரம் ரொம்பவும் பெரியது. அதனால், நெல்லையில் இருந்து சென்னைக்குப் புறப்பட்டால் சென்று சேர, சில சமயம் ஒரு மாதம்கூட ஆகிவிடும். பல்வேறு ஊர்களிலும் வசிக்கும் இலக்கிய நண்பர்களைச் சந்தித்துவிட்டு செல்வதால் இப்படி ஆகிவிடுகிறது.

ஆன்மிக ஆர்வத்தில் தாடி வளர்க்க ஆரம்பித்தார். ஆனால், அதுவே அடையாளம் ஆகிவிட்டது.

விக்ரமாதித்யன், இதுவரை பதினேழு கவிதைத் தொகுப்புகள், ஏழு கட்டுரைத் தொகுப்புகள், இரு சிறுகதைத் தொகுதி எழுதியிருக்கிறார்.

கவிஞர், எழுத்தாளர், பத்திரிகையாளர், நடிகர் எனப் பன்முகத்தன்மைகொண்டவரான விக்ரமாதித்யன், தனது சொந்த ஊரான திருநெல்வேலிபற்றி பேசுகிறார்:

வெவ்வேறு சந்தர்ப்பங்களில் விதவிதமாகக் கதைகள் சொல்லி இருக்கிறேன், திருநெல்வேலியைப்பற்றி; ஆனால், இன்னும் சொல்லித் தீர்வதாக இல்லை; எவ்வளவோ சொன்ன பிறகும் இன்னும் சொல்வதற்கு இருக்கிறது. இத்தனைக்கும் என்னுடைய பத்து வயதுக்கு உள்ளாகவே அந்த ஊரைவிட்டு வெளியே வரும்படி ஆயிற்று. யோசிக்கும் வேளையில், அதுதான் என்னுடைய முதல் விபத்து, முதல் சோகம்.

திருநெல்வேலி என்றதுமே, சின்ன வயதில் ஒக்கல்பிள்ளையாக அம்மாவுடன் புட்டார்த்தி அம்மன்கோயிலுக்குப் போனதுதான் முதல் ஞாபகமாக இருக்கிறது. நகரில் ‘ஒரு குழந்தைக்குக் காற்றுக்

கருப்புப் பட்டுவிட்டது, தீண்டல் பெண் காற்றுப்பட்டு உடல்நலம் சுணக்கிவிட்டது' என்றால், இன்றைக்கும் புட்டார்த்தி அம்மன் கோயிலுக்குத்தான் கூட்டிக்கொண்டு போகிறார்கள். அப்படி வளர்ந்த பிள்ளைதான் நான். எங்கள் வீடு, பெரிய தேருக்கு எதிரே உள்ள கல்லத்தி முடுக்குத் தெருவில் இருந்தது. நடை தூரத்தில், தெப்பக்குளத்தைத் தாண்டி, நயினார்குளம்.

அந்தக் காலத்தில் நயினார்குளம், சமுத்ரம்போல இருக்கும். கோடை காலத்தில் தெப்பக்குளத்திலேயே குளித்துவிடுவோம். தெப்பக்குளத்துத் தண்ணீர் பாசி பிடிக்க ஆரம்பித்த பிறகுதான், தாமிரபரணிக்கே போவோம். ஆறு, ஊரைவிட்டுத் தள்ளி இருப்பதால், அப்படி. தவிரவும், நயினார்குளத்துத் தண்ணீரே அலையடிக்கக் குலுங்கிக்கொண்டு இருக்கும், அது போதும்.

இப்போது சொன்னால் நம்பமாட்டார்கள், நயினார்குளத்தில் ஸ்டீம் போட் விட்டிருந்தார்கள். சுவாமி சந்நதி தெப்பக்குளத்தில் நீச்சல் அடித்துக் குளிக்கலாம். நீராழி மண்டபத்துக்கு எல்லாம் நீச்சலடித்துப் போய் இருக்கிறேன். டவுனில் இருந்து இருமருங்கும் மருத மரங்கள் நிற்கும் சாலை வழியே நடந்து குறுக்குத்துறைக்குப் போவோம். அப்போது டவுன் பஸ் எல்லாம் கிடையாது. மாந்தோப்புக்குள் புகுந்து குறுக்குத்துறை கோயில் பிரகாரம் வழியே ஆற்றுக்குப் போவோம். எவ்வளவோ ஆறுகளில் எத்தனையோ படித்துறை களைப் பார்த்துவிட்டேன். குறுக்குத்துறைப் படித்துறைபோல ஒரு படித்துறையை இன்னும் பார்த்தது இல்லை. படித்துறையே அப்படியா அல்லது என் மனசா எனக்குத் தெரியாது; அது என் வாழ்வின் ஓர் அம்சம்.

எங்கள் உலகம், கல்லத்தி முடுக்குத் தெரு வீடு, நயினார்குளம், தெப்பக்குளம், குறுக்குத்துறை, புட்டார்த்தி அம்மன் கோயில், கீழப்புதுத்தெரு, தெற்குப்புது தெரு, நெல்லையப்பர் கோயில், காந்திமதி அம்மன் சந்நதி, சங்கிலிபூதத்தார், வாகையடி முக்கு, ராயல் டாக்கீஸ், பாப்புலர் தியேட்டர், கொஞ்சம் பிந்தி ரத்னா டாக்கீஸ் இவற்றால் ஆன து. அந்தச் சிறு வயதில் நாங்கள் பார்த்த தேரோட்டத்தை, அதற்குப் பிறகு பார்க்கவே முடியாமல் போயிற்று.

இந்தியாவில் உள்ள பல கோயில்களுக்குச் சென்று இருக்கிறேன். நெல்லையப்பர்கோயிலைப்போல அவ்வளவு விஸ்தாரமான கோயிலை எங்குமே கண்டது இல்லை. இப்படி வடிவமைக்க வேண்டும் என்று

அந்தப் பிற்காலப் பாண்டியனுக்கு எப்படித் தோன்றியது என்பதை புரிந்துகொள்ளவே முடியவில்லை.

நுழைந்தவுடன் கண்ணில் படுகிற மாக்கல் நந்தியே மாயத்துக்குப் போதுமானது. உள்ளே போனால், தட்டுகிற இடங்களில் எல்லாம் வேறு வேறு நாதங்கள் ஒலிக்கிற சப்தஸ்வரத் தூண்கள். சற்றே ஒசிந்த மாதிரி இருக்கும் சிவலிங்கம். பழம்பெரும் பிரகாரத்தில், ஸ்தல விருட்சம் மூங்கில். தாமிர சபையில் நடராஜர். சந்நதியில் இருந்து கொஞ்சநேரம் நடந்தால்தான் அம்மன் சந்நதியே வரும். வலது புறம் வசந்த மண்டபம். இடது புறம் பொற்றாமரைக் குளம். நடுவில் ஆறுமுக நயினார் சந்நதி.

எங்கள் சின்ன வயதுகளில், வசந்தோற்சவத்தில் கொடுக்கிற பானகம் இன்னும் நாவின் சுவை அரும்புகளில் ஒட்டிக்கொண்டு இருப்பதாகத் தோன்றுகிறது.

திருநெல்வேலி என்பது எங்கள் ஞாபகங்களின் தொட்டில். கடந்த மாதம் கோயில்பட்டியில் கலைஞன் மாரீஸுடன் பேசிக்கொண்டு இருந்தபோது சொன்னேன், 'இன்னும் நான் கல்லத்தி முடுக்குத் தெருவில் இருக்கும் சிறுவனாகவே இருக்கிறேன் தம்பி என்று. காலம் ஏற்படுத்திய கசடுகள் எவ்வளவோ அப்பிவிட்டன; களங்கங்கள் இன்னொரு புறம். ஆனால், அத்தனையையும் மீறி குழந்தைமையும் கவித்துவமும் இருந்துகொண்டு இருக்கிறது என்றால், புட்டார்த்தி அம்மன் தொட்டு, மண்டபத்துக் கடை அல்வா வரையிலும் உண்டாக்கிவைத்து இருக்கும் இனிமைகள்தாம்.

– ஆண்டனிராஜ்

'ஆனந்த விகடன்' 27.7.2011 இதழுடன் இணைப்பு

புனைபெயர்

முதலில் நம்பிராஜன் என்ற பெயரில் எழுதிக்கொண்டிருந்தேன். புனைபெயர் வைத்துகொள்ளலாம் என்று தோன்றியது.

அப்போது வாசுதேவநல்லூரிலிருந்து சென்னைக்கு வேலை தேடி வருவதும், மூன்று மாதங்கள் அலைந்து திரிந்து, பிறகு வாசுதேவ நல்லூருக்குப் போவதுமாக இருந்தேன். இது விக்ரமாதித்யன் கதையில் வருவதுபோல காடாறு மாதம், நாடாறு மாதமாக அலைவதாகத் தோன்றியது. வாழ்க்கையில் அனுபவித்த கஷ்டம், விரக்தி காரணமாகவே விக்ரமாதித்யன் என்ற பெயரில் எழுதத் தொடங்கினேன்.

கவிஞர் பிரமிள். நியூமராலஜிபடி பெயரை மாற்றிவைக்கச் சொன்னார். எனக்கு நன்கு தெரிந்த நெல்லை வசந்தன் -ஜோதிடர். அவரைக் குடும்பஜோதிடர் என்றுகூடச் சொல்லலாம் - அவரும் பெயரை மாற்றி வைக்கச் சொன்னார்.

நானும் பெயரில் சிறிது மாற்றி, விக்ரமாதித்யன் நம்பி என்ற பெயரில், இதழ்களுக்குக் கவிதை எழுதி அனுப்பினேன். ஆனால், அங்கிருக்கும் இலக்கியநண்பர்கள் நம்பியை நீக்கிவிட்டு விக்ரமாதித்யன் என்ற பெயரிலேயே கவிதைகளை வெளியிட்டார்கள்.

நான் விடவேண்டும் என்று நினைத்தாலும் இந்தப் பெயர் என்னைத் தொற்றிக்கொண்டே வந்தது. என்ன செய்வது.

கடந்த ஆகஸ்ட் மாதம் நானும் எனது சின்னமகனும் உஜ்ஜியினில் உள்ள மாகாளி கோயிலுக்குச் சென்று வணங்கினோம். கதையில் வரும் விக்ரமாதியன் வணங்கிய அதே காளி. காளிதாஸனுக்கு அருள் வழங்கிய காளி. அப்புறம் விக்ரமாதித்யன் கோயிலுக்குச் சென்று அவனையும் வணங்கினோம்.

வேறு வழியில்லை, விக்ரமாதித்யனை ஏற்றுக்கொள்ள வேண்டியதுதான்.

'தினமணி கதிர்' 6.11.2011

நானும் விகடனும்

நினைவு தெரிந்த நாளிலிருந்து திருநெல்வேலியில்தான் இருக்கிறோம். ஐம்பதுகளின் நடுவே, அடுத்தடுத்த இரண்டு ஆண்டுகளில் கோடை விடுமுறையையொட்டி திருச்சியில் வசித்து வந்த அத்தை- அப்பாவின் ஒரே தங்கை- வீட்டுக்குப் போயிருந்தோம்.

மாமா டி.என். சுகி சுப்பிரமணியம், வானொலி நிலையத்தில் நாடகத் தயாரிப்பாளர்; எழுத்தாளர். அத்தையும் எழுதுவார்கள். இல்லம் முழுக்கப் பத்திரிகைகளும் புஸ்தகங்களும் நிறைந்திருக்கும். அங்கேதான் 'ஆனந்தவிகடன்' காணக் கிடைத்தது. அட்டைப்படமே நகைச்சுவைத் துணுக்குதான். அந்த நாள்களில் அது பிடித்துப்போய்த்தான் படிக்க ஆரம்பித்ததே. அந்த ஊரில், அப்போது பார்த்த சிவாஜியின் 'வணங்காமுடி', ஜெமினியின் 'காலம் மாறிப்போச்சு' ஞாபகம் மாதிரியே இதுவும் நினைவில்.

அப்பா, சிங்கம்பட்டி ஜமீன்தார் டி.என்.எஸ். தீர்த்தபதி முருகதாஸ் அவர்களிடம் செக்ரட்டரியாகச் சேர்ந்ததும் நாங்கள் கல்லி டைக்குறிச்சி வந்துவிட்டோம். சிலோனில் இருந்து திரும்பி வந்த ஒருவர் மெயின் ரோட்டுப் பக்கம் பெரிதாகப் பலசரக்குக் கடை ஆரம்பித்திருந்தார்; அவசரத்துக்கு சீனி, தேங்காய், உப்பு இப்படி வாங்கப்போனதில், கடையில் எல்லோருடனும் நல்ல பழக்கம். அங்கே இருந்துதான் இலங்கையின் பூர்வ சரித்திரத்தைச் சொல்லும் 'மகாவம்சம்', 'தில்லானா மோகனாம்பாள்' எல்லாம் படிப்பேன்; இப்படித்தான் விகடன் வாசகனானதே. அந்த வருஷங்களில்தான் 'வஞ்சிக்கோட்டை வாலிபன்' ஸ்டில்கள் ஆர்ட் பேப்பரில் வந்தன.

கொஞ்சம் விவரம் தெரிந்த பிறகு, விகடனில் வந்த ஜெயகாந்தன் சிறுகதைகள் புதுமையாக இருக்கவே, தொடர்ந்து படிக்கிற ஆர்வம் ஏற்பட்டது. ஜெ.கேயின் எழுத்துகளைப் படித்து வளர்ந்தவன் நான். அவரது ஆளுமை, வசீகரமானது; அந்தக் கம்பீரம், அபூர்வமானது.

விகடனில் 'எங்கள் ஊர்' என்று கலைஞர், கி.ராஜநாராயணன் எல்லோரும் எழுதியது அருமையானது. அந்த வரிசையில் ஜெயகாந்தன் எழுதியது வந்த சமயம் ராமேஸ்வரத்தில் இருக்கிறேன்.

அப்பாவுடன் கடைக்குப் போய் விகடன் வாங்கிக்கொண்டு வரும்போது கேட்டார்கள், 'என்ன வந்திருக்கிறது அதில்?' "இந்த வாரம், 'எங்கள் ஊர்' ஜெயகாந்தன்ப்பா" என்றதும் அப்பா இளமுறுவல் பூத்தது அடிமனசில் குடிகொண்டு இருக்கிறது. அப்பாவுக்குத் தெரியும் தானே, நான் ஜெயகாந்தன் ரசிகன் என்று.

இடையில் ஒரு மூன்று ஆண்டுகள் சிதம்பரம் பக்கம் மாதிரவேளூர் என்னும் சிற்றூரில், விடுதியில், தங்கிப் படித்துக்கொண்டு இருந்தேன். இரவு ஆறு மணி முதல் எட்டு மணி வரை 'ஸ்டடி ஹவர்ஸ்'. விடுதிக் காப்பாளர் மேற்பார்வையிட வருவார். தேர்வுக்காலங்களில் தலைமை ஆசிரியர் சம்பந்தம் பிள்ளையும் வந்து பார்ப்பார். படிப்பு விஷயத்தில் மிகவும் கண்டிப்பு.

வருஷம் பூராவும் படிப்பதற்குப் பாடப் புஸ்தகங்களில் என்ன இருக்கும். நூலகத்தில் இருந்து எடுத்து வந்த புஸ்தகம் ஏதாவது படிக்கிற துதான். அப்படி ஒரு நாள், வழக்கம்போல புஸ்தகத்துக்கு நடுவில்வைத்து, விகடன் படித்துக் கொண்டிருந்தேன். இவ்வளவு சுவாரஸ்யமாக ஒருவன் என்ன படிப்பான் என்று சம்பந்தம் பிள்ளையால் கண்டுபிடிக்க முடியாதா. அகப்பட்டுக்கொண்டேன். உட்கார்ந்திருந்தவன் காதைத் திருகியதும், திரும்பி நிமிர்ந்து பார்த்து, எழுந்து நின்றேன்; கன்னத்தில் அறை விழுந்தது. (சிதம்பரம் போய், 'காதலிக்க நேரமில்லை' பார்த்துவிட்டு வந்து 'மீல்ஸ் கட்'டான கதை தனி. கலை இலக்கியவாதி ஆவதென்றால் சும்மாவா) இவ்வளவுக்கும் தலைமை ஆசிரியரே நல்ல வாசகர். 1964-லேயே 'சுதேசமித்திரன்' மாணவர் மலரில் என் கவிதை, உருவகக் கதை, கட்டுரை எல்லாம் பள்ளி முகவரியுடன் வந்திருந்தன; அவர்தான் கூப்பிட்டுப் பாராட்டியும் இருக்கிறார். ஆனால், கட்டுப்பாடு எல்லோருக்குமானது.

ஜெகசிற்பியன் படைப்புகள், தஞ்சை ப்ரகாஷின் 'அங்கிள்' சிறுகதை, வையவன் சிறுகதைகள், உவமைக்கவிஞர் சுரதாவின் வாரம் ஒரு கவிதை, தவத்திரு குன்றக்குடி அடிகளாரின் 'மண்ணும் மனிதர்களும்', மணியனின் 'இதயம் பேசுகிறது', தாமரைமணாளனின் தொடர்கள், புரட்சி நடிகர் எம்.ஜி.ராமச்சந்திரனின் தன் வரலாற்றுத் தொடர் எல்லாமே வெளியீட்டில் விகடனின் ஜனநாயகத்துக்குச் சான்றாக இருப்பவை; வாசகர் ரசனையை மதிப்பவை.

தலையங்கத்தில் இருக்கும் தெளிவு, கேலிச் சித்திரத்தில் காணும் தீர்க்கம், நகைச்சுவைத் துணுக்குகளில் தெரியும் தெரிவு, சங்கீத சீஸனில்

நடக்கும் இசை/நடன நிகழ்ச்சிகள் குறித்த பதிவுகள் அத்தனையையும் பாராட்டாமல் இருக்க முடியாது. திரைப்பட விமர்சனம் மற்றும் திரை உலகினரின் நேர்காணல்களில் அமையும் ரஞ்சகம், வாசகர் பங்கேற்பில் வாய்த்திருக்கும் கூர்மை, இன்னும் அரசியல், கலை இலக்கியம், சமூகம்பற்றிய பதிவுகள் எல்லாமே வாசிப்பு ஆனந்தம் தருபவை.

அப்போது விகடனில் வந்த பத்மா சுப்ரமண்யம், பர்வீன் சுல்தானா அட்டைப் படங்கள் எவ்வளவு அழகாக இருந்தன. இசை ஞானமோ நாட்டியம்பற்றிய புரிதலோ இல்லாத எங்கள் வீட்டில் எவ்வளவு பத்திரமாக இருக்கின்றன அவை.

தமிழ்வாழ்வின் மைய நீரோட்டத்தில் விகடனின் பங்களிப்புகள் கணிசமானவை; காலமாற்றத்தைத் தழுவியவண்ணம் தானும் வளர்ந்துவந்திருப்பது கவனத்துக்குரியது; எடுத்துக்காட்டு, நவீன எழுத்துகளுக்குத் தொடர்ந்து இடம் அளிப்பது. ஜெயமோகனின் ‘சங்கச் சித்திரங்கள்’, எஸ். ராமகிருஷ்ணனின் தொடர்கள், சாரு நிவேதிதாவின் எழுத்து, வண்ணதாசனின் ‘அகம் புறம்’, நாஞ்சில்நாடனின் உரத்த சிந்தனைகள், க.சீ.சிவகுமாரின் கதைகள், அஜயன்பாலாவின் கட்டுரைத் தொடர்கள், லக்ஷ்மி மணிவண்ணன், யவனிகா ஸ்ரீராம், ஃபிரான்சிஸ் கிருபா, ஷங்கர் ராம சுப்ரமணியன் மற்றும் மாலதி மைத்ரி முதலான கவிஞர்களின் நவீன கவிதைகள் எல்லாம் விகடனின் சுதந்திர வெளியில்தான் சாத்தியம்.

விகடனில் என்னுடைய கவிதைகள் பல வந்திருக்கின்றன; ‘கவிமூலம்’ கட்டுரைத் தொகுப்பு வந்தபோது, அதைப்பற்றிய நேர்காணல், புனைபெயர்க் காரணம்பற்றி, ‘விக்ரம’ ஆண்டில் எழுதப்பட்ட கட்டுரையில் அப்படிப் பெயர்கொண்டவர்களில் ஒருவனாக, எங்கள் குலதெய்வம் குறித்து, முதன்முதலாகக் காசிக்குப் போய் வந்ததுகுறித்து, கும்பமேளா போனதுபற்றி, திருநெல்வேலிபற்றி இப்படி நிறைய முறை தோன்றியிருக்கிறேன்; ‘விகடன் வரவேற்பறை’யில் அநேக தரம் அமர்ந்திருக்கிறேன்; உள்ளபடியே, இவை எல்லாம் என் எழுத்து வாழ்க்கையில் முக்கியமானவை. முன்பெல்லாம் விகடனில் வருவதை அம்மாவிடம் கொண்டுபோய்க் காண்பிப்பேன், பெருமையாக; இப்போது மனைவி பார்த்துவிட்டுச் சொல்கிறாள், விமர்சனம்.

விகடன் வாசகன், விகடன் படைப்பாளியாக வளர்ந்திருப்பது நிச்சயம் சாதனைதானே; இதில் சந்தோஷம்தான்.

தென்காசி அஞ்சலகத்தில், இந்தியன் வங்கியில், புக் ஸ்டாலில், ஸ்ரீ கிருஷ்ண விலாஸ் புராதன லாலா கடையில் என ஊரிலேயே விகடனால்தான் எழுத்தாளன் என்று அறியப்பட்டவனானேன்.

எங்கள் நண்பரும் அறுவை சிகிச்சை நிபுணருமான டாக்டர் ஸ்ரீதர், குமுளியில் மருத்துவமனை வைத்திருக்கிறார். இளைப்பாறுதலுக்காக அங்கே போய் இருந்துவிட்டு வருவது உண்டு, வழமையாக. பத்து வருஷம் போல இருக்கும்; பாஸ்கர் சக்தி எடுத்திருந்த பேட்டி வந்த கொஞ்ச காலம்; நாலைந்து நாள்கள் டாக்டர் வீட்டில் தங்கியிருந்தேன். அவருக்கு மதுரை வர வேண்டிய வேலை இருந்தது. நானும் டாக்டருடனேயே கிளம்பிவிட்டேன், பைக்கில்.

டாக்டரின் அம்மா, அப்போது தேனியில் பெரியமகன் வீட்டில் இருந்தார்கள். பார்த்துவிட்டுப் போகலாம் என்று டாக்டர் போன போது, என்னை அவருடைய அண்ணனிடம் அறிமுகப்படுத்திவைத்தார். பேசிக்கொண்டு இருக்கையில் அவர் கேட்டார், 'ஏன் அப்படிச் சொல்லி யிருந்திங்க?"

எங்கள் பரம்பரையில் இன்னும் ஏழு தலைமுறைக்கு யாரும் கவிஞனாக வரவேண்டாம் என்று அந்தப் பேட்டியில் கூறியிருப்பேன். அதைத்தான் கேட்கிறார். அந்த க்ஷணம் ஒன்றும் பேசத் தோன்றவில்லை-எதிர்பாராத இடத்தில் / நேரத்தில் / மனிதரிடம் இருந்து இதுமாதிரி கேள்வி வந்ததில்.

விகடன் எவ்வளவு தொலைவு சென்றடைந்திருக்கிறது என்பதை அப்போது உணர முடிந்தது; அதன் வாசகர்களின் மன நுட்பத்தை அறிய முடிந்தது.

இரண்டு வருஷங்களுக்கு முன்பு நானும் மனைவியும் நெரூர் சதாசிவ பிரம்மேந்திரரின் ஜீவ சமாதிக்குப் போய் வழிபட்டு விட்டுத் திரும்புகிறோம். ஆஸ்ரமத்தில் எதிர்பட்ட இளம்பெண் ஒருவர் கேட்டார், "நீங்க விக்ரமாதித்யன்தானே?" சில நிமிஷம் நின்று பேசிக்கொண்டு இருக்கும்போது விசாரித்தேன், 'எப்படித் தெரியும்?"

"விகடன்'ல பார்த்திருக்கிறேன்" என்றார்.

அதிர்ஷ்டவசமாக, 'ஆனந்த விகடன்' ஆசிரியர் குழுவில் இருக்கும் அநேகரும் கவிதை ரசிகர்கள்; இளைஞர்கள்; விஷய ஞானம்

உள்ளவர்கள்; பிரியமானவர்கள். இதனாலேயே அந்த அலுவலகம் செல்வது இயல்பாக இருக்கிறது. உண்மையிலேயே, விகடன் வரவேற்பறையில் பல தடவை இருந்திருக்கிறேன்- ஆசிரியர் குழுவில் யாரையாவது பார்ப்பதன் பொருட்டு. முன்பு துரை, ரமேஷ் வைத்யா; இப்போது ரா.கண்ணன், நா.கதிர்வேலன் இப்படி.

இன்றைய தினம் எங்கள் பிள்ளைகளும் விகடன் வாசகர்கள்தாம்; சின்னவன், எஸ். ராமகிருஷ்ணன் தொடருக்காகவே வாங்க ஆரம்பித்தான். பெரியவன், லக்ஷ்மி மணிவண்ணனின் ரசிகன்; சினிமா விஷயங்களில் நிரம்ப ஆர்வம்.

எதிர்காலத்தில் எங்கள் பேரன்- பேத்திகளும் படிப்பார்கள்.

விகடனின் பாரம்பரியமும் பண்பாடும் அப்படிப் பச்சையம் நிரம்பியவை; என்றென்றும் ஈர்த்துவைத்துக்கொள்கிற மாதிரியே இருக்கும் பத்திரிகை அது.

இதுதான் அதன் வெற்றியும்."

'ஆனந்த விகடன்' 30.11.2011

கவிக்குப் பிடித்த கவிதை
அப்பாவைப் புனிதப்படுத்துதல்

அப்பாவின் நண்பர்கள்
ஊடகங்களில் வருகிறார்கள்
திரைப்படங்களில் நடிக்கிறார்கள்
அம்மாவின் திகைப்பான கண்கள் வழியே
சிறுவன் பார்க்கிறான்

அப்பாவின் உறவினர்கள்
பண்டிகைகள் கொண்டாடுகிறார்கள்
பதவிகளிலிருக்கிறார்கள்
நிறுவனங்கள் இயக்குகிறார்கள்
சிறுமி கேள்விப்படுகிறாள்

அப்பா அன்புள்ளவரா
சொல்லத் தெரியாது
பண்புள்ளவரா
இல்லை
வீதிகளில் சண்டையிட்டு
வீட்டுக்கு வருபவர்
வீட்டில் சண்டையிட்டு
வீதிகளில் நுழைபவர்

அப்பா
எப்போது வீட்டுக்கு வருவார்
தெரியாது
எப்போது வெளியிலிருப்பார்
தெரியாது
கைகால் ஒடிந்தால் மருத்துவமனை
கலவரமென்றால் காவல்நிலையம்

மதிப்பெண் பட்டியலைச் சரிபார்க்கமாட்டார்
பள்ளிக்கூடத்துக்குத் துணைவரமாட்டார்
சாப்பாட்டில் குறி இவற்றைத் தவிர

அப்பா என்ன முடிவெடுப்பார்
தீர்மானிக்க முடியாது

அப்பா சண்டையா சச்சரவா
தெரியாது
வேண்டுமா வேண்டாமா
தெரியாது
அதிகமானால் அச்சம்
அப்பா அளவாய்க் குடித்தால்
விளையாட வருவார்

அப்பாவுக்கு என்னென்ன நோய்கள்
முற்றிய மனநோய்
ரகசியமான மருத்துவ அறிக்கை மட்டும்
தெருக்களில் கிடக்கிறது.

இந்தக் கவிதையில் வரும் அப்பா எல்லோரையும் போன்ற சராசரி அல்ல என்பது கவிதையின் முதல் பத்தியிலேயே சொல்லப்பட்டு விடுகிறது.

ஊடகங்களில் வரும் நண்பர்களைப் பெற்றிருக்கிற, திரைப்படங்களில் நடிப்பவர்களை நண்பர்களாகக் கொண்டிருக்கும் ஒருவர் எப்படி சாதாரணமானவராக இருக்க முடியும். அவர் கலைஞராகவோ, கவிஞராகவோ இருக்கலாம்.

அடுத்து, அவர் வசதி குறைந்தவராகவும் இல்லை. ஏனெனில் அவர்களுடைய உறவினர்கள் பதவிகளில் இருக்கிறார்கள். நிறுவனங்களில் மேலாண்மை செய்கிறார்கள். அப்படி உள்ளவருக்கு ஏன் இந்த நிலை.

இந்தக் கவிதை யாருடைய பார்வையில் சொல்லப்படுகிறது. அந்தப் பிள்ளைகளின் பார்வையில் சொல்லப்படுகிறது.

அப்பா அன்புள்ளவரா எனச் சொல்லத் தெரியவில்லை என்கிறார்கள். பண்புள்ளவரா - இல்லை என முடித்துவிடுகிறார்கள்.

வீட்டில் சண்டையிட்டு வெளியே போகிறவர் வெளியில் சண்டையிட்டு வீட்டில் நுழைபவர் என்பதையும் தெரிவித்து விடுகிறார்கள். ஏன் இப்படி.

அப்பா எப்போது வீட்டுக்கு வருவார் என்பதையும் எப்போது வெளியிலிருப்பார் என்பதையும் அவர்கள் அறிய மாட்டார்கள்.

ஏனென்பது, அந்தப் பத்தியின் அடுத்த இரண்டு வரிகளில் முன் வைக்கப்படுகிறது.

அடுத்தடுத்து, அவருடைய குணாதிசயங்கள் சொல்லப்படுகின்றன. மதிப்பெண் பட்டியலைச் சரிபார்க்க மாட்டார். பள்ளிக்கூடத்துக்கும் துணை வரமாட்டார். எல்லா அப்பாக்களுமே இதைச் செவ்வனே செய்துகொண்டிருப்பவர்கள்தாம்.

சாப்பாட்டில் குறியாக இருப்பவர் என்பதை மட்டும் அவர்கள் தெளிவாகத் தெரிந்து வைத்திருக்கிறார்கள்.

எந்த விஷயத்தில் என்ன முடிவெடுப்பார் என்பதும் தெரியாது. அப்பாவோடு அவர்களுக்கு சண்டையா சச்சரவா என்பதும் தெரியவில்லை. வேண்டுமா - வேண்டாமா என்பதையும் தீர்க்கமாகச் சொல்ல முடியவில்லை.

அளவாகக் குடித்தால் விளையாட மனம் கொண்ட அவரே அதிகமாகிப்போனால் தம் மக்கள் பயப்படும் அளவுக்கு மாறிவிடுகிறார்.

எல்லாப் பிள்ளைகளுக்குமே தகப்பனைப்பற்றித் தெரிந்துதான் இருக்கும். இவர்களுக்குத் தெரியாது.

கவிதையின் கடைசிப் பத்தியில் அப்பாவின் ஸ்திதி பற்றி வெட்ட வெளிச்சமாகக் கூறப்பட்டுவிடுகிறது. முற்றிய மனநோய்.

இந்தக் கவிதை அப்பாவைப்பற்றியா பிள்ளைகளைப்பற்றியா. இரண்டு பேரையும் பற்றியும்தான்.

அப்பாவின் நிலைமை சங்கடம் தருவதா, பிள்ளைகளின் நிலைமை சங்கடம் தருவதா இரண்டும்தான்.

பார்வைக்கு எளியகவிதை போலத் தெரியலாம். சொல்லப்படும் விஷயம் அப்படி அல்ல. சொல்கிறவிதம் உருக்கமானது. வேண்டும் என்றேதான் அப்பா எனும் சொல் திரும்பத்திரும்ப வருமாறு அமைக்கப்பட்டு இருக்கிறது. இதிலிருந்து சொல்லப்படும் விஷயத்துக்கு ஓர் அழுத்தம் கிடைக்கும்.

தெரியாது எனும் வார்த்தையும் ஓர்மையாகவே மாறிமாறி வரும் வகையில் போடப்பட்டு இருக்கிறது. இப்படி அமைந்திருப்பது அழுத்தம் என்பது மட்டுமல்லாமல் அந்தக் குழந்தைகளின் வெகுளித் தனத்தையும் காட்டுகிறது.

இவையெல்லாம் லட்சணமான/ தேர்ந்த கவிதை என்பதைக் காட்டுகின்றன. முதல் பத்தியில் அம்மாவின் திகைப்பான கண்கள் என்று இருக்கிறது. அது அம்மாவுக்கே உரிய வியப்பு அல்லது அவர் இவ்வளவு உயர்வானவரா என்று தெரிந்த வியப்பு.

சிறுமி கேள்விப்படுகிறாள் என்றுதான் இருக்கிறது.

சிறுமி, நேரடியாக உறவினர்கள் வீட்டுக்குப் போனதில்லை என்பதை அது குறிக்கிறது.

முற்றிய மனநோய் அறிக்கை தெருவில் எதற்குக் கிடக்க வேண்டும்.

விஷயம் வெளியரங்கமாகிவிட்டதுபோல.

இப்படிப்பட்ட கூறல்தான் - சொல் முறைதான் - லக்ஷ்மி மணிவண்ணன் கவிதைகளைப் பிறர் கவிதைகளிலிருந்து வித்யாசப்படுத்துகின்றன.

அடிப்படையில், நானும் கிட்டத்தட்ட இதுபோல ஒரு அப்பாவாக இருந்தவன் என்பதாலேயே இந்தக் கவிதையைச் சுலபமாக அடையாளப்படுத்திக் கொள்ள முடிகிறது; அர்த்தப்படுத்திக் கொள்ள முடிகிறது.

நவீனகவிதை என்பது நவீனமாக இருக்க வேண்டும் என்பது எவ்வளவு முக்கியமோ அதைவிட முக்கியம் அது கவிதையாக இருக்க வேண்டும் என்பதும் ஆகும். சமகாலக் கவிஞர்களுள்/ புதிய தலைமுறைக் கவிஞர்களுள் பத்து- பன்னிரண்டு சிறந்த கவிஞர்கள் இருக்கிறார்கள். அவர்களுள் என் கவிதைமனதுக்கு நெருக்கமானவர் லக்ஷ்மி மணிவண்ணன்.

என்னுடைய கவிதைரசனைக்கு ஏற்ற, பொருத்தமான கவிதைகள் அவருடையவை. கடந்த இருபது ஆண்டு காலமாக- லக்ஷ்மி மணிவண்ணனின் முதல் தொகுப்பான 'சங்கருக்குக் கதவற்ற வீடு' வந்த நாளிலிருந்து- அவர் கவிதைகளைக் கவனித்து வருகிறேன்.

இரண்டாவது தொகுப்பான 'வீரலட்சுமி'யில் அவர் இன்னும் நவீன கவிதை வளர்ச்சிப் பாதையில் சென்று கொண்டிருப்பதை உணர்ந்தேன். மூன்றாவது தொகுப்பு, 'எதிர்ப்புகள் மறைந்து தோன்றும் இடம்' கவிதைகளைப் படித்துவிட்டு நவீனகவிதை மட்டுமில்லை, இரண்டாயிரம் ஆண்டு தமிழ்க்கவிதையிலேயே இது ஒரு புலிப் பாய்ச்சல் என்பதைக் கண்டுகொண்டேன். படிமங்களின் வழியே கவிதை சொல்லிவந்த காலம்போய், கவிஞர்கள், புனைவுகளின் வழியே கவிதையைக் கட்டமைக்கும் காலம் இது. அப்படிப்பட்ட கவிஞர்களுள் லக்ஷ்மி மணிவண்ணன் புனைவுகள் வசீகரமானவை; சரியாகச் சொல்வ தானால், மாயக் கவிதைகள் அவை.

'தினமணி' தீபாவளி மலர் 2012

பரமன் என்கிற மனிதன்

நண்பன் / ரசிகன் / கலைஞன்

பரமனை எனக்கு எப்படித் தெரியும். இருபதாண்டுகளுக்கும் மேல் இருக்கும்; கல்யாணி தான் (வண்ணதாசன்) அறிமுகம் செய்து வைத்தார். கிராஜுவேட் ஸ்நாக் பார் தொடங்கியிருந்த சமயம் அது; பேருந்துநிலையத்தின் தென்புறம் இருந்தது அந்தக் கடை. பரமன் எப்பொழுதும் ஓட்டமும் சாட்டமுமாகவே இருப்பார் அந்த நாள்களில். சரக்குப்போடச் சொல்வது, பால் வாங்கச் சொல்வது, பலசரக்குக்கு ஆள் அனுப்புவது எனப் பல வேலைகள் நெரித்துக்கொண்டிருக்கும். நின்று பேச நேரம் இராது; திருநெல்வேலி போகிறபோது பார்ப்பது, நலம் விசாரிப்பது இப்படித்தான் இருக்கும்.

பரமன், அடிப்படையில் நல்ல ரசிகன்; உண்மையான இலக்கிய வாசகர். ஒரு நாள் இரவு, அவர், தி. ஜானகிராமனின் இரண்டு கதைகளை அப்படியே விவரித்துக்கூறியது மறக்கமுடியாத அனுபவம். சிறுகதைகளை இதுபோலச் சொல்கிறவன் சிறந்த ஆர்வலன்தானே. நான், தி. ஜானகிராமனின் புதினங்கள் படித்த அளவுக்குச் சிறுகதைகள் படித்ததில்லை. பரமன் சொன்ன பிறகுதான் வாசிக்க முற்பட்டதே; தி. ஜானகிராமன் எவ்வளவு அருமையான சிறுகதைக்கலைஞன் என்பதைப் பரமன் மூலமே அறிவேன்.

நான் நெல்லைக்குப் போயிருந்த ஒரு சந்தர்ப்பத்தில் சிறு விபத்துக்குள்ளாக நேரிட்டது; பரமன்தான் வந்து உதவிசெய்து, 'தமிழ்நாடு ஓட்டலி'ல் தங்கவைத்து, கவிஞர் கைலாஷ் சிவனைத் துணைக்கு இருக்கவைத்து, மறுநாள் பத்திரமாகத் தென்காசி அனுப்பிவைத்திருக்கிறார். கைலாஷீடன் பரமனின் மனசு அப்படி.

என்னுடைய கவிதை, கட்டுரையை ஏதாவது பத்திரிகையில் பார்த்துவிட்டால், சந்திக்கிற வேளையில் சொல்லிப் பாராட்டாமல் தீராது பரமனுக்கு. 'நாங்கள்' என்ற வண்ணதாசன், வண்ணநிலவன், கலாப்ரியா, என்னைப் பற்றிய கட்டுரையை எவ்வளவோ காலம் சொல்லிக்கொண்டிருப்பார். முன்பு ஒரு சமயம் நெல்லை டவுண் ஆர்ச், போக்குவரத்து வசதிக்கென்று இடித்து அகற்றப்படவிருந்தது.

என்னுடைய 'எங்கள் ஊர் ஆர்ச்' கவிதையை மாவட்ட ஆட்சியரிடம் காண்பித்து, அப்படி இடிக்கப்படாது காப்பாற்றிய பெருமை பரமனையே சாரும்.

கைலாஷும் நானும் பரமனைப் பார்க்கப் போயிருந்த ஒரு நாளில், மன எழுச்சி கொண்டு, அப்பா சமாதிக்குக் கூட்டிக்கொண்டு போய்க் காட்டியது நினைவிலேயே நிற்கும் நிகழ்வுதான்; பரமன் என்ன ஒரு பாசக்காரன்.

நிறைய முறை வீட்டுக்குச் சாப்பிட அழைத்துப் போயிருக்கி றார்; அந்த விருந்தோம்பலே தனி; கடையிலிருந்து தொலைபேசியில் கேட்பார், "இன்னிக்கு என்னம்மா மெனு". பதில் வந்ததும் சொல்வார், "கவிஞரும் கைலாஷும் வர்றாங்க." முதன்முறை போயிருந்த வேளை, பட்டாளையில் இருந்த கட்டிலில் அம்மா அமர்ந்திருந்தார்கள்; பரமனின் காலடியோசை கேட்டதும் மலர்ச்சி தெரிந்தது. அம்மாவின் பாதங்களைத் தொட்டுக் கும்பிட்டுவிட்டு நான் கேட்டேன், "அம்மா உங்ககூடத்தான் இருக்காங்களா பரமன்". அவர் சட்டென்று சொன்னார், ''அம்மாகூட நாங்க இருக்கோம், கவிஞர்.'' அப்பொழுதெல்லாம் சொல்வேன், "பரமன், உங்க வீட்டிலே மூன்று தெய்வங்கள்; அம்மா, மனைவி, மகள் என்று." பரமன் முகத்தில் சந்தோஷம் ததும்பும்.

பரமன் மகள் திருமணம், பெரிய வீட்டுத் திருமணம். மாவட்ட ஆட்சியர், காவல்துறை அதிகாரி, நகரப் பிரமுகர்கள், வணிகப் பெருமக்கள், நண்பர்கள் என எல்லோரும் வாழ்த்த வந்திருந்தார்கள். அவர் எவ்வளவு பேரை சம்பாதித்து வைத்திருக்கிறார். பரமனின் பழகும் விதத்திற்குக் கிட்டிய பரிசு அது.

பரமன், சுழற்கழகத் தலைவரானபோது, புதுக்கவிதை பற்றிப் பேச என்னை அழைத்திருந்தார்; பொன்னாடை அணிவித்து சன்மானம் தந்து, சிறப்புச் செய்தார். அங்கேதான் ஆர்.எம்.கே.வி.விஸ்வநாதனை ப் பார்க்க வாய்த்ததே. நவீன இலக்கியம்குறித்து நெல்லை ரோட்டரி கிளப்பில் நடந்த முதல் கூட்டம் அதுவாகத்தான் இருக்கும். நல்ல மனசில்தான் இப்படிச் செய்யத் தோன்றும்.

கதர் வேஷ்டி- கதர் ஸ்லாக்கில், விபூதி- குங்குமம் துலங்க, சிரித்த முகமும் உற்சாகமுமாகப் பரமன் வருவதும் அன்பு நிரம்பப் பேசுவதும் உள்ளபடியே ஆகச்சிறந்த அழகுகள்.

அந்நாள்களில், நண்பர்களுடன் அவர் குற்றாலச் சாரலுக்கு வந்திருந்த பொழுதுகள் மிகவும் இனியவை. அதேமாதிரி இயக்குநர் ராஜேஷ்வர் வீட்டுக்கு வந்திருந்த நாள்களும்.

இலக்கியத்தினால் எத்தனையோ நல்ல மனிதர்களின் நட்பு உண்டாகியிருக்கிறது; சென்ற இடமெல்லாம் சிறப்பு ஏற்படுகிறது; பரமனின் உறவு அப்படி அமைந்ததுதானே.

பரமனுக்கு, அறுபது வயதாகி, மணிவிழாக் கொண்டாடும் இந்த முகூர்த்தத்தில் அவர் இன்னும் பல ஆண்டுகள் மனைவி, மக்களுடன் மகிழ்ச்சியாக வாழ்ந்து, தாமிரபரணி நதிக்கரை நாகரிகத்திற்கு உதாரணபுருஷனாகத் திகழ வாழ்த்துகிறேன்; ஸ்ரீ காந்திமதி சமேத நெல்லையப்பரும், புட்டார்த்தியம்மனும், ஸ்ரீ வள்ளி-தெய்வானை சமேத குறுக்குத்துறைமுருகனும், சாலைக்குமரனும், சங்கிலிபூதத்தாரும், பேராச்சியும் பரமனுக்கு எப்பொழுதும் துணையிருக்க வேண்டுகிறேன். நல்லது.

“என்றும் இன்பம் தழைக்க இருக்கலாம்.”

விக்ரமாதித்யன்
மணிவிழா மலர் 2012

வாசகனை இழந்தேன்

ஜாதகம், ஜோதிடம் பார்ப்பதில் மகாகெட்டிக்காரர் கவிஞர் விக்ரமாதித்யன். தமிழகம் முழுக்கவுள்ள பாடல்பெற்ற தலங்கள் அனைத்தையும் தரிசித்துவிட்ட விக்ரமாதித்யனுக்குத் தஞ்சாவூர் மாவட்டம் திருவாவடுதுறை, திருவீழிமிழலை ஆகிய இரண்டு ஊர்க் கோயில்களும் மிகவும் பிடித்தமானவை. இவரது வாசகர் மதுரை எஸ்.செந்தில்குமார் வாங்கிக் கொடுத்த சேர்-டேபிளில் உட்கார்ந்துதான் எழுதுகிறார். அதற்கு முன்பு சூட்கேஸ் பெட்டியை வைத்து எழுதிக்கொண்டிருந்தாராம். "என் கவிதை வாசகர் சரவணகுமார், சமீபத்தில் சாலை விபத்தில் இறந்துபோனது என்னைத் துக்கத்தில் ஆழ்த்துகிறது. எனது இரண்டாவது காசிப் பயணத்துக்குப் பெரும் உதவி செய்தவர் சரவணன். என் கவிதைகளின் நுட்பமான வாசகனை நான் இழந்துவிட்டேன்" என்று வருத்தப்படுகிறார்.

'ஆனந்த விகடன்' 30.10.2013

ஒரு நதி
பல சாயல்கள்

தாமிரபரணியையும் திருநெல்வேலியையும் பிரித்துப்பார்க்க முடியவில்லை என்னால்; ஊரென்றால் திருநெல்வேலி, ஆறென்றால் தாமிரபரணி என்றே நினைவில் குடிகொண்டிருக்கிறது; சின்னஞ்சிறு வயதில் அம்மாதான் ஆற்றுக்குக் கூட்டிக்கொண்டு போவாள், கோடைக்காலத்தில்; அதுவும் குறுக்குத்துறைதான்; அது ஒரு அழகுபட்ட படித்துறை; படித்துறையைக் கல்மண்டபத்தினுள் அமைக்க எப்படித் தோன்றியிருக்கும்; வெள்ளம் அடித்துச் செல்லாது; வெயில்படாது; மழை விழாது; தண்ணீர் சீராக வந்து செல்லும்; இவற்றுக்காகத்தானா மண்டபம்; துணிதுவைத்து முடிக்கும்வரை கண் பார்வையிலேயே அமர்த்தி வைத்துவிடுவாள்; பிறகுதான் குளிக்க வைப்பாள்; அப்புறம், முருகன்கோயில்; சந்தனமும் இலைவிபூதியும் தருவார்கள், அங்கே. மீன லக்ன ஜாதகருக்குக் குறுக்குத்துறை முருகன் வழிபாட்டையே விசேஷமாகச் சொல்கிறார், ஜோதிட ரத்னா, டாக்டர் கே.பி. வித்யாதரன்.

1955-ல், அப்பா, சிங்கம்பட்டி ராஜா அவர்களிடம் செக்ரட்டரியாகச் சேர்ந்த பிறகு, குடும்பம் கல்லிடைக்குறிச்சிக்கு வந்தது; கன்னடியன் கால்வாயைத் தாண்டித்தான் தாமிரபரணி; இங்கேயும் கோடையில்தான் ஆறு; அந்த வருஷம் ஆடி அமாவாசைக்கு ஸ்ரீசொரிமுத்தையன் கோயிலுக்குப் போயிருந்தோம்; அப்போதுதான் அடுக்குப்பாறை அணைக்கட்டைக் கண்டதும்; மலைமீதிருந்து விழும் தாமிரபரணிதான் பாணதீர்த்தம்; பொதிகை உச்சியிலிருந்து புறப்பட்டு வரும் ஆற்றில் காரையாறு, கோதையாறு, சேர்வலாறு, பச்சையாறு ஆகிய காட்டாறுகள் வந்து கலக்கும். தாமிரபரணிதான் ஜீவநதி. அம்பாசமுத்ரத்துக்கு முன்னே மணிமுத்தாறும் கூடும். பாணதீர்த்தத்தில் நீராடுவது, புண்ணியம் என்பது ஐதிகம்.

பாணதீர்த்தத்திற்குக் கீழே, கல்யாணதீர்த்தம்; அங்கே வ.வே.சு. ஐயர், மகளுடன் வந்திருந்தபோது, மகள் கால்தவறி விழுந்து வெள்ளத்தில் அடித்துச் செல்லப்பட, காப்பாற்றப் போனவரையும் இழுத்துக்கொண்டு போய்விட்டது ஆறு.

1968-69 கல்வியாண்டில், பாபவிநாசம் வள்ளுவர் செந்தமிழ்க் கல்லூரியில் சேர்த்துவிட்டார்கள் அப்பா; தாமிரபரணி, சமவெளியில் இறங்கும் ஊர்; தினமும் ஸ்ரீ உலகம்மை சமேத பாபவிநாசர் கோயில் எதிரேயுள்ள படித்துறைக் குளியல்தான்; தாமிரபரணியைப் பாபவிநாசத்தில் பார்க்க வேண்டும். அந்த அழகு, வேறெங்கும் இல்லாதது; மொய்க்கும் மீன்கள்; பொரி வாங்கிப் போடும் ஜனங்கள். பாபவிநாசத்தில் குளித்தால் பாபம் எல்லாம் அழிந்துபடும் என்பது காலம்காலமாக இருந்துவரும் நம்பிக்கை.

1974-75-ல் திருநெல்வேலியில் கூட்டுறவு மேற்பார்வையாளர் பயிற்சி; சுலோசன முதலியார் பாலம் பக்கத்தில் உள்ள அரசு அலுவலர் சங்கக் கட்டட அறை ஒன்றில் தங்கல்; தாமிரபரணி, எவ்விதம் என் வாழ்க்கையில் தொடர்ந்து வருகிறது; சாயுங்கால நேரத்தில் வல்லிக் கண்ணனைப் பார்க்கப் போகையில், அவர்களுடன் நடை, ஆற்றுக்கு. திருநெல்வேலியையும் பாளையங்கோட்டையையும் இணைக்கிற, அந்தப் பாலத்தின்கீழ்தான், நாளும் குளிப்பது; இடதுபக்கம், 'பிள்ளையைப் போட்டுப் பலாப்பழம் எடுத்த ஓடை' எதிரே மாவட்ட ஆட்சியர் அலுவலகம் மற்றும் நீதிமன்றம், அரசு அலுவலகங்கள்; கொஞ்சம் தள்ளி வலதுபுறம் கொக்கிரகுளம்; புதுமைப்பித்தன் பிறந்து வளர்ந்த வண்ணாரபேட்டை இங்கேதான் உள்ளது; அவர் கதைகளில் வரும் பேராச்சி அம்மன் கோயில், ஆற்றுக்குப் போகும் வழியில்; புதுமைப்பித்தனின் 'சாமியாரும் குழந்தையும் சீடையும்' கதையில், ஒரு சின்னக்குழந்தை படித்துறையில் உட்கார்ந்து சீடை தின்றுகொண்டிருப்பதை வர்ணித்திருப்பார். சின்னக் கால் காப்புகள் தண்ணீரிலிருந்து வெளிவரும்பொழுது, ஓய்ந்துபோன சூரிய கிரணம் அதன் மேல் கண் சிமிட்டும். அடுத்த நிமிஷம், கிரணத்திற்கு ஏமாற்றம். குழந்தையின் கால்கள் தண்ணீருக்குள் சென்றுவிடும். “சூரியனாக இருந்தால் என்ன? குழந்தையின் பாதத் தூளிக்குத் தவம் கிடந்துதான் ஆக வேண்டும்” என்று பேராச்சி அம்மன் கோயில் படித்துறையில் அமர்ந்திருக்கும் குழந்தை பற்றி எழுதியிருப்பார். பேராச்சி அம்மனைத் தரிசிப்பதற்காகவே ஒருமுறை நானும் கவிஞர் கைலாஷ் சிவனும், கிராஜுவேட் பரமனுடன் போய் வந்தோம்.

'தேடல்' சிற்றிதழ் ஆசிரியர் ஜோதி விநாயகத்தின் ஊர், திம்மராஜபுரம்; அநேக தடவை அவர் வீட்டுக்குக் கூட்டிக்கொண்டு போயிருக்கி றார்; காலையில், சைக்கிளில் பின்புறம் உட்காரவைத்து, ஆற்றுக்கு அழைத்துக்கொண்டு செல்வார்; அங்கே தாமிரபரணி பள்ளத்துள்

ஓடுவதுபோலக் காட்சியளிக்கும். வண்ணநிலவனின் 'எஸ்தர்' தொகுப்பை முதன்முதலாகக் கொண்டுவந்தவர்களில் ஒருவரான லயனல் ராஜுவுக்கு விக்ரமசிங்கபுரம்; நிறைய முறை கோடையில், மாலை வேளைகளில், அவருடன் ஆற்றுக்குப் போயிருக்கிறேன்; தாமிரபரணி, பெரிய குளம் போலத் தெரியும் அந்த இடத்தில்; எழுபதுகளில், தி. ஜானகிராமனும் சிட்டியும் சேர்ந்து எழுதிய, 'நடந்தாய் வாழி காவேரி' வருகிறது. அதைப் பார்த்துவிட்டு, வண்ணநிலவன், நாமும் தாமிரபரணிபற்றி இப்படி எழுதவேண்டும் என்று கனவு கண்டு கொண்டிருப்பார். அந்தக் கொடுப்பினை யாருக்கு இருக்கிறதோ.

எண்பதுகளின் மத்தியில் குடும்பத்துடன் வந்திருந்த ஈழத்துக் கவிஞர் ஆதவனை அம்பையில் இருந்த வண்ணதாசன் வீட்டுக்கு அழைத்துச் சென்றிருந்தேன். காலையில் ஆற்றுக்குப் போயிருந்தோம்; ரயில் பாலத்துக்குக் கீழ் தாமிரபரணி, ஆளை இழுத்துக்கொண்டு போகும். திருப்புடைமருதூர் நாறும்பூநாதர் கோயிலைச் சுற்றி வளைந்து நெளிந்து ஓடும். சேரன்மாதேவி பாலத்துக்குக் கீழே, சாந்தமாகச் செல்லும். 'கோவில்பட்டி வீரலட்சுமி' படத்துக்கு லொக்கேஷன் பார்க்க வந்திருந்த இயக்குனர் கே. ராஜேஸ்வரை, வாத்தியார் ராமகிருஷ்ணன், திருவேங்கடநாதபுரம் அழைத்துச் சென்றார். அங்கே ஆறு பாதாளத்துக்குள் ஒடுங்கி ஓடும். ஸ்ரீ வைகுண்டம் பக்கம், விரிந்த மணல்வெளியினூடாகப் பையவே செல்லும்; ஒரே மாவட்டத்தில் தோன்றி முடிவடையும் நதிதான்; பல சாயல்கள். வண்ணதாசன், வண்ணநிலவன், கலாப்ரியா எழுத்துகளில் பெருக்கெடுத்து ஓடுகிறது.

மாஞ்சோலைத் தேயிலைத் தோட்டத் தொழிலாளர் போராட்டத்தின்போது, நடத்தப்பட்ட துப்பாக்கிச்சூடும் பலியான உயிர்களும் தாமிரபரணி வரலாற்றில் கருப்பு நிகழ்வுகள்.

ஐம்பது ஆண்டுகளுக்கு முன் இருந்த தாமிரபரணி இல்லை இப்போது; ஆலைக்கழிவுகளும் சாக்கடைகளும் கிளை நதிகளாகக் கலந்து நிரம்பவும் மாசுபட்டு, நல்லியல்பு தொலைந்துவிட்டது; பதினான்கு ஆண்டுகளுக்கு முன்பு, தூய சவேரியார் கல்லூரி நாட்டார் வழக்காற்றுத்துறைத் தலைவர் அருள்திரு ஜெயபதி அடிகளார், தாமிரபரணிச் சீரமைப்புக்காகக் குழு ஒன்றை அமைத்து சில முயற்சிகளை எடுத்தார்; பணிமாறுதலில் பட்டுப்போயிற்று அந்த முயற்சி.

பருவமழை பொய்த்துப் போகிறது பல வருஷம்; காடுகள் சூறையாடப்பட்டதன் விளைவாக, சூழலிலேயே எவ்வளவோ திரிபுகள்; தமிழக அரசும் திருநெல்வேலி- தூத்துக்குடி மாவட்ட ஆட்சியர்களும் மனசு வைத்தால் ஐந்துக்கு இரண்டு சரிசெய்யலாம்; ஆறெல்லாம் ஆட்சிக்கு உட்பட்டதுதானே.

'தி இந்து' பொங்கல்மலர் 2014